महाराष्ट्रातील सर्व विद्यापीठातील राज्यशास्त्र व समाजशास्त्र विषयाच्या पदवी व पदव्युत्तर विद्यार्थ्यांसाठी व अभ्यासकांसाठी उपयुक्त; तसेच स्पर्धा परीक्षांसाठी व नेट-सेटच्या विद्यार्थ्यांसाठी उपयक्त.

आरक्षणाची वाटचाल आणि ओबीसी आरक्षण

डॉ. रविंद्र पांडुरंग भणगे

डायमंड पब्लिकेशन्स

आरक्षणाची वाटचाल आणि ओबीसी आरक्षण
डॉ. रविंद्र पांडुरंग भणगे

Arakshanachi Vatchal ani OBC Arakshan
Dr. Ravindra Pandurang Bhanage

प्रथम आवृत्ती : जुलै, २०१६

ISBN : 978-81-8483-673-8

मुखपृष्ठ
शाम भालेकर

अक्षरजुळणी
'अक्षरवेल', सी १८ प्लॉट नं. ५७२ दत्तवाडी, पुणे ३०

प्रकाशक
डायमंड पब्लिकेशन्स
२६४/३ शनिवार पेठ, ३०२ अनुग्रह अपार्टमेंट
ओंकारेश्वर मंदिराजवळ, पुणे-४११ ०३०
☎ ०२०-२४४५२३८७, २४४६६६४२
info@diamondbookspune.com

ऑनलाईन पुस्तक खरेदीसाठी भेट द्या
www.diamondbookspune.com

प्रमुख वितरक
डायमंड बुक डेपो
६६१ नारायण पेठ, अप्पा बळवंत चौक
पुणे-४११ ०३० ☎ ०२०-२४४८०६७७

मनोगत

'आरक्षण' हा आज परवलीचा शब्द बनलेला आहे, या संवेदनशील विषयावर लिखाण करत असताना आरक्षणाचे समर्थक व विरोधक या दोहोंच्या भूमिकांचा समन्वय साधून मांडणी करताना कसरत करावी लागेल, हे ओळखून या विषयाला न्याय देण्याचा प्रयत्न मी आपल्या परीने केला आहे. वास्तविक आरक्षणाला लाभलेल्या ६५ वर्षांच्या तर ओबीसी आरक्षण लाभांच्या २५ वर्षांच्या वारशाच्या तुलनेत उच्चवर्णीयांच्या विषमतेच्या मानसिकतेचे बळी पडलेल्यांचा इतिहास दोन हजार वर्षांचा आहे. या काळात अनुसूचित जाती-जमाती व इतर मागासवर्गीयांची जीवनाच्या सर्वच क्षेत्रात झालेली हानी भरून काढण्याच्या उद्देशाने आरक्षणाची तरतूद घटनेत केली गेली आहे. त्याद्वारे काही प्रमाणात का असेना, त्याची भरपाई करणे शक्य झाले असले तरी उच्चवर्णीयांच्या वर्णविदेशी वागणुकीवर फारसा परिणाम झालेला दिसत नाही. आजही अनेक घटनांमधून हा विद्वेष बाहेर पडताना दिसतो. आरक्षणाबाबत अनेक संदेह वारंवार उपस्थित केले जाताना आढळतात. गुणवत्तेचे, आर्थिक निकषांचे मुद्दे वारंवार उपस्थित केले जातात. स्वार्थी पक्षीय राजकारणासाठी धंदेवाईक नेत्यांकडून आरक्षणाचा कौशल्याने वापर होताना दिसतो. त्यामुळे लेखकाने तटस्थ व निरपेक्षपणे 'आरक्षण' या विषयास न्याय देण्याचा एक प्रयत्न या संदर्भ पुस्तकाच्या माध्यमातून केला आहे. मराठीमध्ये आरक्षण आणि त्यातील इतर मागासवर्गीयांचे आरक्षण यावर फारशी दर्जेदार संदर्भ साधने उपलब्ध नाहीत, जी आहेत ती पुस्तिका स्वरूपात आहेत. त्यामुळे अनेक संदर्भग्रंथांच्या आधारे मांडणीचा प्रयत्न केला आहे. सदर संदर्भ पुस्तकास वाचक, संशोधक आपलेसे करतील अशी आशा आहे.

डॉ. रविंद्र पांडुरंग भणगे

अनुक्रम

१ आरक्षणाची पार्श्वभूमी

प्रस्तावना

भारतीय समाजव्यवस्था प्राचीन काळापासून चातुर्वर्ण्य आणि जातीव्यवस्थेवर आधारित आहे. जातीव्यवस्थेच्या उगमाबद्दल अनेक विचारप्रवाह असले तरी मनुस्मृतीचा जनक 'मनू' हाच आजच्या जातीव्यवस्थेचा जनक मानला जातो. त्याने चातुर्वर्ण्याचा पुरस्कार केला व समाजाने तो स्वीकारलेला होता. 'जात' हा हिंदू समाजव्यवस्थेचा आत्मा आहे व जातीव्यवस्था आणि तद्अनुषंगाने येणारी विषमता यांच्या भक्कम मुळावर हिंदू समाजातील जाती संस्था उभी आहे. माणसाच्या व्यवसाय व कामावरून जातीची सुरुवात झाली व अशी कामे करणारे आपापसात विवाह करू लागले; म्हणून जात ही जन्माला चिकटली व या प्रक्रियेला धर्माच्याआधारे सत्तेवर आलेल्या सत्ताधाऱ्यांनी धार्मिकतेच्या आधाराने पक्केपणा दिला. वेदात चातुर्वर्ण्य उत्पत्ती सांगितलेली आहे. ब्राह्मण हा सर्वश्रेष्ठ, त्यानंतर क्षत्रिय, नंतर वैश्य व शेवटी शूद्र अशी क्रमवारी लावण्यात आली आहे. यावरूनच चातुर्वर्ण्यामधील ढोबळ श्रमविभाजनसुद्धा जन्मावर आधारित करण्यात आले होते. चार वर्णातून विभिन्न जाती निर्माण झाल्या किंवा श्रम विभाजनात जसजशी विविधता यायला लागली तसतशी जात संख्येत भर पडू लागली होती.

भारतात आरक्षणाच्या निर्मितीचे संपूर्ण श्रेय नि:संशय ब्राह्मणांना जाते. अध्यापन, यज्ञ करणे व दान घेणे या गोष्टी ब्राह्मणांनी कायमस्वरूपी स्वत:साठी आरक्षित ठेवल्या होत्या. ब्राह्मणांच्या या आरक्षित धोरणांमुळे वर्णव्यवस्था स्वत:साठी आरक्षित ठेवली होती. ब्राह्मणांच्या या आरक्षित धोरणांमुळे वर्णव्यवस्था निर्माण झाली. लोकांना काम वाटून दिले गेले व त्यातून हजारो जाती निर्माण झाल्या. भेद, विषमता आणि उच्च-नीच असा भाव प्रस्थापित होत गेला. परिणामी भारत कधीच एकसंध, एकात्म राष्ट्र म्हणून

उभा राहू शकला नाही. प्रत्येक बाह्य आक्रमणासमोर झुकणारा, पराभूत मानसिकता जपणारा देश बनला, तो केवळ ब्राह्मणी आरक्षणाचा परिणाम होय. वैदिक ब्राह्मणांच्या या आरक्षणामुळे ज्ञान मिळविणे, स्वत:चा वेगळा विचार करणे यांपासून इतर सर्वांना वंचित ठेवावे, अशी भूमिका होती; त्यामुळे हजारो वर्षे 'ब्राह्मण सांगतील ते ज्ञान, ब्राह्मण सांगतील ते सत्य' अशी परिस्थिती निर्माण केली गेली; त्यातूनच आत्मविश्वास हरवलेल्या, पराभूत मानसिकता जपणाऱ्या, बुद्धीचा विकास खुंटलेल्या, स्वातंत्र्य गमावलेल्या गुलाम बहुजन समाजाची निर्मिती झालेली होती. देशातील ५.५२% ब्राह्मणांनी उर्वरित सर्व समाजाची विचारशक्ती गोठवून ठेवली होती. या सर्व बहुजन समाजाच्या मनावर, वर्तनावर आणि जीवनाच्या सामाजिक, आर्थिक, शैक्षणिक व धार्मिक अशा सर्व अंगांवर राज्य केले.

ब्राह्मणांचे वर्चस्व आणि श्रेष्ठत्व नेहमीसाठी टिकून राहावे याकरिता वर्णव्यवस्था निर्माण करण्यात आली होती. या वर्णव्यवस्थेस धार्मिकतेचे अधिष्ठान होते. ब्राह्मण ग्रंथनिर्मिती करणाऱ्यांनी धर्माच्या आधारावर चातुर्वर्ण्यव्यवस्थेचे गौरवीकरण आणि उदात्तीकरण करताना कोणतीही कसर ठेवली नाही. एका वर्णात ज्याप्रमाणे जातीच्या संख्येत वाढ होत होती त्याचप्रमाणे एकाच जातीत पोट जातींच्या संख्येत देखील वाढ होऊ लागली. मुख्यत: कृषी अवस्थेच्या परमोच्च विकासापर्यंत व भांडवलशाही पूर्व अवस्थेपर्यंतच पोट जातींच्या संख्येत वाढ होत होती. आज पोट जातींच्या संख्येत वाढ होताना दिसून येत नाही; यावरून जातीव्यवस्था जुन्या पद्धतीने विकसित होऊ शकत नाही, हे स्पष्ट होते. त्याचबरोबर उद्योगीकरणामुळे निर्माण होणारे श्रम विभाजन व जातीव्यवस्था यांचा संबंध नसल्याने, नव्याने जन्मावर आधारित जाती निर्माण होण्याची शक्यता दिसून येत नाही. परंतु, तरीही आज जात जन्मावर आधारित आहे व जातीचा हा आधार औद्योगिकीरणामुळे देखील ढिला झालेला नाही. उलट, काही प्रमाणात व्यवसाय व जात यांचे संबंध बदलत असतानादेखील जातीची विषमता तशीच आहे. याला कारण 'विवाह संस्था' ही जुन्याच पद्धतीच्या आधारावर टिकून आहे; त्यामुळे जातीचे कार्य आजही मोठ्या प्रमाणात जसेच्या तसेच आहे. निम्न जातीत सदर थर तयार होत असतील तर त्यांच्यात जातीय अस्मिता पेरण्याचा, जातीवादाला खतपाणी घालण्याचा प्रयत्न देखील ब्राह्मण्य मानसिकतेने केले.

गौतम बुद्धांचा अपवाद वगळता कोणत्याही भारतीय राजाने जातीसंस्थेचा निषेध केला नाही किंवा निर्बंध घालण्याचा प्रयत्नसुद्धा केला नाही, असे डॉ. बाबासाहेब आंबेडकरांनी निदर्शनास आणून दिले. वर्णव्यवस्था व जातीव्यवस्था या कल्पना मूलत: परस्पर विरोधी आहेत. वर्णव्यवस्था ही गुणकर्मांवर आधारित आहे तर जातीव्यवस्था ही धर्मावर आधारित आहे. ब्राह्मण, क्षत्रिय, वैश्य व शूद्र या चार वर्णीयांचे हक्क, कर्तव्य

इत्यादी धर्मशास्त्रकारांनी निश्चित करून एक सामाजिक चौकट या देशात निश्चित केली होती. हजारो वर्षे लोटली तरी ही वर्णव्यवस्था टिकून राहिली व समाजस्वास्थ्यासाठी ती आवश्यक आहे, असे तिचे समर्थक सांगत होते.

भारतात अस्तित्वात असलेल्या जातीव्यवस्थेमुळे भारतीय समाज हजारो वर्षांपासून भिन्न स्तरांमध्ये विभागलेला राहीला. जातीव्यवस्थेचा उगम केव्हा व कसा झाला? याबद्दल अनेक तर्क-वितर्क केले जातात. इतिहास संशोधकांना आणि समाजशास्त्रज्ञांना आज अस्तित्वात असलेल्या जातीव्यवस्थेसारखी जातीव्यवस्था कुठल्याही विशिष्ट कालखंडात देशाच्या कोणत्याही भागात आढळलेली नाही. अशी जातीव्यवस्था का निर्माण झाली, यामागची कारणेही त्यांना सापडलेली नाहीत व सर्वानुमते सांगताही आलेली नाहीत. त्या काळातही समाज धर्माधिष्ठ उच्च-कनिष्ठ अशा वर्गांमध्ये विभागलेला होता. प्राचीन काळी कर्मानुसार जात बदलत होती. परंतु, पुढील काळात जात जन्मावरून ठरविली जाऊ लागली. त्यामुळे व्यक्तीला तिची जात घेऊनच जन्मावे, जगावे लागत होते व ती बदलता येत नव्हती.

भारतीय समाज अनेक धर्म आणि पंथांमध्ये विभागलेला होता. जातिभेदाच्या अन्यायाला आव्हान देण्यासाठी हिंदू धर्मामध्ये निरनिराळे संप्रदाय, पंथ उदयास आले. जाती व्यवस्थेच्या विरोधात झालेल्या बंडखोरीतून बौद्ध, जैन, लिंगायत, शीख असे धर्म, पंथ निर्माण झाले. याच अन्यायी पद्धतीमुळे भारतात मुस्लीम व ब्रिटिश राजवटीत काही लोकांनी इस्लाम आणि ख्रिश्चन धर्माला जवळ केले. या धर्मांतरामुळे जातिभेदांचे निर्मूलन झाले नाही. शीख, मुस्लीम आणि ख्रिश्चन धर्मीयांमध्ये त्यांच्या धार्मिक प्रवाहातसुद्धा कमी-अधिक प्रमाणात जातिभेद आढळून येतो.

१.१ ब्रिटिशकालीन सुधारणा व आरक्षण

भारतात ब्रिटिशांची राजवट सुरू झाल्यानंतर परिवर्तनाची नवी बीजे रुजली होती. त्यांनी देशभर केलेल्या सोई-सवलतींमुळे जातीव्यवस्थेवर चांगलाच परिणाम झाला. याच काळात पाश्चात्त्य शिक्षण घेतलेला जो मध्यमवर्ग उदयाला आला. त्या वर्गाने ऐहिकता, बुद्धिनिष्ठ मानवतावाद, उदारमतवाद व समानतावाद या मूल्यांच्या आधारे समाजाची पुनर्रचना करण्याचे प्रयत्न केले. भारतात परकीय ब्रिटिश राजवट सुरू झाल्यावर इंग्रजी भाषेतून आलेल्या ज्ञानाच्या प्रभावामुळे अनेक व्यापक परिणाम झाले. राजा राममोहन रॉय, दादोबा पांडुरंग, ईश्वरचंद्र विद्यासागर, यांच्यासारख्या नेत्यांनी समाज उच्च-नीच अशाप्रकारच्या जातींनी विभक्त होणे योग्य नव्हे, असा विचार मांडला. देशाच्या विविध भागात ब्राह्मणांनी पाश्चिमात्य शिक्षण घेण्यास प्रारंभ केला व काही भागात पाश्चिमात्य

शिक्षणाचा लाभ ब्राह्मणांखेरीज इतर जातींनी घेतला. ब्रिटिशांनी समाजव्यवस्थेत समान न्याय, समता, शिक्षणाबाबतचे उदार धोरण याबाबतची नवीन विचारसरणी जाणल्यामुळे न्यायासाठी ब्राह्मणेतर वर्गही संघटित होऊ लागला. आधुनिक काळात जाती संस्थेला हादरा देण्याचे काम ब्रिटिश राजवटीत देशभर टपाल, तारखाते, रेल्वेचे जाळे, इस्पितळे, बससेवा यांनी केले. या सुविधांमुळे देशाच्या वेगवेगळ्या जातींवर चांगला परिणाम झाला. अशा प्रकारे ब्रिटिश राजवटीच्या प्रभावामुळे एकाधिकारी बनलेल्या हिंदू धर्माधिकारी वर्गाच्या मुळांना जबरदस्त धक्का बसल्याचे दिसून येतो. जातीव्यवस्थेला मूठमाती देण्याचे कार्य महात्मा जोतिबा फुले यांनी प्रथम सुरू केले. आधुनिक भारतामध्ये सामाजिक पुर्नरचनेसाठी चळवळ सुरू करणारी पहिली संस्था म्हणजे 'सत्यशोधक समाज' होय. सत्यशोधक समाजाने सामाजिक गुलामगिरीविरुद्ध आवाज उठविला व सामाजिक न्यायाची व सामाजिक पुनर्रचनेची मागणी केली. 'सत्यशोधक समाजाचा आवाज'ही हिंदुस्थानात अनेक शतके दडपून टाकलेल्या कनिष्ठ समाजाची किंकाळी होती.

जातिभेदांच्या अनेक दुष्परिणामांपैकी एक म्हणजे कनिष्ठ वर्णीयांना वर्षानुवर्षे शिक्षणापासून वंचित ठेवले गेले. ज्ञानप्राप्तीचा अधिकार त्यांना नाकारला गेला. ब्रिटिश राजवटीपर्यंत कनिष्ठ वर्णियांसाठी तसेच स्त्रियांसाठी शिक्षणाची कवाडे बंद होती. यामुळे काही निवडक समाजगटांच्या हाती सत्ता एकवटली गेली. त्यामुळे समाजात सामाजिक विषमतेतून आर्थिक असमानता व आर्थिक असमानतेतून राजकीय विषमता निर्माण झाली. विषमतेने ग्रासलेल्या समाजात संधीची विषमता निर्माण करणे आवश्यक असते व ही विषमता विशेष संधीमुळे वैधानिक ठरते. यावर महात्मा जोतिबा फुलेंचा विश्वास होता म्हणून हजारो वर्षांपासून सामाजिक, आर्थिक व राजकीयदृष्ट्या मागास राहिलेल्या बहुजन समाजाला व त्यांच्या जातींना सामाजिक न्याय मिळेल. प्रचलित असलेल्या आरक्षण धोरणाची सुरुवात संविधानाच्या अंमलबजावणीनंतर जरी झालेली असली तरी महात्मा जोतिबा फुलेंनी या संकल्पनेचा उल्लेख करून विशेष संधीची मागणी केली होती.[१]

महात्मा जोतिबा फुले या समाजसुधारकाच्या प्रयत्नाने देशात समाजसुधारणेचे युग अवतरले. महात्मा फुलेंनी सुचविलेल्या विशेष संधी म्हणजेच आरक्षण धोरणाची संकल्पना छत्रपती शाहू महाराजांनी प्रत्यक्षात राबविली. १९०२ साली ५०% जागांवर आरक्षणाचा अध्यादेश काढून त्यांनी आरक्षण धोरणाला सक्रिय पाठिंबा जाहीर केला. त्यांच्या अध्यादेशाचे पडसाद पुढे देशात उमटू लागले. परिणामस्वरूप १९१८ साली म्हैसूर राज्यामध्ये, १९२१ साली मद्रास राज्यात व १९२५ साली मुंबई राज्यामध्ये आरक्षण जाहीर करण्यात आले व सामाजिक समता प्रस्थापित करण्याच्या पर्वाला सुरुवात झाली.[२]

आधुनिक काळात बहुजनांच्या कल्याणाचा मार्ग सांगितला तो महात्मा जोतिबा

फुलेंनी! त्यांनी इथल्या समाजव्यवस्थेला सुरुंग लावण्याचे काम हाती घेतले होते. महात्मा फुलेंनी प्रस्थापितांची बलस्थाने ओळखली व बहुजनांच्या अधोगतीची कारणे शोधली व शिक्षणाचे महत्त्व ओळखले. सावित्रीबाई फुलेंच्या साहाय्याने स्त्री-शूद्रांसाठी १८८२ साली हंटर कमिशन समोर साक्ष देताना महात्मा फुलेंनी ब्राह्मणेतर जातीतील उमेदवारांना प्रशासकीय नोकरीत स्थान देण्याची प्रथम मागणी केली. तसेच दलित व मागास विद्यार्थ्यांना शिक्षणासाठी शिष्यवृत्ती देण्यात यावी, अशीही मागणी केली. अशा प्रकारे महात्मा फुले यांनी भारतात सर्वप्रथम दलित व मागासवर्गीयांसाठी आरक्षणाची संकल्पना मांडली होती.

महात्मा फुले यांनी केलेली आरक्षणाच्या मागणीची प्रत्यक्षात अंमलबजावणी करणारे पहिले महामानव म्हणजे राजर्षी शाहू महाराज. शाहूंनी समाजविकास व समाज परिवर्तनाचे कार्य केले. संस्थानात नोकरीमध्ये एकही मराठा किंवा अन्य जातीचा माणूस नाही. तिथे फक्त ब्राह्मणांचीच खोगीरभरती झालेली आहे असे लक्षात आल्यावर कोणाचीही मागणी नसताना राजर्षी शाहू महाराजांनी आपल्या संस्थानातील ५०% नोकऱ्यांत मराठ्यांसह मागासवर्गीयांसाठी आरक्षणाच्या विषयाचा अध्यादेश काढून, आरक्षण धोरणाला राजकीय पाठिंबा जाहीर केला. राजर्षी शाहू महाराजांच्या आरक्षण धोरणांचा परिणाम अन्य प्रांतांवरही पडला. परिणामस्वरूप म्हैसूर, मद्रास व मुंबई राज्यांमध्ये आरक्षण जाहीर करण्यात आले व सामाजिक समता प्रस्थापित करण्याच्या पर्वाला सुरुवात झाली.

राजर्षी शाहू हे सामाजिक लोकशाहीचे आधारस्तंभ आहेत, असे डॉ. बाबासाहेब आंबेडकरांनी म्हटले होते. महात्मा फुले व त्यांच्या सत्यशोधक चळवळीचा विचार पुढे नेण्याचे कार्य राजर्षी शाहू यांनी केले. महात्मा फुले यांनी स्वाभिमानाचे व समतेचे बीज पेरून जे रोप लावले, त्याला खतपाणी घालून काळजीपूर्वक वाढविले ते राजर्षी शाहू महाराजांनी. 'शिक्षण हे समाजपरिवर्तनाचे साधन आहे' असे त्यांना वाटत होते. त्याचबरोबर महात्मा फुले यांची समतेची कल्पना शाहू महाराजांनी आपल्या संस्थानात साकारून 'समता' प्रस्थापित करण्यासाठी एक ऐतिहासिक पाऊल टाकले होते. भारतीय समाजात डॉ. बाबासाहेब आंबेडकर यांच्यारूपाने एक मोठे वादळ आले. यामुळे भारतीय समाजामधील उच्चवर्णीयांच्या सत्तेला, अधिकाराला उतरती कळा लागली होती. १९२० साली डॉ. बाबासाहेब आंबेडकर हे परकीय शिक्षण घेऊन भारतात आले होते, त्या काळात स्वातंत्र्याची लढाई आखली जात होती. स्वातंत्र्याच्या प्रवाहामध्ये मवाळवादी व जहालवादी असे दोन गट उभे राहिले होते. जहालवाद्यांच्या मते, 'सुरुवातीला राजकीय स्वातंत्र्य मिळवू; नंतर भारतातील सामाजिक समस्या आपोआपच सुटतील' असे म्हणणाऱ्यांमध्ये टिळक, रानडे व इतर होते; तर सुरुवातीला सामाजिक सुधारणा व्हाव्यात

व राजकीय स्वातंत्र्य त्यांच्यावर अवलंबून राहू शकेल? असे म्हणणाऱ्या गटांचा प्रभाव संख्येने कमी असला तरी ते समतेचे महान तत्त्वज्ञान होते. याच काळात मद्रास राज्यात सरकारी नोकऱ्यांत ३ टक्के ब्राह्मण समाजाने ९० टक्के नोकरीमधील जागा व्यापल्या होत्या. या ब्राह्मणी वर्चस्वाविरुद्ध रामसामी पेरियार यांच्या नेतृत्वाखाली सर्व दक्षिण भारतावर प्रभाव टाकणारी मागासवर्गीयांची व्यापक चळवळ उभी राहिली होती. या चळवळीने ब्राह्मणी वर्चस्वाविरुद्ध प्रखर हल्ले चढविले होते. त्याचबरोबर दलितांच्या उद्धाराकरिता, त्यांना आत्मसन्मान मिळवून देण्याकरिता त्यांनी 'आत्मसन्मान चळवळ' मोठ्या जोमाने उभी केली.

याच कालावधीत स्वातंत्र्य चळवळ मोठ्या प्रमाणात फोफावत होती, असे असले तरी डॉ. बाबासाहेब आंबेडकर हे स्वातंत्र्य चळवळीत भाग घेण्यापेक्षा दीन, दलित, कष्टकरी समाज व कामगार यांच्यामध्ये मानवतेचे अस्तित्व कसे निर्माण होईल व मानवतेचे जीवन जगण्यासाठी त्यांना समानतेच्या लढ्यामध्ये कसे सहभागी करून घेता येईल, याचा विचार करीत होते. या विचारातून त्यांनी महाडचे 'चवदार तळे', नाशिकचा 'काळाराम मंदिर' प्रवेश यासारखी आंदोलने करून, समाजातील विषमतेविरुद्ध महत्त्वाचे व ऐतिहासिक पाऊल टाकले होते. त्याचबरोबर बहुजनांसाठी आर्थिक व राजकीय हक्क प्राप्त करून घेण्यासाठी प्रयत्न केले. त्यामध्ये डॉ. बाबासाहेब आंबेडकरांना मोठ्या प्रमाणात यश प्राप्त झाले. स्वातंत्र्यपूर्व काळामध्ये ब्रिटिश सरकारने, सुरुवातीच्या काळात मागासलेल्या समाजाच्या समस्या, दुःखे पाहिलेली होती. तरीही आपल्या सत्तेमध्ये कोणत्याही प्रकारची बाधा येऊ नये म्हणून, या दीन-दलितांच्या समस्येकडे त्यांनी फारसे लक्ष दिलेले नव्हते. त्यांनी शिक्षणातून केवळ आपल्या प्रशासनातील कामकाज पाहण्याकरिता नोकरवर्गाची गरज भागविणारे शिक्षण व शिक्षणसंस्था स्थापन केल्या. आपली केंद्रीभूत सत्ता अधिक बळकट कशी होईल, असा ब्रिटिशांचा हेतू होता; असे असले तरीही महात्मा फुले यांनी बहुजनांकरिता जो शिक्षणाचा पाया रचला, तो शाहू महाराजांनी मजबूत केला; तर डॉ. बाबासाहेब आंबेडकरांनी आपल्या प्रयत्नांनी दीनदलितांना कायद्याद्वारे हक्क मिळवून दिले.

१९२० साली भारतीय समाजकारण व राजकारणात डॉ. बाबासाहेब आंबेडकरांचा प्रवेश झाला. डॉ. बाबासाहेब आंबेडकरांनी जाती व्यवस्थेचे चटके स्वतः सोसलेले होते. त्यांच्यावर महात्मा फुले व राजर्षी शाहू महाराजांचा खूप मोठा प्रभाव होता. भारतीय समाजव्यवस्थेत श्रेष्ठ-कनिष्ठत्वाची भावना असून, मागासलेल्या लोकांची अवस्था अत्यंत वाईट आहे. त्यांना या दुष्टचक्रातून बाहेर काढण्याचा एकच मार्ग आहे तो म्हणजे 'आरक्षण' असे डॉ. बाबासाहेब आंबेडकर म्हणतात, कारण आरक्षणामुळे आर्थिक विकास,

सामाजिक समता, व्यावसायिक गतिशीलता, राजकीय प्रगल्भता व सांस्कृतिक सहिष्णुता प्रस्थापित होते; म्हणूनच ते म्हणतात, "राखीव जागा हे क्रांतिकारक हत्यार असून ते केवळ खासदार, आमदार व सरपंच देत नाही तर जातीव्यवस्थेचा पिरॅमिड चढण्यासाठी शिडीचे कार्य करते."[३]

डॉ. बाबासाहेब आंबेडकरांनी भारतातील संपूर्ण शोषित-पीडित, बहुजन समाजाचे नेतृत्व केले. या समाजाच्या शैक्षणिक, सामाजिक व आर्थिक उन्नतीसाठी त्यांनी आपले संपूर्ण आयुष्य खर्ची घातले. स्वातंत्र्य, समता व बंधुता या विचारांचे ते समर्थक होते. ही तीन मूल्ये समाजात प्रस्थापित व्हावीत यासाठी त्यांनी अविरत प्रयत्न केले. भारतीयांमध्ये सामाजिक व आर्थिक समता निर्माण व्हावी यासाठी डॉ. बाबासाहेब आंबेडकरांनी आरक्षणाचे जोरदार समर्थन केले. राखीव मतदार संघ, दीनदलितांना मताधिकार, निवडणुकीस उभे राहण्याचा अधिकार, नोकरीत योग्य जागा व शिक्षणासाठी निधी अशी कलमे तयार करून त्यांच्यावर मसुदा समितीच्या अध्यक्षपदाची जबाबदारी देण्यात आल्यावर संविधानात अनुसूचित जाती, जमाती व इतर मागासवर्गीयांकरिता आरक्षणाची तरतूद केली. आंबेडकरांनी १९५१ साली कायदेमंत्रिपदाच्या दिलेल्या राजीनाम्याच्या तीन कारणांपैकी एक कारण होते ओबीसी आरक्षण! तसेच त्यांनी १९४६ साली जातवार जनगणनेचीही मागणी केली.

१.२ भारतीय संविधान व आरक्षण

अनेक मूर्त व अमूर्त प्रयत्नांचा परिपाक म्हणजे १५ ऑगस्ट १९४७ साली भारताला मिळालेले स्वातंत्र्य होय. राष्ट्राच्या भविष्यकालीन वाटचालीचा निश्चित आराखडा म्हणून २६ जानेवारी १९५० रोजी भारतीय राज्यघटनेचा स्वीकार करण्यात आला. 'भारतीय संविधान' हा या देशाचा सर्वश्रेष्ठ कायदा असून, भारतीयांच्या मनात त्याच्याबद्दल आदराची व श्रद्धेची भावना आहे. भारताच्या बरोबरीने स्वतंत्र झालेल्या जगातील अन्य देशांची संविधाने वारंवार बदलत असताना भारताचे संविधान टिकून आहे. काळानुसार बदलण्याची लवचिकता अंगी असल्यामुळे अनेक विशोधने पचवूनही या संविधानाची पायाभूत चौकट अबाधित राहिली आहे. याचे सर्व श्रेय अर्थातच घटनाकारांच्या दूरदृष्टीला आणि त्यांनी अत्यंत काळजीपूर्वक केलेल्या संविधान निर्मितीला द्यावे लागते. घटनाकारांनी देशातील प्रश्नाचा व परिस्थितीचा विचार करून, जगातील अनेक संविधानांचे अध्ययन करून, त्यातील उत्तमोत्तम तरतुदी भारतीय संविधानाच्या मसुद्यात समाविष्ट करून, ते परिपूर्ण बनविले आहे.

भारताला स्वातंत्र्य मिळाल्यानंतर नवे संविधान अस्तित्वात आले. लोकशाही

व्यवस्था स्वीकारल्यामुळे राजकीय व्यवस्थेमध्ये प्रत्येक व्यक्तीस कायद्याने समान लेखले आहे. कायद्याच्या दृष्टीने जरी सर्व व्यक्ती समान मानल्या असल्या तरी व्यवहारात मात्र असमानता आढळते. सामाजिक परंपरा व अन्य ऐतिहासिक कारणांमुळे समाजात नागरिकांचे काही वर्ग पराकोटीचे मागासलेले असून, विकास व प्रतिष्ठा प्राप्त करून घेण्याची कोणतीही संधी त्यांच्यासमोर उपलब्ध नाही. संविधानाचे उद्दिष्टच मुळात समता प्रस्थापित करण्याचे असल्यामुळे समाजात असलेली विषमता नष्ट करून समतेवर आधारलेला समाज निर्माण करण्यासाठी आरक्षणाची तरतूद त्यात करण्यात आलेली आहे.

भारतीय संविधानाच्या लिखित उद्देशिकेत स्पष्ट केले आहे की, आम्ही भारतीय लोक सामाजिक, आर्थिक व राजनैतिक न्याय, विचार अभिव्यक्ती व उपासना यांचे स्वातंत्र्य, दर्जाची व संधीची समानता प्रस्थापित करण्यासाठी वचनबद्ध आहेत. याचा अर्थ, संधीची समानता, व्यावसायिक गतिशीलता व सामाजिक बंधुता इत्यादी बाबींना घटनात्मक संरक्षण देण्याची आम्ही हमी दिलेली आहे. विषमतेने बरबटलेल्या समाजात संधीची समानता ही संकल्पना भीषण विषमता ठरू शकते याची जाणीव घटनाकर्त्यांना होती म्हणून घटनेत अनुच्छेद ३४०, ३४१, ३४२ यांचा समावेश करण्यात आला.

भारतीय संविधानात अनुच्छेद ३४० अन्वये राष्ट्रपतींना आयोग नेमता येतात. या आयोगाने सामाजिकदृष्ट्या व शैक्षणिकदृष्ट्या मागासवर्ग कोणते आहेत व त्यांच्या प्रगतीसाठी कोणते उपाय योजावेत हे सुचवावे, असे नमूद केलेले आहे. परंतु, या शिफारशी कोणत्या अनुच्छेदानुसार प्रत्यक्षात अंमलात आणायच्या हा खरा प्रश्न होता; कारण अनुसूचित जाती-जमातींसाठी १६(४) हा अनुच्छेद अस्तित्वात होता. इतर मागासवर्गीयांसाठी असा कोणताच अनुच्छेद नव्हता तर फक्त आयोग नेमण्याची तरतूद होती; म्हणून संविधानाच्या १५ या अनुच्छेदामध्ये ४ हा अनुच्छेद खंड घालण्यात आला. त्यासाठी १९५१साली संविधानात दुरुस्ती करावी लागली. या संविधान दुरुस्तीमुळे १५(४) अनुच्छेद अस्तित्वात आला. संविधान दुरुस्तीमुळे समाजातील सामाजिक व शैक्षणिकदृष्ट्या मागासलेल्या वर्गातील नागरिकांना अनुसूचित जाती-जमातींतील नागरिकांसाठी उपलब्ध असलेल्या सोयी-सवलती उपलब्ध करून देण्याचा शासनाला अधिकार मिळाला.[४]

भारतीय समाजात आर्थिक, सामाजिक, राजकीय, शैक्षणिक, सांस्कृतिक, स्त्री-पुरुष व प्रादेशिक अशा स्वरूपात विषमता आहेत. समाजातील विषमता नष्ट व्हावी आणि समता प्रस्थापित व्हावी, हे ध्येय भारतीय संविधानाने स्वीकारलेले आहे. समाजात नागरिकांचे काही वर्ग पराकोटीचे मागासलेले असून, विकास व प्रतिष्ठा प्राप्त करून घेण्याची कोणतीही संधी त्यांच्यासमोर उपलब्ध नाही. हे लक्षात घेऊन भारतीय संविधानात

मागासलेल्या नागरिकांसाठी आरक्षणाची तरतूद करण्यात आलेली आहे. आरक्षण हा विषमता नाहीसा करण्याच्या अनेक मार्गांपैकी एक मार्ग आहे. जे मागासलेले आहेत त्यांना विशेष सोई-सवलती, संधी देऊन त्यांचा विकास घडवून आणण्याची जबाबदारी शासनावर आहे. हे शासनाचे कर्तव्य आहे; असा संविधानाचा उद्देश आहे.

भारतीय समाजातील जातींवर आधारित असलेली विषमता संपवून समाजात समता प्रस्थापित करण्याचे साधन म्हणून घटनाकारांनी आरक्षणाची तरतूद संविधानात केलेली आहे. आरक्षण समाजातील असमानता दूर करण्याच्या अनेक मार्गांपैकी एक महत्त्वाचा मार्ग आहे. स्वतंत्र भारतात इतर मागासवर्गीय लोकांना कायदेमंडळ, प्रशासन आणि नोकरीमध्ये प्रतिनिधित्व मिळणे हा त्यांचा अधिकार आहे. प्रतिनिधित्वाचा अधिकार इतर मागासवर्गीयांना देण्यासाठी आरक्षणाचे धोरण आवश्यक आहे. आरक्षणाच्या आधारेच इतर मागासवर्गीयांना प्रतिनिधित्व देणे शक्य होते; म्हणून लोकशाहीमध्ये दुर्बल, वंचित घटकांना, प्रतिनिधित्व देण्याच्या दृष्टीने आरक्षण धोरण महत्त्वाचे आहे. आरक्षण धोरणामुळे समताधिष्ठित समाजाची स्थापना करण्याच्या दृष्टीने वाटचाल सुरू होईल आणि प्रस्थापित वर्गांच्या लोकांप्रमाणेच स्वत:चा विकास करणे शक्य होईल.

राजकीय स्वातंत्र्यास खरा अर्थ प्राप्त होण्यासाठी सामाजिक, शैक्षणिक व आर्थिक बाबी देखील बळकट असाव्या लागतात. असा विचार घटना समितीने केला असल्याने भारतीय घटनेमध्ये १५(४), १६(४), ४६, १६४, २४३, ३३५, ३४०, ३४१, ३४२ या अनुच्छेदानुसार दुर्बल असणाऱ्या घटकांचे सामाजिक, आर्थिक व शैक्षणिक मागासलेपण दूर करण्यासाठी व सामाजिक विषमता नष्ट करण्यासाठी आरक्षणाची तरतूद त्यामध्ये करण्यात आली आहे. या आयोगाच्या सदस्यांमध्ये एकमत नसल्यामुळे व स्वत: अध्यक्ष सर्व शिफारशींच्या विरोधात असल्यामुळे या आयोगाचा अहवाल फेटाळण्यात आला.

भारतातील लोकशाहीत 'कायद्यापुढे सर्व समान' हा सर्वांत मोठा अधिकार लोकांना मिळालेला आहे. संविधानकर्त्यांनी संविधानात १४, १५, २९, ४६, ३३५, ३३८, ३४०, ३४१ व ३४२ इत्यादी कलमांचा समावेश केला. या कलमास अनुसरून मागास जातींची स्थिती जाणून घेण्यासाठी तसेच सामाजिक व शैक्षणिकदृष्ट्या मागासलेले वर्ग कोणते आहेत? यांची पाहणी करून, त्यांच्या अडचणी दूर करण्यासाठी व उपाय सुचविण्यासाठी संविधानाच्या ३४० अनुच्छेदानुसार आयोग नेमण्याची जबाबदारी राष्ट्रपतींकडे सोपविण्यात आलेली आहे. स्वातंत्र्योत्तर काळात इतर मागासवर्गीय जनतेने आपल्या हक्कांसाठी आंदोलनाची शक्ती व जोर वाढविला म्हणून शासनाने १९५३ साली प्रसिद्ध गांधीवादी कार्यकर्ते काकासाहेब कालेलकर यांच्या अध्यक्षेतखाली 'पहिला

मागासवर्गीय आयोग', नियुक्त केला. या आयोगाने आपला अहवाल १९५५ साली अनेक शिफारशींसह राष्ट्रपतींना सादर केला. परंतु, दुर्दैव असे की, कालेलकर आयोगाच्या सदस्यांमध्ये अहवालाबाबत एकमत नव्हते; त्याचबरोबर आयोगाचे अध्यक्ष काकासाहेब कालेलकर यांनी अहवालात मागासवर्गीयांसाठी आरक्षणाची शिफारस केली. परंतु, राष्ट्रपतींना अहवाल सादर करताना मात्र खाजगी पत्र जोडून मागासवर्गीयांच्या आरक्षणाला कडाडून विरोध केला होता. या आयोगाच्या अहवालावर संसदेत कोणत्याही प्रकारची चर्चा झाली नाही. सरकारच्या नकारात्मक भूमिकेमुळे आयोगाचा अहवाल बासनात बांधून ठेवण्यात आला होता. शेवटी केंद्र सरकारने असा निर्णय घेतला की, या संदर्भात राज्य सरकारांनी आपापल्या राज्यातील मागासलेले वर्ग ठरवावेत, सामाजिक व शैक्षणिक मागासलेपणाचे निकष ठरवावेत. या संदर्भात राज्य शासनाने स्वत:ची यादी तयार करावी, तशी त्यांना मुभा आहे; परंतु, केंद्र सरकारला असे वाटते की, जातीच्या निकषांऐवजी आर्थिक निकष ठरविणे अधिक चांगले आहे. यावरून, तेव्हाच्या केंद्र सरकारची मागासवर्ग ठरविण्याच्या निकषांसंबंधीची नकारात्मक भूमिका दिसून येते. कालेलकर आयोगाचा अहवाल धूळ खात पडला होता. त्याचे महत्त्वाचे कारण म्हणजे त्यांनी वस्तुनिष्ठ निकष निश्चित करण्यासाठी पुरेसा अभ्यास केलेला नव्हता.

काकासाहेब कालेलकर आयोग गुंडाळून ठेवण्यात आल्यानंतर, या पहिल्या आयोगातील उणिवा दूर करण्यासाठी केंद्र सरकारने १९७८ साली मागासवर्गीयांच्या संदर्भात बिंदेश्वरी प्रसाद मंडल यांच्या अध्यक्षतेखाली दुसरा मागासवर्गीय आयोग नेमण्यात आला होता. सर्वोच्च न्यायालयाने अनेक निकालात मागासलेपणाचे वस्तुनिष्ठ निकष निश्चित करण्याची गरज सतत सांगितलेली होती, हे सर्व लक्षात घेऊन मंडल आयोगाने खूप परिश्रम घेतले व एक सर्वसमावेशक अहवाल तयार केला. या आयोगाने आपला अहवाल राष्ट्रपतींना १९८० साली सादर केला होता. परंतु, मंडल आयोग लागू होण्यासाठी इतर मागास जनतेला १० वर्षं वाट पाहवी लागली. १९९० साली संसदेच्या चालू अधिवेशनात प्रधानमंत्री व्ही. पी. सिंग यांनी नोकऱ्यांमध्ये २७ टक्के आरक्षण देण्याची घोषणा केली. सरकारच्या या निर्णयाच्या विरोधात याचिका दाखल केली गेली; त्यामुळे सर्वोच्च न्यायालयाने मंडल आयोगाच्या अंमलबजावणीला स्थगिती दिली. या खटल्याचा निकाल १९९२ साली लागला. त्याद्वारे 'क्रिमिलेअर'चे तत्त्व लागू करण्यात आले. तसेच मंडल आयोगाने निर्धारित केलेल्या इतर मागासवर्गीय जातींची चिकित्सा करण्याचे अधिकार राज्यांना देण्यात आले. १९९३ सालापासून लागू झालेला मंडल आयोग, ही घटना भारताच्या सामाजिक व राजकीय क्षेत्रात अत्यंत क्रांतिकारक होती.

मंडल आयोगाच्या अंमलबजावणीनंतर देशात २७ टक्के आरक्षण इतर मागासवर्गीयांना देण्यात आले. मंडल आयोगामुळे भारतीय राजकारणात, शैक्षणिक व प्रशासकीय क्षेत्रात स्वत:चा ठसा उमटविण्याचा राजमार्ग मध्यम जातींना खुला झालेला आहे. सद्य:स्थितीत उत्तर प्रदेश, बिहार, कर्नाटक, ओरिसा, आंध्र प्रदेश, गुजरात या राज्यांत प्रस्थापित वरचढ जातींच्या नेतृत्वाला शह देऊन इतर मागास जातींचे नेतृत्व पुढे आले आहे. त्याचप्रमाणे भारतातील ग्रामीण व शहरी स्थानिक स्वराज्य संस्थांमध्ये मंडल आयोगाच्या अंमलबजावणीनंतर इतर मागासजातींनी सत्तास्थाने प्राप्त केली आहेत. गेल्या २० वर्षांत इतर मागासवर्गीय जातींमध्ये हळूहळू जागृती निर्माण होत आहे. मंडल आयोगाच्या अंमलबजावणीमुळे हा परिणाम झालेला आहे; म्हणून काकासाहेब कालेलकर आयोग व या आयोगाच्या शिफारशीतील उणिवा दूर करण्यासाठी निर्माण करण्यात आलेला मंडल आयोग आणि त्यानंतरच्या इतर मागासवर्गीय जातींच्या आरक्षणाच्या प्रवासाचे रेखाटन करणे लेखकास महत्त्वाचे वाटते.

'आरक्षणाच्या मागणीमागे राजकारण असते' असे सतत प्रतिपादन केले जाते. स्वातंत्र्यपूर्व काळात व स्वातंत्र्योत्तर काळात सर्व राजकीय पक्षांनी सत्ता टिकविण्यासाठी व मिळविण्यासाठी आरक्षणाचा उपयोग केला असे सांगितले जाते; परंतु, आरक्षणाचा मूळ हेतू केवळ 'सत्ताकारण' हा नाही तर 'अन्यायग्रस्तांना न्याय मिळावा' ही या मागची भूमिका आहे. आरक्षणामुळे इतर मागासवर्गीयांत उच्चभ्रू सत्ताधारी वर्ग तयार होईल. आरक्षण समूहासाठी असते व त्या समूहातील व्यक्ती व कुटुंबांना त्याचा लाभ झाला की, त्या समूहात आत्मविश्वास व जागृती वाढते व ते अधिक संघटित होतात. आरक्षणातून विषमतेऐवजी समता, अन्यायाऐवजी न्याय, गुलामगिरीऐवजी स्वातंत्र्य असे मूल्यांतर घडत असते; म्हणून 'आरक्षण' मूल्यांतर घडवून आणण्याचा उचित मार्ग आहे. क्रांतीसाठी दृष्टिकोनात बदल घडवून आणणे अभिप्रेत असते. आरक्षणामुळे शोषित व शोषितांच्या दृष्टिकोनात मूलगामी बदल होत असतो; म्हणून आरक्षण हे क्रांतिकारक परिवर्तनाकडे टाकलेले एक महत्त्वाचे पाऊल आहे.

कालेलकर आयोगाच्या शिफारशीनंतर २२ वर्षे हा अहवाल धूळ खात पडून होता. या काळात विविध राजकीय पक्ष व सामाजिक संघटना काकासाहेब कालेलकर आयोगाच्या अंमलबजावणीचा आग्रह धरून राहिल्या. परंतु, त्यांचे खच्चीकरण करण्याचे प्रयत्न केले जात होते. या काळात देशाच्या राजकारणावर काँग्रेस पक्षाची पकड दीर्घकाळपर्यंत होती. १९७७ साली पुन्हा या आयोगाची चर्चा होऊ लागली. उत्तर भारतात इतर मागासवर्गीय समाजाचे काही नेते या आयोगावर बोलू लागले; म्हणून त्यावेळेच्या जनता

पक्षाने लोकसभा निवडणूक जाहीरनाम्यात आश्वासन दिले होते की, आम्ही सत्तेवर येताच 'कालेलकर आयोग' लागू करण्यात येईल. या आश्वासनाला इतर मागासवर्गीय जनता भुलली व जनता पक्षाच्या पाठीशी राहिली. १९७७ साली जनता पक्ष सत्तेवर आला. सत्तेवर येताच जनता पक्षाने आपली भूमिका बदलली. पक्षातील अंतर्गत तणाव व इतर मागासवर्गीयांत असलेली जाण यासाठी वेळकाढू धोरण म्हणून काकसाहेब कालेलकर आयोगाला जनता पक्षाने कालबाह्य ठरविले. या वादावर पडदा टाकण्यासाठी १९७८ साली बी. पी. मंडल यांच्या अध्यक्षतेखाली 'दुसरा मागासवर्ग आयोग' नेमण्यात आला; यालाच 'मंडल आयोग' असे म्हटले जाते.

१९८० साली मंडल आयोगाने आपला अहवाल राष्ट्रपतींना सादर केला. परंतु, त्यावेळेस जनता पक्षाचे सरकार सत्ताभ्रष्ट होऊन काँग्रेसचे सरकार सत्तेवर आले होते. त्यामुळे मंडल आयोगालाही काकासाहेब कालेलकर आयोगाप्रमाणे वाट दाखविण्यात आली. १९८९ सालापर्यंत तो लागू व्हावा म्हणून इतर मागासवर्गीय जनतेने अनेक आंदोलने केली. जनता दलाने १९८९ साली लोकसभेच्या निवडणुकीत मंडल आयोग लागू करण्याचे आश्वासन दिले व जनता दलाचे सरकार सत्तेवर आले आणि व्ही. पी. सिंग प्रधानमंत्री झाल्यानंतर संसदेच्या अधिवेशनात पहिल्याच दिवशी त्यांनी इतर मागासवर्गीयांना नोकऱ्यांमध्ये २७ टक्के राखीव जागा देण्याची घोषणा केली. घोषणा करताच त्या विरोधात सर्वोच्च न्यायालयात याचिका दाखल करण्यात आली आणि १९९२ साली सर्वोच्च न्यायालयाने 'क्रिमिलेअरची' अट लागू करण्याचा निर्णय देण्यात आला. अखेरीस १९९३ सालापासून मंडल आयोगाच्या शिफारशी लागू करण्यात आल्या. काकासाहेब कालेलकर आयोग व मंडल आयोगाच्या शिफारशींचा आढावा घेतल्यास काही बाबी स्पष्ट होतात. निवडणूक आणि मतांच्या राजकारणासाठी हे सर्व करण्यात आले आहे. सर्वच डाव्या व उजव्या पक्षांनी मंडल आयोगाचे समर्थन केले असले तरी तशी प्रामाणिक इच्छा या पक्षांची नाही. परंतु, समर्थन केले नाही तर इतर मागासवर्गीयांची मते मिळणार नाहीत व प्रतिगामीत्वाचा शिक्का बसेल या भीतीमुळे ते समर्थन करत होते. समाजात सामाजिक, शैक्षणिक, राजकीय व आर्थिकदृष्ट्या मागास असणाऱ्यांना इतर पुढारलेल्या वर्गांच्या बरोबरीत येण्यासाठी विशेष संधी उपलब्ध करून देणे, ही आरक्षणाची मूळ भूमिका आहे. सामाजिक मागासलेपण हे इतर मागासपणाचे मूळ कारण आहे. आरक्षणाद्वारे ते मागासलेपण दूर करण्यासाठी आयोगाने केलेल्या शिफारशींची अंमलबजावणी होणे, ही काळाची गरज बनली आहे.

केंद्र सरकारने काकासाहेब कालेलकर आयोगाचा अहवाल १९५६ साली फेटाळला

होता. कारण 'जात' हा मागासलेपणाचा निकष असू नये, असे सुचविले होते व जातीवर आधारित इतर मागासवर्गीयांसाठी राखीव जागा ठेवायला विरोध दर्शविला आणि इतर मागासवर्गाच्या भवितव्याची जबाबदारी केंद्र सरकारने प्रांतिक सरकारवर सोपविली व याचा परिणाम असा झाला की, ज्या दक्षिणेकडील घटक राज्यात इतर मागासवर्गीय समाज संघटित व जागृत होता तिथे त्यांनी भरीव अशा सवलती मिळविल्या; इतकेच नव्हे तर दक्षिणेत काही राज्यांत इतर मागासवर्गीय सत्तापदे प्राप्त करण्यात यशस्वी ठरले व आजही ते सत्तेवर आहेत; परंतु, हे इतर घटक राज्यांना करता आले नाही.

१९९३ सालापासून मंडल आयोगाच्या अहवालाची अंमलबजावणी सुरू झाली. परंतु, मंडल अहवालाच्या महत्त्वाच्या शिफारशी अद्यापही अंमलात आलेल्या नाहीत. यावरून केंद्र सरकारचे व मंडल अहवालाला विरोध असणाऱ्या उच्च जातींचे वेळकाढू धोरण होय. जगात जातींवरून कुठेही राखीव जागा नाहीत, मग भारतातच कशा द्यावयाच्या, असा मुद्दा पुढे करण्यात आला आहे. जगात अमेरिका, इंग्लंड, ऑस्ट्रेलीया, कॅनडा व मलेशिया यासारख्या देशात कृष्णवर्णीय लोकांना आरक्षण दिलेले आहे. तेथे ते आरक्षणालाच 'ॲफरमेटिव्ह ॲक्शन' किंवा 'कॉम्पेनसेटरी प्रिव्हीलेजेस' अथवा 'प्रोटेक्टिव्ह डिसक्रिमिनेशन' असे म्हणतात. या सवलती त्यांना आर्थिक निकषांवर नाहीत तर त्या वंशावर किंवा जातीवरच आधारित दिलेल्या आहेत. १९९२ सालाचा सर्वोच्च न्यायालयाचा क्रिमिलेअर लागू करण्याच्या निर्णयामुळे जे लायक आहेत त्यांना क्रिमिलेअर अट पूर्ण करत नाही म्हणून वगळायचे आणि सुयोग्य उमेदवार उपलब्ध नाही असे दाखवून जागा रिकाम्या ठेवून त्या खुल्या गटांकडे वळवायच्या आणि उच्चवर्णीयातून भरायच्या यासाठी हे डावपेच आहेत काय? अशी शंका येते.[५]

आरक्षणाच्या मागणीमागे राजकारण असते असे सतत प्रतिपादन केले जाते. स्वातंत्र्यपूर्व काळात व स्वातंत्र्योत्तर काळात सर्व राजकीय पक्षांनी सत्ता टिकविण्यासाठी अथवा मिळविण्यासाठी आरक्षणाचा उपयोग केला असे सांगितले जाते. परंतु, आरक्षणाचा हेतू केवळ सत्ताकारण हा नसून अन्यायग्रस्तांना न्याय मिळाला पाहिजे, ही यामागची भूमिका आहे. राजकीय पक्ष व्होट बँकेच्या भूमिकेतून त्याकडे कदाचित पहातही असतील पण त्याचा परिणाम मात्र सामाजिक न्याय प्रस्थापित होण्यात होणार आहे.

प्रत्येक समाजाची विकासाच्या दृष्टीने वाटचाल होत असते; परंतु, देशातील दुर्बल घटकांना आपला विकास घडवून आणण्यासाठी विशेष हक्क आणि सोयी-सवलती देणे आवश्यक आहे अन्यथा ते विकासाच्या प्रक्रियेत मागे राहण्याची शक्यता असते; म्हणून इतर मागासवर्गीय लोकांना विकासाच्या प्रक्रियेत सहभागी करून होण्याच्या दृष्टीने आरक्षण

हे महत्त्वाचे माध्यम आहे. लोकशाही मार्गाने इतर मागासवर्गीय समाजाला विकासाच्या प्रक्रियेत सहभागी करून घेण्यासाठी काकासाहेब कालेलकर आयोग व मंडल आयोगांच्या शिफारशींची अंमलबजावणी करणे हेच तथाकथित उच्चजातींच्या आणि देशाच्या हिताचे आहे. परिवर्तन घडवून आणणे आणि उपेक्षितांना सामाजिक, आर्थिक व राजकीय न्याय देण्याच्या दृष्टीने आरक्षण हे महत्त्वपूर्ण ठरते.

भारतीय समाजाचे जातींच्या आधारे विभाजन झालेले आहे; तसे झाले नसते तर जातींच्या आधारे आरक्षण देण्याचा प्रश्नच उद्‌भवला नसता. भारतातील सर्व सामाजिक, राजकीय आणि आर्थिक व्यवस्थांचा विकास हा जातींच्या आधारे झालेला आहे. त्यामुळे शिक्षण, संरक्षण, प्रशासन, व्यापार व राजकारणात इतर मागासवर्गीयांना संधीच नव्हती. यातून समाजात अज्ञान, दारिद्र्य, विषमता आणि शोषणावर आधारलेली चिरेबंद समाजव्यवस्था निर्माण झाली. या व्यवस्थेला बदलण्यासाठी इतर मागासवर्गीयांना सहभागी करून घेणे आवश्यक आहे. अशा सहभागासाठी जातींच्या आधारे आरक्षण देणे आवश्यक आहे. संविधानामध्ये 'शैक्षणिक व सामाजिक मागासलेपण' हा शब्दप्रयोग आर्थिक निकष वगळून केलेला आहे. समाजातील कोणत्याही घटकास आर्थिक निकषांच्या आधारे आरक्षण देता येत नाही, अशी संविधानात स्पष्ट तरतूद आहे. जगात भेदभावात एका बाबतीत समानता आहे, ती बाब म्हणजे वंश किंवा जात. भेदभाव आर्थिक आधारांवर केला जात नाही; म्हणून भारतीय संविधानामध्ये आरक्षणाची तरतूद फक्त सामाजिक व शैक्षणिकदृष्ट्या मागासलेल्यांच्या विकासासाठी आहे. काकासाहेब कालेलकर आयोगानेदेखील असे म्हटले आहे की, आमची इच्छा आर्थिक निकषांच्या आधारे आरक्षण द्यावे अशी शिफारस करावयाची होती परंतु सामाजिक वास्तव लक्षात घेता 'जात' हा घटक आरक्षणासाठी आवश्यक व उचित आहे. मंडल आयोगाने अथक प्रयत्न करून जातीनिहाय आरक्षण देणे कसे आवश्यक व समर्थनीय आहे? ते स्पष्ट केलेले आहे.

स्वातंत्र्योत्तर कालखंडात १९५० पासून आरक्षण धोरणाची सुरुवात झाली असली तरी त्याची अंमलबजावणी खऱ्या अर्थाने १९७४ पासून थोड्या प्रमाणात व्हायला लागली आहे; कारण तेव्हापासून इतर मागासवर्ग समाज शिक्षित झाला असून, आपल्या हक्काप्रती जागरूक झाला आहे; असे असले तरी अजून बराच पल्ला गाठायचा आहे. आज इतर मागासवर्गीय नेतृत्वाला राजकीय सत्ता महत्त्वाची वाटते. सामाजिक समानतेबाबत ते बोलायला तयार नाहीत. राजकीय सौदेबाजीत ते नेहमीच पुढे असतात. दलित नेतृत्व आरक्षणाच्या लढाईत नेहमीच पुढे असते. संघर्षशील वृत्तीने ते झगडत असते. परंतु,

इतर मागासवर्गीयांच्या मतावर निवडून आलेल्या सर्वच पक्षांच्या आमदार, खासदारांनी आरक्षणाबाबत मौन बाळगलेले दिसते. आरक्षणाचे लाभ मिळवायचे आणि संकुचित लाभासाठी ते कोणत्याही पक्षाच्या किंवा विचारधारेला बळी पडायचे, असे दिसून येते. सामाजिक न्याय हक्कापासून ते अजूनही लांब आहे म्हणून कळीचे प्रश्न समजून घेऊन, इतर मागासवर्गीय लोकांना कल्याणासाठी झगडावे लागत आहे. वेगवेगळ्या पातळीवरची ती कदाचित लढाई असेल. जीवन-मरणाचे प्रश्न तीव्र झाले आहेत; म्हणून भविष्यातील सामाजिक परिवर्तनाची दिशा ठरवून विधायक उपक्रम हाती घेतले तरच उद्याच्या जगात येथील बहुजन वर्ग बलवान ठरेल, हे ओळखूनच मार्गक्रमण करावे लागेल.

२ भारतीय समाज व जातीव्यवस्था

प्रस्तावना

जगातील प्रत्येक देशातला मानवी समाज हा पशुतुल्य अवस्थेतून आजच्या प्रगत समाजव्यवस्थेपर्यंत येऊन पोहचलेला आहे. इतर प्राण्यांपेक्षा मानव हा मेंदूच्या बाबतीत सर्वाधिक उत्क्रांत प्राणी आहे व त्याने श्रम व मेंदूच्या साहाय्याने प्रगती केलेली आहे. टोळी करून जगणारा आदीमानव जगाच्या अन्योन्य भागात होता व भौतिक, भौगोलिक भिन्नतेमुळे त्याच्या रंगरूपात भेद दिसून येतात. नैसर्गिक अवस्थेत जीवन जगणारा मानव समूह एकोप्याने राहात असताना त्याच्यासमोर जिवंत राहाणे हाच मोठा प्रश्न होता. नैसर्गिक शक्तीविरुद्ध सामना करत करत त्याने आपली वाटचाल केली. मानव जेव्हा पशुतुल्य अवस्थेत होता तेव्हा त्याचेजवळ कसलेही सामाजिक विचार नव्हते किंबहुना तो सामाजिक प्राणीही नव्हता. टोळीतील प्रत्येक जण टोळीचा समान सभासद होता. एखाद्याला आघाडीचा मुनष्य म्हणून मान्यता नसण्याच्या काळापासून पुढे जी वाटचाल झाली त्यातून 'टोळी नायक' वगैरे प्रकाराला सुरुवात झाली. नैसर्गिक चीज वस्तू मिळवून गुजराण करणाऱ्या मानव समूहात भेदाभेदाची शक्यता नव्हती. जेव्हापासून मानव हा नैसर्गिक जगण्यापासून संग्रह करणाऱ्या चीज वस्तू जमवू लागला. जमिनीत 'बी' पेरण्याची व त्यापासून 'अन्न' मिळवण्याची कला शिकला, अर्थात शेती करू लागला. त्या शेतीतून अधिक उत्पादन काढू लागला, साठवू लागला तेव्हापासून त्यांच्यात एक प्रकारची स्पर्धा सुरू झाली. शेती करणाऱ्या टोळ्या व भटक्या टोळ्या यांच्या संबंधातून जेते व जीत हे संबंध निर्माण झालेले असावेत. या अवस्थेत 'जीत टोळ्यांना' गुलाम म्हणून शेतीत राबायला लावण्याची पद्धत सुरू झालेली असण्याची शक्यता आहे.[१]

२.१ हडप्पा व सिंधू संस्कृती

भारतीय संदर्भात मानवाचा विकास हा कुठल्या अवस्थेपासून आहे, याविषयी कुणीही निश्चितपणे सांगू शकत नाही. परंतु, इ.स. पूर्व ५००० ते २५०० सालाच्या जवळपास हडप्पा व सिंधू संस्कृतीचे नागरीय स्वरूप उभे राहीले होते. अनेक इतिहासकारांच्या मते, तत्कालीन समाजात चार वर्ग होते. बुद्धिजीवी वर्ग, योद्धा वर्ग, व्यापारी, शिल्पकार व श्रम करणारा वर्ग असून या काळात श्रीमंत-गरीब असा भेदभाव नव्हता. हडप्पा व सिंधू संस्कृती या मुख्यत: शेतीवर अवलंबून असणाऱ्या नागरीय संस्कृत्या होत्या व त्यामुळे मातृदेवता व भूमाता या त्यांच्या देवता होत्या. ते लोक पशुपूजा, वृक्षपूजा व बैलांची पूजा करणारे व त्याबरोबर भगवान शंकर या संस्कृतीतील देव होय.[२]

प्राचीन काळापासून समृद्ध अशी द्रविड संस्कृती भारतात नांदत होती. काही इतिहासकारांच्या मते, हडप्पा संस्कृतीतील लोक आणि दक्षिण भारतात स्थायिक झालेले द्रविड हे एकाच भाषा गटातील लोक होते. या द्रविड लोकांची छोटी-छोटी राज्ये असून, त्यांचा शेती व पशुपालन हा प्रमुख व्यवसाय होता. संरक्षणासाठी ते धनुष्यबाण, भाले आणि तलवारी यांचा वापर करीत असत; तसेच द्रविडांना लेखनकला अवगत होती. द्रविड संस्कृती ही एक प्रगत संस्कृती होती. द्रविड संस्कृती हा भारतीय संस्कृतीतील एक महत्त्वाचा प्रवाह आहे.

२.२ आर्य संस्कृती

आर्य हे कॉकेशस पर्वत किंवा मध्य आशियातील सिरदर्या-अमूदर्या नद्यांच्या प्रदेशातून भारतात इ.स.पू. २०००मध्ये आले असे मानले जाते. हा प्रदेश सप्तसिंधूंचा प्रदेश म्हणून ओळखला जातो. वायव्य भारतात आणि पंजाबच्या सुपीक प्रदेशात आर्यांच्या संस्कृतीचा विकास झाला. या भागाला 'सप्त सिंधूंचा प्रदेश' असे म्हटले जात होते. कालांतराने आर्यांच्या प्रदेशातून आर्य गंगा व यमुनेच्या खोऱ्यातही स्थायिक झाले व तेथे त्यांनी आपली छोटी-छोटी राज्ये स्थापन केली होती. या भागाला ते 'मध्यदेश' असे म्हणत होते.'ऋग्वेद' हा आर्यांचा आद्य ग्रंथ होय. ऋग्वेदानंतर 'यजुर्वेद', 'सामवेद' आणि 'अथर्ववेद' हे तीन वेद रचले गेले. त्यानंतरच्या काळात ब्राह्मणग्रंथ, अरण्यके आणि उपनिषदे यांची रचना करण्यात आली होती. या सर्व वाङ्मयाला 'श्रुती' वाङ्मय असे म्हटले जाते.[३]

आर्य समाजाचे ब्राह्मण, क्षत्रिय व वैश्य असे तीन घटक होते, या घटकांना 'वर्ण' असे म्हटले जाते. हे वर्ण व्यवसायावरून ठरविले जात होते. वेदांचा अभ्यास करणारे व

त्यांचे अध्यापन करणारे ते 'ब्राह्मण', युद्ध करणारे व राज्यकारभार करणारे ते 'क्षत्रिय' आणि शेती, व्यापार व इतर व्यवसाय करणारे ते 'वैश्य' अशी समाजाची ढोबळपणे विभागणी होती. सुरुवातीला ही वर्णव्यवस्था लवचीक होती व व्यवसायावर आधारलेली होती. समाजातील प्रत्येक व्यक्तीला व्यवसाय निवडीचे स्वातंत्र्य होते.

आर्यांनी ज्या आर्येत्तरांवर विजय मिळवला, त्यांना त्यांनी 'दस्यू' किंवा 'दास' म्हणून नाव दिले. ते काळ्या रंगाचे होते. भारतात येण्यापूर्वी आर्यांमध्ये तीन वर्ण होते. त्यांना आपसात विवाहाला प्रतिबंध नसला तरी प्रामुख्याने एकाच वर्णाच्या स्त्री-पुरुषात विवाह होत असत. कष्टाची कामे या दासांकडून करून घेण्यात येऊ लागली. श्रमाची प्रतिष्ठा नाहीशी होऊन त्या जागी कामातील उच्च-नीचतेच्या कल्पना आल्या. काबाडकष्टाची कामे कमी दर्जाची मानली जाऊ लागली. ही कामे करणाऱ्या व्यावसायिकांना 'शूद्र' असे म्हणण्यात येऊ लागले व आर्यांचे वेदमंत्र म्हणण्यास त्यांच्यावर निर्बंध घातला गेला; म्हणून शूद्र हा समाजातील सर्वांत खालचा वर्ण बनला गेला.[४]

२.३ वैदिक काळ आणि समाजातील वर्णव्यवस्था

हिंदू समाजाची रचना प्राचीन काळापासून चातुर्वर्ण्यावर आधारलेली आहे. त्या संबंधीचे उल्लेख धर्मग्रंथात विशेषत: स्मृतीग्रंथात स्पष्ट केलेले आहे. परमेश्वराच्या मुखातून ब्राह्मणांची उत्पत्ती झाली. बाहूपासून क्षत्रिय निर्माण झाले. उरापासून वैश्यांची निर्मिती झाली आणि पायापासून शूद्र उत्पन्न झाले. अशी ही चार वर्णांची उत्पत्ती धर्मग्रंथात आढळते.

श्रेणीबद्ध वर्णव्यवस्था प्राचीन काळी किती प्रमाणात आणि कोणत्या स्वरूपात समाजाला उपयुक्त ठरली यावर मतमतांतरे आहेत; पण अशा चौकटीबद्ध वर्णव्यवस्थेमुळे सामाजिक विषमतेला फार मोठा आधार मिळाला, ही गोष्ट प्रत्यक्षात अनुभवाला येते. शिवाय, या वर्णव्यवस्थेला अनेक फाटे फुटत गेल्यामुळे त्यातून अनेक जाती निर्माण झाल्या. जातिभेदाच्या मुळाशी पावित्र्यावर श्रद्धा आणि अपावित्र्याचे भय अशा भावना असाव्यात, असा विचार मांडला जातो हे पावित्र्य किंवा अपावित्र्य आहाराशी निगडित झालेले होते. भक्ष्य कोणते आणि अभ्यक्ष कोणते हा विचारही वर्णभेदाच्या मागे असावा, या पावित्र्याच्या आणि आहाराविषयक विधिनिषेधाच्या कल्पनेशी उच्च व नीच जातींविषयक भिन्न आचारविचार दृढमूल होत गेले. त्यामुळे निरनिराळ्या वर्णात विवाह संबंध करण्याची प्रथा निशिद्ध मानली गेली. त्याला काही अपवाद असले तरी ब्राह्मण, क्षत्रिय, वैश्य आणि शूद्र यांच्यात विवाहसंबंध होऊ शकत नव्हते, ही वस्तुस्थिती गेली अडीच हजार वर्षं चालू आहे; पण अशा काही अपवादावरून निरनिराळ्या वर्णात विवाहसंबंध घडून येत होते, असे सरसकट विधान करता येणार नाही आणि त्यामुळे

वर्णव्यवस्थेतील विषम विभागणीचे समर्थनही करता येणार नाही.[५]

वर्णव्यवस्थेमागे आरंभीच्या काळात सामाजिक सोय किंवा सुरक्षितता असावी असे मानले तरी पुढे तीच व्यवस्था अधिक दृढ होण्यामागे आर्थिक कारणेही असावीत. वर्ण परिवर्तन होऊ शकत नव्हते. आपली जात, आपला व्यवसाय आणि आपले आर्थिक हितसंबंध या सर्वांना जपण्याची आवश्यकता जसजशी वाढत गेली, तसतशी जातींची संख्या आणि दृढताही गटवारीने वाढत गेली.[६]

२.४ सामाजिक व आर्थिक विषमता

चातुर्वर्ण्य समाजव्यवस्थेत जे चार वर्ण मानले होते, त्या प्रत्येक वर्णाचे अधिकार वेगवेगळे होते, कर्तव्येही वेगळी मानलेली होती. त्यांच्या सामाजिक प्रतिष्ठेत वेगळेपणा होता; त्यामुळे प्रत्येक वर्णाची उच्च-नीचता वेगवेगळी ठरवून दिलेली होती. खालच्या श्रेणीतील वर्णाची व्यक्ती क्षमता आणि गुण असले तरी, वरच्या श्रेणीत जाऊ शकत नव्हती, आणि वरच्या श्रेणीतील व्यक्ती त्याच्याजवळ गुण असो वा नसो, वरच्या श्रेणीत कायम राहू शकत होती. त्यामुळे प्रत्येक वर्णाचे लोक आपल्याच श्रेणीत कायम बद्ध झाले. पहिल्या वर्णाचे लोक ज्ञानी व विद्यासंपन्न, दुसऱ्या वर्णाचे लोक शूर व योद्धे, तिसऱ्या वर्णातील लोक व्यापारी आणि व्यवहार चतुर असे मानले गेले, तर चौथ्या वर्णातील लोक कायमचे सेवा करीत राहीले. याचा परिणाम असा झाला की, ज्ञानसंपादनाचे क्षेत्र मर्यादित झाले. राजकीय सत्तेचे क्षेत्रही असेच सीमित झाले. त्यामुळे राजकीय, आर्थिक व सामाजिक विषमताही वाढत गेली. वर्णव्यवस्थेमागे एक चुकीचे गृहीत तत्त्व असे होते की, प्रत्येक व्यक्ती आपल्या पूर्वजांच्या गुणांचे संस्कार आणि व्यवसायाचे कौशल्य घेऊनच जन्माला येतो. या गृहीत तत्त्वाला कर्म आणि पुनर्जन्म या आणखी दोन कल्पनांची जोड मिळाली. त्याचा परिणाम म्हणून वर्णव्यवस्था जन्मावर अवलंबून आहे, हे मत निर्विवादपणे सामाजिक व्यवहारात रूढ झाले.[७]

परमेश्वराने आपल्या मुखातून, बाहूतून, उरापासून आणि पायातून अनुक्रमे ब्राह्मण, क्षत्रिय, वैश्य व शूद्र हे उत्पन्न केले. ब्राह्मण, क्षत्रिय व वैश्य या जातींना 'द्वीज' म्हणतात. द्वीज म्हणजे त्यांचा पहिला जन्म त्यांच्या मातेपासून, दुसरा जन्म उपनयन विधीपासून होतो. चवथा वर्ण जो शूद्र होता त्याला एकच जन्म आहे.[८] शूद्रांना उपनयनाचा अधिकार नाकारला होता.

२.५ समाजातील जातीव्यवस्था

हिंदू धर्मातील जातींची एक व्याख्या करण्यात आली आहे. ज्यांचे कुल, गोत्र, आचारधर्म ज्ञात आहेत अशा व्यक्तींचा समूह म्हणजे जात; पण खरे तर 'जात' या

शब्दाची निश्चित व काटेकोर अशी व्याख्या करणे कठीण आहे. मात्र, जातींची विशिष्ट लक्षणे आणि खास वैशिष्ट्ये सांगता येतात. सर हर्बट रिस्ले या समाजशास्त्रज्ञाच्या मते, 'पुराण काळातील दैवी अथवा मानवी पूर्वजांचा वंशज म्हणून सांगणारा, परंपरागत एकच व्यवसाय करणारा, समाजधुरीणांनी एकजिनसी मानलेला विशिष्ट जातीवाचक नाव धारण करणारा अनेक कुटुंबाचा गट म्हणजे जात होय.'

श्री. एन.के. दत्त यांनी जातीविषयक वैशिष्ट्यांची अधिक विस्ताराने माहिती देताना म्हटले आहे की, कोणत्याही जातींच्या व्यक्तीला जातीबाहेरच्या व्यक्तीशी विवाह करण्यास मनाई असते; त्याप्रमाणे अन्य जातीच्या व्यक्तीबरोबर भोजनावरही निर्बंध असतात. प्रत्येक जातीचा विशिष्ट व्यवसाय ठरवून दिलेला असतो. जाती जातींमध्ये उच्च-नीचता असते. या श्रेणीत ब्राह्मण सर्वांत वरच्या पायरीवर असतात. एखाद्या व्यक्तीला परंपरागत रूढींचा भंग केल्याबद्दल जोपर्यंत जातीतून बाहेर काढले जात नाही तोपर्यंत जन्मत: त्याला प्राप्त झालेली जात मरेपर्यंत कायम असते. एका जातीतून व्यक्तीला दुसऱ्या जातीत जाता येत नाही.[९] 'जातींची व्याख्या करण्यातील आणखी एक अडचण म्हणजे कधी कधी अनेक पोटजातींची मिळून एक जात बनते. परंतु, या विभिन्न पोटजातींमध्ये विवाहसंबंध होत असतीलच असे ठामपणे सांगता येणार नाही.

२.५.१ जातीव्यवस्थेचा उगम

हिंदू समाजात जातीसंस्था हजारो वर्षे टिकून आहे. या समाजात जातीव्यवस्था कशी निर्माण झाली याबद्दल अनेक विचारवंतांनी आपापले विचार सिद्धान्त मांडले आहेत. ज्ञानकोशकार केतकर यांच्या मते, 'जाती वर्णातून उत्पन्न न होता वेगवेगळ्या टोळ्यांमधून उत्पन्न झाल्या. अतिप्राचीन काळी अनेक वंशांच्या हजारो टोळ्या हिंदुस्थानात राहात. परस्परात भांडत आणि स्वयंपूर्ण जीवन जगत असत. भांडणामुळे परस्परांत विवाह न करता त्या टोळीअंतर्गत विवाह करू लागल्या आणि त्यांचे रूपांतर कालांतराने जातीत झाले. पुढे पावित्र्याच्या अवास्तव कल्पनांमुळे जाती-जातीत उच्च-नीच भाव निर्माण झाला आणि बालविवाहामुळे आई-बापांच्या मनावर अवलंबून राहणारे विवाह जातीबाहेर होणे अशक्य होऊन जातिभेद कडक झाले; तसेच संप्रदाय व व्यवसायपरत्वेही जाती बनल्या.' मात्र, मूळ चार वर्णातून किंवा एकरूप समाजातून आजच्या जाती बनल्या, हा विचार केतकरांच्या मते बरोबर नव्हता. मुळच्या हजारो विभक्त टोळ्यांमधूनच आजचा जातिभेदयुक्त व विभागलेला समाज तयार झाला आहे. प्राचीन भारतातील हजारो टोळ्या शतकानुशतके एकमेकांच्या सान्निध्यात राहिल्याने त्यांच्यात काही साधारण कल्पना उत्पन्न झाल्या, सादृश्य वाढले, बंधने उत्पन्न झाली आणि त्यामधून परस्परनिबद्ध समाज निर्माण झाला.[१०]

भारतातील समाजशास्त्रज्ञ डॉ. घुर्ये यांच्या मते, 'जातीव्यवस्थेचा उगम गंगेच्या खोऱ्यात प्रथम इंडो आर्यन वंशीयांची वस्ती होती तेथे झाला. केल्ट, अँग्लोसॅकशन, ट्यूटॉन, रोमन, इराणी आणि इंडो-युरोपीय या सर्व वंशाचे लोक इसवी सन पूर्व ५०००च्या सुमारास एकाच ठिकाणी राहात होते आणि त्यांचे एकमेकांशी घनिष्ठ सांस्कृतिक संबंध होते. या लोकांपैकी जे भारतात आले त्यांचा वैदिक धर्म इ.स.पू. २५००मध्ये प्रचलित होता. त्यांच्यामध्ये वर्णव्यवस्था होती. भारतात त्यांचा मूळ लोकांशी संबंध आला त्यांचा आर्यांनी खालच्या वर्णात समावेश केला. या खालच्या वर्णाला 'शूद्र' असे नाव दिले व यज्ञमंडपात शूद्रांना प्रवेश नसे. ब्राह्मण, क्षत्रिय व वैश्य या त्रैवर्णिकांना शूद्र स्त्रीशी विवाह करण्याची मनाई होती.१ एखाद्या शूद्र पुरुषाने ब्राह्मण स्त्रीशी विवाहाचा प्रयत्न करणे म्हणजे महापाप मानले जाई. शूद्र वर्णीयांना धार्मिक आणि सामाजिक समारंभात मज्जाव करण्यात येऊ लागला. पुढच्या काळातील जातीव्यवस्थेतील अनेक विधी निर्बंधाची ही सुरुवात होती. वैदिक वाङ्मयापैकी प्रारंभीच्या ग्रंथात फक्त तीनच वर्णांचा उल्लेख आहे. शूद्र वर्णीयांचा ज्यात उल्लेख आहे ते ग्रंथ विद्वानांच्या मते वेदोत्तर काळातील आहेत. गंगेच्या खोऱ्यातील आर्यांनी आपली शारीरिक व सांस्कृतिक शुद्धता राखण्यासाठीच जातीबाहेरील विवाहाला बंदी केली. उत्तर भारतात ब्राह्मण आणि अन्य त्रैवर्णिकांमध्ये भोजन निर्बंध नाममात्र होते. दक्षिण भारतात मात्र हे निर्बंध अतिशय कडक होते. व्यवसायानुरूप जाती जातीत अनेक गट पडले व प्रत्येक गटाचा व्यवसाय वंशपरंपरागत तोच राहिला. प्रत्येक गटात विवाह जातीतल्या जातीत करण्याबद्दल निर्बंध वाढले.[११]

बाबासाहेब आंबेडकरांच्या मते, 'सूर्यवंशाच्या ज्या आर्य जमाती होत्या त्यातील एका जमातीचे शूद्र होते. एक काळ असा होता की, ज्या वेळी आर्य समाज हा फक्त तीन वर्ण म्हणजे ब्राह्मण, क्षत्रिय व वैश्य मानीत होता. शूद्रांचा स्वतंत्र असा वर्ण नव्हता. हिंदू-आर्य समाजातील क्षत्रिय वर्णाचा एक भाग असा शूद्रांचा दर्जा होता. शूद्र राजे आणि ब्राह्मण यांच्यामध्ये एकसारखी भांडणे चालू असत. या भांडणामुळे ब्राह्मणांवर अनेक वेळा अत्याचार व जुलूम केले, ही जाणीव ब्राह्मणांच्या अंत:करणाला एकसारख्या टोचण्या देत होती, म्हणून ब्राह्मण शूद्रांचा द्वेष करू लागले व या द्वेषामुळे शूद्रांचे उपनयन करण्याचे ब्राह्मणांनी नाकारले. शूद्रांचे उपनयन नाकारल्यामुळे शूद्र आपल्या मुळच्या क्षत्रियपदापासून च्युत झाले व सामाजिकदृष्टीने त्यांची अधोगती होत गेली त्यामुळे त्यांचा दर्जा हा वैश्यांच्या खालचा झाला आणि याप्रमाणे त्यांचा स्वतंत्र असा चवथा वर्ण निर्माण करण्यात आला.'[१२]

२.५.२ भारतात जातीव्यवस्थेचे दृढीकरण

भारतात जातीसंस्था दृढमूल होण्याचे महत्त्वाचे कारण म्हणजे राज्यसंस्था कधी प्रबळ झालीच नाही. जाती व ग्रामसंस्था आपला सामाईक व्यवहार राज्यव्यवस्थेचा आधार न घेता चालवीत राहिल्या. त्यामुळे समाजाला सर्व बाजूंनी वेढणारी राजकीय संघटना निर्माण झालीच नाही. समाजातील ब्राह्मण वर्गाने काही उच्चतम सामाजिक आदर्श जपून ठेवले व संकुचितपणा प्रत्यक्षात जाणला. बाह्य नियमांना अवास्तव महत्त्व दिले. भोज्या भोज्य, स्पृश्यास्पृश्य इत्यादी बाह्य आचारांचे स्तोम माजवून व्यक्तिगत अंतरंगाची शुद्धी व सामाजिक अंतरंगाची शुद्धी व सामाजिक समता यांना गौणत्व आणले. त्यामुळे भारतीय समाजात सार्वजनिक बंधुत्वाची भावना दृढ झाली नाही.

सर हर्बर्ट रिस्ले याने आपल्या 'पीपल ऑफ इंडिया' या ग्रंथात जातीव्यवस्थेच्या उदयाचा विचार करताना वांशिक भेद आणि आपल्या जातीपेक्षा श्रेष्ठ दर्जाच्या जातीत स्त्रियांचे विवाह झाल्याने निर्माण झालेल्या नव्या जाती यांना विशेष महत्त्व दिले आहे. भारतात आपले गौरवर्णीय आर्य व या देशातील मुळचे रहिवासी समाज यातील स्त्रिया यांचे विवाह झाल्याने या नव्या समाजामध्ये जातींची संख्या मोठ्या प्रमाणात वाढत गेली. या जमातीचे मूळ रहिवासी असलेल्या कुटुंबाशी विवाहसंबंधही होत असत.[१३] रिस्ले यांच्या या सिद्धान्तांवर अनेक समाजशास्त्रज्ञांनी आक्षेप घेतले आहेत. जे.एच.हटन यांच्या मते, 'भारतात जातिभेद निर्माण होण्यास पुढील प्रमुख कारणे घडली. भारतीय द्वीपकल्प अन्य भूप्रदेशापासून अलग असून, या द्वीपकल्पातही अनेक प्रदेश एकमेकांपासून वेगवेगळे व दुरावलेले होते. विशिष्ट अन्न घटकांमुळे विशिष्ट गुणधर्म निर्माण होतात, ही समजूत, विटाळ व पवित्र आणि अपवित्राच्या भावना, मृत पितरांची पूजा आणि त्याचा प्रसाद म्हणून केलेले खास भोजन, कर्म विषयक सिद्धान्त, पुनर्जन्मावरील विश्वास, विभिन्न संस्कृतीचा संघर्ष, विभिन्न वंश व वर्ण यांतील संघर्ष, धार्मिक आणि सामाजिक क्षेत्रांत खास अधिकार असलेल्या वर्गाची निर्मिती, विशिष्ट टोळ्यांचे विभक्त जीवन त्या एकाच प्रशासनाखाली आल्या तरी बाकी समाजात अशक्य झालेले त्यांचे विलीनीकरण, विभिन्न सामाजिक घटक एकत्र येऊ नयेत म्हणून आखलेले आर्थिक व प्रशासकीय धोरण, बुद्धिमान परंतु लोककल्याणवादी नसलेल्या वरिष्ठ जातींनी निर्माण केलेल्या श्रेणी आणि कनिष्ठ जातींची पिळवणूक, अनेक वर्णाचे व वंशाचे लोक भारतात आले; पण येथून ते अन्यत्र जाऊ शकले नाहीत. अशा कारणांमुळे विभिन्न संस्कृतींच्या विभिन्न चालीरीती असलेले अनेक समाज एकत्र आले. ते एकमेकांत पूर्णत: मिसळू शकले नाहीत, काही अलगच राहिले व त्याची परिणती जातीव्यवस्था निर्माण होण्यात झाली. पितृसत्ताक व मातृसत्ताक

समाजातील संघर्ष आणि चराचरात आत्म्याची वस्ती असल्याची सर्वच समाजातील भावना हीसुद्धा विभिन्न जाती निर्माण होण्यास कारण झाले आहे.[१४]

२.६ नवे धार्मिक प्रवाह

उत्तर वैदिक काळाच्या शेवटी धर्म संकल्पना अतिशय गुंतागुंतीची झाली होती. यज्ञयागामुळे कर्मकांडाचे प्रस्थ वाढले. यज्ञात पशुहत्या मोठ्या प्रमाणावर होऊ लागली व कर्मकांडामुळे पुरोहित वर्गाचे वर्चस्व वाढले होते. वर्णव्यवस्थेमुळे समाजात उच्च-नीच भेदभाव निर्माण झाले. हे भेदभाव व्यक्तीच्या योग्यतेवर अवलंबून नव्हते, तर व्यक्तीच्या जन्मावर म्हणजेच जातीवर अवलंबून होते. व्यवसायनिवडीचे स्वातंत्र्य नसल्यामुळे समाजाच्या विकासात अडसर निर्माण झाला. शूद्र व स्त्रिया यांना शिक्षणाची दारे बंद झाली. समाजातील इतर लोकांना असलेले हक्क त्यांना नाकारले गेले. याच काळात समाजसुधारणांचे निरनिराळे मार्ग पुढे येत होते. त्यांपैकी वर्धमान महावीर आणि गौतम बुद्ध यांनी सांगितलेले मार्ग सर्वांना अनुसरता येतील असे होते.

२.६.१ जैन धर्म व जातीव्यवस्था

वर्धमान महावीर हे जैन धर्माचे चोविसावे तीर्थंकर होत. जातीपातीचा भेदभाव महावीरांना मान्य नव्हता. व्यक्तींचे मोठेपण हे जातीवर अवलंबून नसून, ते उत्तम चारित्र्यावर असते. पुरुषांप्रमाणे स्त्रियांनासुद्धा तपश्चर्या, ज्ञानार्जन आणि संन्यासाचा अधिकार आहे, असे त्यांनी सांगितले. सर्व प्राणिमात्रांवर प्रेम करा, अंत:करणात दया व करुणा असू द्या, जगा आणि जगू द्या, असा त्यांनी उपदेश केला. परंतु, नंतरच्या काळात जैन धर्माने जातींना, अगदी मूळ चार जातींपासून इतर मिश्र जातीपंथांची निर्मिती झाली, या सिद्धान्ताला देखील मान्यता दिली होती. गर्भाच्या कल्पित अदलाबदलीवरून महावीरांचे बीज हे ब्राह्मण वर्णातील असल्याचे दाखविण्याचा प्रयत्नसुद्धा झाला. त्या काळातील उत्तर प्रदेशातील ब्राह्मणात व नंतरच्या नवब्राह्मण प्रमुख असलेले कश्यप गोत्र देखील त्यांना चिकटविण्यात आले होते.[१५] तथापि, जैन धर्माला राजाश्रय मिळाला नाही त्यामुळे उत्तरोत्तर त्याचा ऱ्हास होत गेला.

२.६.२ बौद्ध धम्म व जातीव्यवस्था

गौतम बुद्ध यांनी आपल्या अनुयायांना संघटित करून बौद्ध संघ स्थापन केले. बौद्ध संघामध्ये सर्व जातीतील लोकांना प्रवेश होता. जातीपातींचे बंधन नसल्यामुळे समाजाच्या सर्व स्तरांतील लोक त्यात फार मोठ्या संख्येने सामील झाले व स्त्रियांचेही संघ स्थापन केले. पाली भाषेमुळे बौद्ध धम्माच्या प्रचाराला बळ मिळाले. बौद्ध धम्माने स्त्रिया व

शूद्रांसाठी आपले दरवाजे खुले करवून दिल्यामुळे तत्कालीन समाजावर सखोल प्रभाव पडला होता. गौतम बुद्धाने 'अस्सलायम' या तरुण ब्राह्मणास असे सांगितले होते की, ''योन, कंबोज व शेजारच्या इतर सीमा भागात फक्त दोनच जाती आहेत. आर्य व दास पूर्वी आर्य असलेला दास होऊ शकतो. तसेच आधी दास असलेल्याचे आर्यात रूपांतर होऊ शकते अशी समजूत आहे.'' श्रमणाने स्वत: जातीचा त्याग केला, बुद्धाचा उपदेश जात, जमात अथवा पंथ यांच्या पलीकडील वर्गीय समाजासाठी होता. अखिल मानवी जीवनातील दु:ख हा बुद्धाच्या प्रवचनातील महत्त्वाचा विषय होता.[१६]

जैन धर्माचा ज्या कारणामुळे भारताबाहेर प्रसार होण्यास अडथळा आला त्याच कारणामुळे तो भारतात आजवर टिकून राहिला; म्हणजेच बौद्ध धम्माप्रमाणे जातींचा व धार्मिक आचारांचा त्याग न करता त्यांनी त्यांच्याशी लवकर तडजोड केली. वर्धमान महावीर आणि गौतम बुद्ध यांच्या शिकवणुकीत माणूस म्हणून सन्मानाने जगण्याचा मार्ग लोकांना दिसला. या दोन महामानवांनी सांगितलेली तत्त्वे भारतीय संस्कृतीत खोलवर रुजलेली आहेत.

२.७ मगध राज्याचा उदय

भारतामध्ये सर्वांत मोठ्या मगध राज्याची स्थापना 'बिंबिसार' या राजाच्या कारकिर्दीत सुरू झाली. बिंबिसारचा मुलगा 'अजातशत्रू' याने राज्य विस्ताराची मोहीम पुढे चालू ठेवली. अजातशत्रूनंतरच्या राजांमध्ये शिशुनाग हा मगधचा एक उल्लेखनीय राजा होता. अशा तऱ्हेने जवळजवळ सर्वच उत्तर भारतावर मगधचे वर्चस्व प्रस्थापित झाले.

भारतीय विधी आणि न्याय व्यवस्थेचा उगम या काळात झाला. पूर्वी जमातीचे कायदे चालत होते. ज्यामध्ये वर्गभेदाला कोणतेही स्थान नव्हते. मल्ल व लिच्छवी हे दोन्ही व्रात्य क्षत्रियांचे वंशज असून, हीन, मिश्र जातींबरोबर उभयतांची गणना केली जात होती. यावरून ते ब्राह्मणी धर्मविधी आचरत नव्हते. बिड्डूभ व अजातशत्रू यांचे कार्य पूर्णतेस नेणाऱ्या मगधच्या महापद्दम नंदाने इ.स.पूर्व ३५०च्या सुमारास थोड्याशा टिकून राहिलेल्या पारंपरिक क्षत्रिय जमातींची पद्धतशीर वासलात लावलेली होती. कोणत्याही विशिष्ट जमातीचे नसलेले नवे सर्व राजे शूद्रसदृश्य होते, ही पुराणातील विलापिका प्राचीन वैदिक परंपरेनुसार अगदी खरी होती. कनिष्ठ ब्राह्मणांना जातीच्या पसेनदी सारख्या राजाकडून देणग्या स्वीकारण्यास अडथळा आला नाही; तसेच एकाएकी विजय शिखरास चढलेल्या राजांना क्षत्रिय म्हणून घोषित करण्यास बाधा आली नाही. मात्र, महत्त्वाचा असा बदल एकच व तो म्हणजे चार जातींची वर्गीय व्यवस्था अखेरीस अधिक व्यापक व कोणत्याही जमाती निर्बंधापासून मुक्त होती.[१७]

२.८ मौर्य राजवंश

मौर्य राजवंशांची स्थापना चंद्रगुप्त मौर्य याने केली होती. चंद्रगुप्त मौर्य हा साधारण घराण्यातील होता. चंद्रगुप्ताची आई शूद्र जातीची; मुरा नामक स्त्री, ही नंदाच्या सेवेत दासी होती. प्राचीन भारतात इतिहास लिहिण्याच्या क्रमात शासकाच्या वंशजाची जाती निर्धारिणावरही लक्ष केंद्रित केले जात होते. अनेक पुराणे, विशाखादत्तकृत मुद्राराक्षस आणि अनेक ब्राह्मण ग्रंथात मौर्यांना शूद्र म्हटले आहे. मौर्यांची जात कोणतीही असेल, परंतु त्यांच्यासारखी राजकीय दूरदृष्टी, साम्राज्य विस्तार आणि प्रशासकीय कार्य ज्याप्रकारे त्यांनी केले, त्यावरून असे लक्षात येते की, मौर्य हे क्षत्रिय होते. बौद्धग्रंथ व जैन ग्रंथानुसार मौर्य हे क्षत्रियच होते.[१८]

कौटील्याच्या अर्थशास्त्र या ग्रंथावरून असे दिसून येते की, 'शेतीचे काम करण्यासाठी शूद्रांना लावले जात होते. भारतात गृहदास हे वैदिक काळापासून अस्तित्वात होते. ग्रीक व रोममध्ये जे कार्य गुलाम करीत होते ते कार्य भारतामध्ये शूद्र करीत होते. शूद्रांना वरील तिन्ही वर्गांची समान संपत्ती समजण्यात येत असे.' कौटील्याने स्पष्ट शब्दांत सांगितले होते की, 'शूद्रांना उच्च प्रशासकीय पद दिले जाऊ नये, परंतु त्यांना हेरगिरीचे कार्य दिले जावे.' जे मौर्य प्रशासन तंत्राचे एक महत्त्वपूर्ण अंग होते. स्त्रियांनासुद्धा फिरते हेरगिरीचे कार्य दिले जात होते. तसेच वैश्य व शुद्रांना सैन्यात भरती केले पाहिजे, वैश्य व शूद्रांची संख्या जास्त प्रमाणात असल्यामुळे कौटील्य त्यांचे सैन्य पसंद करीत होता. परंतु, मौर्य काळात असे कोणतेही परिवर्तन झाले असेल असे प्रमाण मिळत नाही.[१९]

२.८.१ सम्राट अशोकाचे समाज परिवर्तन

चंद्रगुप्तानंतर त्याचा मुलगा बिंदूसार मगधचा राजा झाला. बिंदूसारच्या मृत्यूनंतर त्याचा मुलगा अशोक याने इ.स.पूर्व २६९च्या सुमारास राजपद प्राप्त केले. साम्राज्य वाढविण्याच्या महत्त्वाकांक्षेने अशोकाने कलिंग देशावर स्वारी केली व पराभव केला कलिंगच्या युद्धातील रक्तपात बघून अशोकाच्या मनात युद्धाबद्दल घृणा निर्माण झाली व अशोकाने बौद्ध धम्माचा स्वीकार केला.

अशोकाने कायदा सर्वांना लागू केला मात्र उच्च जातींना निम्न जातींपेक्षा काही वर्गीय विशेष अधिकार होते. स्त्रियांना पुनर्विवाहाचा व धनसंचयाचा हक्क होता; तसेच स्त्रियांचे हक्क काळजीपूर्वक नियमित केले होते. राज्यात उत्पादनासाठी गुलामांचा व्यापार पूर्णत: बंद करण्यात आला होता. तथापि, एखाद्या आर्याची गुलाम म्हणून कधीही विक्री होता कामा नये, हीच गोष्ट आर्यांइतकीच मुक्त असलेल्या शूद्रांची होती. राज्याच्या नियंत्रणाखाली शूद्र श्रमिक अस्तित्वात आले होते व अन्नधान्य निर्मितीसाठी मोठ्या

प्रमाणावर गुलामांचा व्यापार अनावश्यक झाला होता. अशोक कालीन समाज परिवर्तन हे केवळ राजांचे नसून एकूण समाज पद्धतीचे होते. राजा व त्याचे प्रजाजन या दोघांना आता धम्माच्या स्वरूपात एक समान आधार मिळाला होता. तो या राज्याचा नवा वर्गीय पाया ठरला होता.[२०]

२.९ मनुस्मृती व जातीव्यवस्था

मनुस्मृतीनुसार परमेश्वराने राजासाठी पूर्वी दंड हा आपला स्वत:चा पुत्र निर्माण केला. सारे जग दंडामुळे सुव्यवस्थित असते. राजाने वैश्य व शूद्रांना त्यांची विहित कामे करण्यास काळजीपूर्वक भाग पाडावे कारण या दोन्ही जाती आपल्या कर्तव्यापासून च्युत झाल्या तर, सर्व जगाला गोंधळात टाकतील. मनुप्रणीत व्यवस्थेत शूद्र सगळी शारीरिक कामे करतो व वैश्य गोपालन, व्यापार करतो. येथे चातुर्वर्ण व्यवस्था ही वर्गीय समाजरचनेची प्रातिनिधिक आहे. राजाला अत्याधिक गरज असतानासुद्धा त्याने ब्राह्मणांवर कर लादता कामा नये. क्षत्रियाने कर गोळा करावयाचे असून, कराचे ओझे इतर दोन वर्णांनी वाहवयाचे आहे व शूद्राला मात्र जेमतेम उदरनिर्वाहाचा हक्क होता. शूद्र विकत घेतलेला असो अगर नसो त्यास काम करावयास, विशेषत: ब्राह्मण भाग पाडू शकतो. शूद्राने संपत्ती संचन केले तर ब्राह्मणास दु:ख होते. मनुस्मृतीने ब्राह्मणी सिद्धान्तीकरणास जास्तीत जास्त वाव देऊन देखील आता जात ही नव्या व वेगळ्या प्रकारच्या शोषणाला एक नवे कारण बनली होती.[२१]

मनुने मौर्योत्तरकालीन राज्यव्यवस्थेमध्ये शूद्रांच्या स्थितीबाबत सूचना दिली होती की, ज्या देशाचा शासक हा शूद्र असेल त्या देशात इतर तीन वर्गांनी राहू नये. तसेच ज्या राज्यात शूद्र कायद्याचे व्यवस्थापन करीत असेल आणि राजाची भूमिका प्रत्यक्ष बघ्याची असेल त्या राज्याची स्थिती खालावली जाते. वरील विधानांवरून असे स्पष्ट होते की, या काळात शूद्र जातीचे शासक अस्तित्वात होते. परंतु, हे शासक चतुर्थवर्ण व्यवस्थेतील होते, असे दिसून येत नाही.[२२]

२.१० गुप्तकालीन सामाजिक स्थिती

कुशाणानंतर उत्तर भारतात महत्त्वाची राजकीय सत्ता म्हणून गुप्त वंशाचा उदय झालेला होता. या काळातील शूद्रांच्या स्थितीचे अध्ययनासाठी विष्णू, वल्क्य, नारद, बृहस्पती आणि कात्यायन स्मृती हे प्रमुख धर्मग्रंथ आहेत. गुप्तकाळात काही शिक्षित शूद्रांचे उदाहरण दिसून येते. याज्ञवल्क्यच्या एका श्लोकातून प्रकट होते की, भृतकांसाठी शूद्र पण अध्यापक होते. मृच्छकटिकामध्ये न्यायाधीश शकारला फटकारत म्हणतो की, ''अरे नीच, तुम

वेद की बात कर रहे हो, और तब भी तुम्हारी जीभ नीचे न गिरी।''[२३] विद्वान शूद्रांचे अस्तित्व वज्रसूचीतही प्रमाणित होते; ज्यामध्ये वेद, व्याकरण, मीमांसा, सांख्य, वैशेषिक, लग्न आदी शास्त्रांचे ज्ञान शूद्रांना होते, अशी चर्चा केलेली आहे. जिल्हा स्तरावरील प्रशासनात कार्यरत शूद्रांचे अस्तित्व दिसून येते. शूद्रांना उच्च पदावर नियुक्तीचे कोणतेही संकेत मिळत नाहीत परंतु शांतीपर्वातील नव्याने स्थापित केलेल्या व्यवस्थेमध्ये, आठ व्यक्तींच्या मंत्रिपरिषदेत चार ब्राह्मण, तीन राजभक्त (क्षत्रिय) व शूद्रांची नियुक्ती करण्यात यावी. या व्यवस्थेचे पालन केव्हा व कधी झाले याचा उल्लेख मात्र कुठेही आढळत नाही; परंतु, शूद्रांच्या प्रती ब्राह्मण समाजाच्या विरोधातील बदल हे महत्त्वपूर्ण परिवर्तनाचे सूचक होते.[२४]

गुप्तकाळात शूद्रांच्या स्थितीमध्ये महत्त्वपूर्ण परिवर्तन झालेले आहे. शूद्र आणि कारागीर लोक हळूहळू शेतकरी होत होते. सातव्या शतकाच्या सुरुवातीला मोठ्या प्रमाणात शूद्र शेतकरी झालेला दिसून येतो. जेव्हा शिक्षणाचा प्रश्न येतो तेव्हा शूद्रांना रामायण-महाभारत आणि पुराण ऐकण्याचा व कधी-कधी वेद ऐकण्याचा अधिकार प्राप्त झालेला होता. या काळात शूद्रांच्या स्थितीमध्ये जे आर्थिक, राजकीय, सामाजिक आणि धार्मिक परिवर्तन झाले, ते परिवर्तन पूर्ण समुदायाच्या सामाजिक स्थितीमध्ये बदलाचे सूचक होते.[२५]

२.११ दक्षिण भारतातील जातीव्यवस्था

दक्षिण भारतातील महाराष्ट्र, तमिळनाडू, कर्नाटक, आंध्र प्रदेश, केरळ इत्यादी प्रदेशातील जाती व वर्णव्यवस्था उत्तर भारतातून मार्गाक्रमण करत गेलेली दिसून येते. आर.जी. भांडारकरांच्या मते, 'आर्यांना दक्षिणेची माहिती इ.स.पू. ३५०पर्यंत नव्हती. अर्थात, दक्षिण भारतातील जातीव्यवस्था ही अर्वाचीन आहे. द्रविड संस्कृतीत आजही मातृसत्ताक संस्कृतीचे अवशेष दिसतात. यावरून देखील दक्षिणेत आर्यसंस्कृती ही बऱ्याच उशिरा पोहचलेली दिसते. वेद, स्मृती व बहुतांश पुराणे ही उत्तर भारतात निर्माण झाली. हिंदू तत्त्वज्ञानाचे पंडित मानले गेलेले शंकराचार्य हे इ.स. ६०० ते ९०० मधील गणले जातात; यावरून असे दिसून येते की, संपूर्ण दक्षिणेतील जातीव्यवस्था ही तुलनात्मकदृष्ट्या नवीन आहे व म्हणून दक्षिणेत नवब्राह्मण हे अधिक कट्टर दिसतात.'[२६]

दक्षिण भारतात तमिळ भाषेतील सर्वांत जुने साहित्य संघम किंवा संगम साहित्य म्हणून ओळखले जाते. संघम म्हणजे विद्वान लोकांच्या सभा होत. अशा तीन विद्वत्त सभा दक्षिण भारतात होऊन गेलेल्या आहेत. तत्कालीन संस्कृत, प्राकृत व तमिळ साहित्यातून त्या काळातील राज्यव्यवस्था, समाजव्यवस्था, धार्मिकव्यवस्था व लोकजीवन याबद्दलची माहिती प्राप्त होते. तमिळ ब्राह्मण मदिरा व मांसाचे सेवन करीत होते. संगम

साहित्यात क्षत्रिय व वैश्य नियमित असलेल्या वर्णाच्या रूपात दिसून येतात. चौथ्या वर्गातील अनेक जातींपैकी बल्लाळ नावाची जात होती. शासक वर्गात आणि बल्लाळ जातीत वैवाहिक संबंध होत होते. काही कारागीर व पेरियार लोक शेत मजुरांची कामे करीत होती. इंडोग्रीक, शक पहलव इत्यादी राजांच्या कारकिर्दीत क्षत्रप म्हणजे प्रांत प्रमुख यांसारखी अधिकारपदे नव्याने निर्माण झालेली होती. जातीच्या उच्च-नीचतेचे पडसाद न्यायव्यवस्थेवरही उमटले होते. एकाच प्रकारच्या गुन्ह्यासाठी जातीनुसार शिक्षा कमीअधिक केली जात होती.[२७]

मध्य युगाच्या सुरुवातीस भारतात अनेक लहान-मोठ्या सत्ता उदयाला आल्या. त्यांनी भारताच्या इतिहासात मोलाची कामगिरी बजावली. या काळात जातीसंस्थांमध्ये कोणतेही बदल झाले नाहीत. लोकांच्या नवीन जाती-उपजाती व्यवसाय जातीनिहाय निर्माण झालेत; जातीगत बंधने कठोर होऊन जातीबाहेर आहार-व्यवहार निषिद्ध मानले जात होते. मध्य आशियातील कला शैली व साहित्य जसे भारतात पोहोचले त्याचप्रमाणे तेथील सुफी पंथाचे तत्त्वज्ञानही आले. भारतात त्यावेळेस रूढ असलेला भक्ती संप्रदाय व सुफी संप्रदाय यांचा परस्परांवर प्रभाव पडला.

२.१२ भक्ती संप्रदाय

भारतात भक्ती संप्रदायाची सुरुवात तमिळनाडूमध्ये अलवार संतांनी केली असे मानतात. कर्मकांडाऐवजी ईश्वरप्रेम, माणुसकी, भूतदया, करुणा इत्यादी मूल्यांची जोपासना करावी, ही भक्ती संप्रदायाची शिकवण आहे. जातीव्यवस्था आणि कर्मकांड यांनी तत्त्वहीन झालेल्या भारतीय समाजात भक्ती संप्रदायाने नव चैतन्य निर्माण केले. दक्षिण भारतात रामानुज, निंबार्क, मध्वाचार्य, वल्लभाचार्य यांनी भक्ती संप्रदायाचा पाया मजबूत केला. तसेच ईश्वर भक्ती सर्वांसाठी आहे. ईश्वर जात-पात ओळखत नाही. तो फक्त भावाचा भुकेला असतो. अशी भूमिका संत रामानंद यांनी घेतली. रामानंदांचे शिष्य संत कबीर यांनी जातिभेद, धर्मभेद हे कृत्रिम आहेत, सर्व मानव एक आहेत, अशी शिकवण दिली. कर्नाटकात बसवेश्वरांनी वीरशैव पंथाची स्थापना व शिकवण दिली. स्त्रिया आणि दलित यांना बसवेश्वरांनी मानाचे स्थान दिले. त्यांनी अस्पृश्यतेविरुद्ध मोहीम उभारली. जातिभेदाला विरोध करून त्यांनी स्त्रियांचा खालावत चाललेला दर्जा उंचावण्यासाठी भरपूर प्रयत्न केले. यामुळे बसवेश्वरांच्या कार्याचा समाजावर खोलवर परिणाम झाला.[२८]

महाराष्ट्रातील भक्ती संप्रदायात श्री चक्रधर स्वामी, संत नामदेव व संत ज्ञानेश्वरांपासून संत तुकारामांपर्यंत दीर्घ अशी संत परंपरा लाभलेली आहे. महाराष्ट्रातील वारकरी

संप्रदायातील संतांमध्ये समाजातील सर्व जाती-जमातींच्या लोकांचा व स्त्रियांचाही समावेश होता. वारीच्या निमित्ताने सर्व जाती आणि पंथांचे लोक एकत्र येऊ लागले. त्यामुळे समाजात एकोप्याची भावना निर्माण होण्यास मदत झाली.[२९] संत गुरूनानक कर्मकांडाला थोतांड मानत असत. ते साऱ्या देशभर फिरले असता त्यांच्या लक्षात आले की, लोकांची भावना सगळीकडे सारखीच असते, जो सर्वांना समत्वाची वागणूक देईल आणि भ्रष्ट जगात निर्मळ राहील तोच खरा धर्म, अशी त्यांची शिकवण होती. गुरूनानकांनी स्त्रियांना अत्यंत गौरवाचे स्थान दिले व स्त्री हाच मानव सृष्टीचा मूलाधार आहे असे त्यांनी सांगितले.[३०]

११ व्या शतकात रामानुजाचार्यांनी स्थापन केलेले मठ व देवळे अस्पृश्यांसाठी खुली केली होती. कर्नाटकात अस्पृश्यता नष्ट करण्याचे कार्य बसवेश्वरांनी केले. चक्रधर, रामानंद, कबीर, चैतन्य प्रभू, एकनाथ, तुकाराम, रोहिदास, चोखामेळा इत्यादींनी समानतेचा उपदेश केला होता. त्यांनी जातीव्यवस्थेच्या विषमतेवर कधीही हल्ला केला नव्हता. उलट, ते जातीव्यवस्थेचे समर्थक व तिच्यावर विश्वास ठेवणारे होते. संतांनी जातीव्यवस्था व अस्पृश्यता याविरुद्ध कधीही मोहीम उघडली नव्हती. उलट, संत जातीव्यवस्थेचे समर्थक होते. बहुतेक संत आपापल्या जातीतच राहिले. जातीरूपी वृक्ष तोडण्याचे कार्य संतांनी केले नाही असे डॉ. बाबासाहेब आंबेडकर म्हणतात; असेच आक्षेप महात्मा ज्योतिबा फुले यांनी संतांवर नोंदवले होते.[३१]

२.१२.१ सुफी संप्रदाय

सुफी संप्रदाय हा मूळचा इराण मधला होय. ते संत अत्यंत साधेपणाने राहात होते. सर्व प्राणिमात्रांवर प्रेम करावे. परमेश्वराचे चिंतन करावे, साधेपणाने राहावे, अशी त्यांची शिकवण होती. भारतात आलेल्या सुफी संतांपैकी ख्वाजा मोइनुद्दीन चिश्ती हे एक विख्यात तत्त्वज्ञ होते. भागवत धर्मातील भक्तिकल्पनेचा सुफी पंथीयांवर प्रभाव पडलेला होता. सुफी संतांच्या शिकवणीचा परिणाम जसा मुसलमान समाजावर झाला तसाच तो हिंदू समाजावरही झाला आणि हे दोन्ही समाज जवळ येण्यास फार मोठा हातभार लागला.[३२]

२.१३ मुघलकालीन समाजव्यवस्था

मुघलकाळात भारतीय समाजात आर्थिकदृष्ट्या सर्वसाधारणपणे तीन वर्ग अस्तित्वात होते. पहिला वर्ग हा राजघराण्यातील लोक, अमीर-उमराव, जमीनदार, मनसबदार इत्यादी श्रीमंतांचा होता. दुसऱ्या वर्गात प्रशासनातील दुय्यम अधिकारी, व्यापारी, छोटे वतनदार इत्यादींचा अंतर्भाव होता. शेतकरी, कारागीर, शेतमजूर इत्यादी लोक तिसऱ्या वर्गात मोडत होते. त्यांचे राहणीमान निकृष्ट प्रतीचे होते. पहिल्या व दुसऱ्या वर्गाचे वास्तव्य

सर्वसामान्यपणे नगरांमध्ये होते, तर तिसऱ्या वर्गाचे वास्तव्य हे गावांमध्ये होते.

तत्कालीन भारतीय समाजावर अंधश्रद्धेचा फार मोठा प्रभाव होता. समाजातील अंधश्रद्धा दूर न होण्यास तत्कालीन शिक्षणपद्धती मुख्यत: जबाबदार होती. हिंदू समाजात शिक्षणाचा हक्क फक्त उच्च वर्णीयांनाच होता. बहुसंख्य समाज शिक्षणापासून वंचित होता. शिक्षणाचे स्वरूप पारंपरिक व धार्मिक असल्यामुळे शिक्षणामध्ये नवीन आशय, नवीन विचार नव्हता. राजकारण, अर्थकारण, नवीन वैज्ञानिक शोध यांविषयी समाजात उदासीनता होती. जनजीवनात रूढी-परंपरांना अनन्यसाधारण महत्त्व होते. समाज हा स्थितीशील बनला होता.[३३]

२.१४ शिवकालीन समाजस्थिती

सतराव्या शतकात लष्करी सेवेतील प्राबल्य व प्रशासनातील वाढते महत्त्व यामुळे मराठा सरदार प्रबळ बनू लागले. अशा सरदारांपैकी मोरे, घाडगे, निंबाळकर, जाधव, घोरपडे, सावंत, भोसले इत्यादी घराणे विशेष प्रसिद्धीस आली. या काळात सत्ताधारी वर्ग आणि सर्वसामान्य जनता हे तत्कालीन समाजामध्ये दोन प्रमुख वर्ग होते. सत्ताधारी वर्गात राजा, जहागीरदार, वतनदार इत्यादींचा समावेश होता. शेती हा सामान्य जनतेचा मुख्य व्यवसाय होता. भारतातील इतर सुपीक प्रदेशांच्या तुलनेने महाराष्ट्रातील जमिनीची उत्पादनक्षमता कमी असल्याने शेतीतून मिळणारे उत्पन्न कमीच होते. शेतकऱ्यांना वारंवार दुष्काळांना तोंड द्यावे लागे. राज्यकर्त्यांकडून जनतेची पिळवणूक होत होती. नैसर्गिक संकटे व राज्यकर्त्यांचे जुलूम यांना तोंड देताना जनता त्रस्त झाली होती.[३४]

अंधश्रद्धा व कर्मकांड यांचा समाजावर जबरदस्त पगडा होता. लोक दैववादाच्या आहारी गेले होते. त्यांची प्रयत्नशीलता थंडावली होती. स्त्रिया व दलित यांची स्थिती तर फारच हलाखीची होती. अशा परिस्थितीत समाजात चैतन्य निर्माण करण्याचे कार्य शिवाजीराजांनी केले. जिजाबाईंनी शिवाजी राजांवर बालपणापासूनच स्वातंत्र्याचे आणि सदाचरणाचे संस्कार केले. जहागिरीचा कारभार आणि न्यायनिवाडा यांचे प्राथमिक धडे शिवाजीराजांना मिळाले. जहागिरीचा कारभार करताना रयतेवर अन्याय होणार नाही, याची शिवाजीराजांनी खबरदारी घेतली. शिवाजीराजे यांचा कारभार लोकाभिमुख होता व त्यामुळे शिवाजी राजांविषयी लोकांच्या मनात विश्वासाची आणि आपलेपणाची भावना निर्माण झाली.[३५]

शिवाजीराजांचे धार्मिक धोरण उदार होते. प्रजेचे सुख तेच राजाचे सुख, प्रजेचे हित तेच राजाचे हित या विचाराला अनुसरून शिवाजीराजे वागत होते. जात-धर्म-पंथ यांचा विचार न करता स्वराज्यात त्यांनी सर्व धर्मियांना व जातींच्या लोकांना समानतेची वागणूक

दिली होती. आपले अधिकारी सेवक यांची निवड करताना राजांनी जात-धर्म-पंथ यांचा कधीच विचार केलेला नव्हता. त्यांनी गुणांना व कर्तृत्वाला महत्त्व दिले होते.

२.१५ पेशवेकाळातील सामाजिक स्थिती

पेशवेकाळात ब्राह्मण व अतिशूद्र सोडून हिंदू समाजातील राहिलेल्या जातींना शूद्र समजले जात होते. शूद्र जातीत रोटी-बेटी व्यवहार होत नव्हते. शूद्र जातींना वेदमत्रांनी आपले धार्मिक विधी करण्याचा अधिकार नव्हता. शूद्र जातीत मराठा ही प्रमुख जात होती व त्यातही कुणबी मराठा यांचा दर्जा कनिष्ठ मानला जाई व त्यांचीच संख्या जास्त होती. प्रभू ही लिखापढी करणारी जात होती व शैक्षणिकदृष्ट्या ते ब्राह्मणांपेक्षाही पुढारलेले होते पण ब्राह्मण त्यांनासुद्धा शूद्र मानत होते. पेशवाई काळात शूद्रांची स्थिती अत्यंत दयनीय होती. शूद्रांना वर्जित समजले जात होते; तसेच त्यांना मंदिरामध्ये प्रवेशाची अनुमती नव्हती. यापेक्षा दक्षिण भारतातील लोकांची स्थिती काहीशी बरी होती.[३६]

२.१६ सामाजिक व धार्मिक सुधारणांचे प्रयत्न

जातीसंस्थेने भारतीय समाजाचे अपरिमित नुकसान केले होते. समाजातील फुटीरता वाढत गेली होती. समाजाची अनेक शकले पडली होती. एकोणिसाव्या शतकात इंग्रजी भाषेतून आलेल्या ज्ञानाच्या प्रभावामुळे राजा राममोहन रॉय, देवेंद्रनाथ टागोर यांच्यासारख्या नेत्यांनी समाज उच्च-नीच अशा प्रकारच्या जातींनी विभक्त होणे योग्य नव्हे, असा विचार मांडला, ब्राह्मो समाजाने वर्ण व जाती निर्मूलनाच्या दृष्टीने पहिले पाऊल टाकले. इंग्रजी शिक्षण घेतल्यानंतर मात्र कनिष्ठ जातींमध्ये आपल्यावर पिढ्यान्‌पिढ्या चालत आलेल्या घोर अन्यायाची जाणीव झाली होती. इ.स. १८५०मध्ये ब्रिटिश सरकारने जाती अपात्रता निवारण कायदा करून जाती निर्मूलनाच्या दृष्टीने पहिले पाऊल टाकले होते. माणसाची जात किंवा धर्म बदलला तरी मालमत्तेवरील सर्वसाधारण हक्कांना त्यामुळे बाधा होणार नाही अशी या कायद्यात तरतूद होती. मात्र, जात बदलण्याची कोणतीही व्यवस्था या वेळी अस्तित्वात नसल्याने केवळ धर्मांतर करणाऱ्यांना या कायद्याचा लाभ मिळाला.[३७]

महात्मा जोतिबा फुले यांनी या काळात जाती भेदाविरुद्ध परिणामकारक कार्याची सुरुवात केली. इंग्रजांच्या राज्यात सर्व जातींना शिक्षण खुले झाले होते; म्हणून जोतिबांप्रमाणेच शिकलेली सुज्ञ पुढारी मंडळी २४ सप्टेंबर १८७३ रोजी पुण्यात जोतिबा फुले यांच्याकडे जमली व परस्परविचाराअंती धर्म, कर्म व व्यवहार यात शूद्र नाडले जाऊ नयेत म्हणून सत्यशोधक समाजाची स्थापना केली. सभासदांनी सत्याचा प्रसार करावा सद्‌विचार लोकांमध्ये वाढवावेत. मानवी हक्क व कर्तव्ये यांचा प्रचार वृत्तपत्रे व व्याख्याने

यांच्याद्वारे करावा. विद्याप्रसाराद्वारे हे सर्व साधावयाचे ठरविले. दुर्गुण व अनिष्ट चालीरीती नाहीशा कराव्यात. मूळ सत्यशोधक समाजाने राजकारण वर्ज्य मानले होते; तरी पुढे इंग्रज सरकारशी सहकार्य करूनच आपला उद्धार होईल अशा भावनेने विद्येत मागासलेल्यांच्या सभा परिषदांतून राजनिष्ठेचा ठराव केला जाई. प्रथम प्रागतिक नेमस्त समाज सुधारकांनीही या चळवळींचा पाठिंबा दिला होता.[३८]

मूळ सत्यशोधक समाज निर्मिक, एक धर्म, एक मनुष्य जात मानणारा म्हणून स्थापन झाला होता. अवतारवाद, विभूतिपूजा व मूर्तिपूजा त्याला मान्य नव्हते; त्याचे स्वरूप जास्तीत जास्त इहवादी-सामाजिक आहे. स्त्री-पुरुष, मुलगा-मुलगी यांत पक्षपात करू नये. सर्वांना सारखा समधर्म, कायदा आणि नीती असावी. धर्म व राज्यभेद मनुष्यात नसावेत असा मानवतावादी विचार महात्मा फुले यांनी सर्व मनुष्यजातीच्या हितास्तव मांडला. त्यांना वेगळा धर्म किंवा आणखी एक नवा संप्रदाय, पंथ स्थापन करायचा नव्हता. त्यांचा रोख धर्म ग्रंथातील विषमतेवर व पक्षपातावर होता; म्हणून सत्य काय आहे व असत्य ते कोणते हे शोधण्यासाठी सत्यशोधक हे व्यापक नाव पत्करले. भोळाभाव नाहीसा करून विज्ञानात्मक दृष्टिकोन स्वीकारावा, हे ध्येय होते.[३९]

एकोणिसाव्या शतकाच्या मध्यावर महाराष्ट्रात दादोबा पांडुरंग व गुजरातेत दुर्गाराम मंछराम मेहता यांनी मानव धर्मसभा स्थापन करून, जाती ईश्वराने निर्माण केल्या नाहीत, ते माणसाचे दुष्कृत्य असून माणसांनीच या महापापाचे परिमार्जन केले पाहिजे, असे सांगितले. लोकहितवादी गोपाळ गणेश आगरकर, ईश्वरचंद्र विद्यासागर, बाळशास्त्री जांभेकर, यांसारख्या अनेक समाज सुधारकांनी जातिभेदांविरुद्ध विचार मांडले होते. १८५७ सालच्या उठावानंतर जाती संस्थेला हादरा देण्याचे कार्य इंग्रजी राजवटीत शिक्षण, रेल्वेसेवा, इस्पितळे, वृत्तपत्रे, दळणवळणाच्या साधनांच्या विकासाने केले.

राजकारणात लागणारा मुत्सद्दीपणा, दूरदर्शित्व, योग्य माणसांची पारख व निवड करणारी गुणग्राहकता, धर्म व समाजसुधारकाला लागणारी क्रियाशीलता, सत्ता व संपत्तीची प्राप्त संधी लोकोद्धारार्थ उपयोगात आणण्याची तळमळ इत्यादी वैयक्तिक गुणाधिक्यामुळे संस्थानात व दूरवर बाहेरही राजर्षी शाहू महाराज यांचे कार्य व त्याचा परिणाम यद्यपी महत्त्वाचा ठरतो. मोर्ले मिंटो सुधारणांच्या काळात विद्येत मागासलेल्या ब्राह्मणेतरांमध्ये जागृती होऊन त्यांनी महात्मा फुलेंचा मागे पडलेला सत्यशोधक समाज नव्याने संघटित केला. इ.स. १९०२ साली शाहू महाराज विलायतेला जाऊन आले; त्यामुळे त्यांचा दृष्टिकोन आर्थिक सुधारणाप्रिय व प्रागतिक झाला. खुद्द संस्थानात सर्वांगीण सुधारणा व विकास घडविण्यात रेसिडेंट फ्रेंजर यांचे शाहू महाराजांना सहकार्य झाले; त्यामुळे तत्सम समाज शे-दीडशे वर्षे पुढे रेटला गेला.[४०]

डॉ. बाबासाहेब आंबेडकरांवर महात्मा जोतिबा फुले व राजर्षी शाहू महाराज यांचा खूप मोठा प्रभाव होता व ते स्वत: हालअपेष्टांतून, कनिष्ठ जातीतून वर आल्यामुळे शोषित, पीडित बहुजन समाजाचे दु:ख काय असते, हे त्यांना चांगले माहीत होते. तेव्हा या समाजाच्या उन्नतीसाठी त्यांनी आपले सर्व आयुष्य पणाला लावले होते. त्यांनी जेव्हा आपल्या सामाजिक सुधारकार्याला सुरुवात केली तो काळ म्हणजे १९२० ते १९५६चा होय. याच काळात बाबासाहेबांनी त्यांच्या लेखनातून व भाषणातून बहुजन समाजातील लोकांचे दु:ख मांडण्याचा नेहमीच प्रयत्न केला आहे.

१५ ऑगस्ट १९४७ साली देशाला स्वातंत्र्य मिळाल्यानंतर राष्ट्राच्या भविष्यकालीन वाटचालीचा आराखडा तयार करण्यासाठी डॉ. राजेंद्र प्रसाद यांच्या अध्यक्षतेखाली संविधान तयार करण्यासाठी लोकप्रतिनिधींची संविधान समिती निर्माण करण्यात आली. संविधान तयार करताना प्रमुख विषयासंबंधात १२ समित्या स्थापन केल्या गेल्या. त्यात प्रारूप समिती महत्त्वपूर्ण होती. तिला 'मसुदा समिती' म्हटले गेले. २९ ऑगस्ट १९४७ रोजी डॉ. बाबासाहेब आंबेडकर यांच्या अध्यक्षतेखाली मसुदा समिती नेमण्यात आली. दोन वर्षं ११ महिने १८ दिवस या समितीने कार्य केले. या समितीने एकूण ११ बैठका घेतल्या, संविधान सभेने व्यापक विचार व चर्चा करून भारतीय परिस्थितीसाठी सर्वाधिक अनुकूल संसदीय शासन पद्धतीचा स्वीकार करण्यात आला.[४१]

भारतीय संविधानामध्ये धार्मिक, जातिभेदाचा निषेध करून, धर्माच्या तुलनेमध्ये राज्याला सर्वोच्च स्थान दिले गेले. भारतीय संविधानामध्ये प्रथमच अशिक्षित, कमकुवत, गरीब, मागासलेले, दलित व स्त्रिया यांना सामाजिक, आर्थिक व राजकीय अधिकार प्राप्त करून दिले. संविधानात वर्णव्यवस्था व जातिभेद कालबाह्य ठरविले. अर्थात, तेवढ्यानेही उद्देश सफल होऊ शकत नाही. निरोगी समाज रचनेच्या अनुकूल आर्थिक परिस्थितीने आणि योग्य वयात योग्य संस्कार केल्याने, जन्मावर आधारलेली श्रेणीबद्ध चौकट नाहीशी होऊ शकते. मनावरील योग्य संस्कार, शिक्षणाचा प्रसार आणि आर्थिक उन्नतीकरिता योग्य मदत यांसारख्या उपायांनी वर्णव्यवस्थेचे अवशेष नाहीसे होऊन निरोगी समाजव्यवस्था निर्माण होऊ शकते, यावर त्यांचा विश्वास होता.

२.१७ स्त्रियांची सामाजिक स्थिती

भारतीय समाज जसजसा वर्णव्यवस्थेखाली आला तसतसा सामाजिक विग्रह वाढत गेला. वर्णव्यवस्थेकडून तो जातीव्यवस्थेकडे गेला तेव्हा हा सामाजिक विग्रह आणखीनच तीव्र होत गेला. वेदकाळापेक्षाही स्त्रियांची अवनती ही स्मृतीच्या काळात जास्त दिसून येते. ब्राह्मण, क्षत्रिय वर्गांमधील पुरुष आपल्या स्त्रीला शूद्र समजू लागले तेव्हा तिची

किंमत अधिकच खालावलेली दिसते. जन्म देणारी स्त्री शूद्र आणि तिच्या पोटी जन्म घेणारा पुरुष मात्र वर्णाने ब्राह्मण वा क्षत्रिय, तिच्यापेक्षा श्रेष्ठ, हा विरोधाभास सांभाळणारा इथला धर्म व संस्कृती म्हणजे एक अजब रसायन म्हणावे लागेल. जातीव्यवस्था ज्या काळात पक्की होत गेली, वाढत गेली त्या काळात शूद्र व स्त्रियांना अमानवी यातनांना सामोरे जावे लागले. शूद्र व स्त्री यांची तुलना पशुबरोबर करण्यात येऊ लागली.[४२] मध्ययुगात स्त्रियांची स्थिती अधिक खालावली असून या काळात विशेषत: पडदा पद्धत रूढ झाली होती. मुस्लीम आक्रमकांना आपला चेहरा दिसू नये म्हणून प्रामुख्याने राज्यकर्ता वर्गातील स्त्रियांमध्ये ही पद्धत रूढ झाली होती. लग्न समारंभात बुरखा वापरण्याची पद्धत होती. कष्टकरी जातीत ही पद्धती दिसून येत नव्हती.[४३]

१९ व्या शतकात पाश्चात्त्य शिक्षण घेतलेला नवीन सुधारणावादी मध्यमवर्ग वैचारिक जागृतीचा प्रणेता ठरला. अनेक समाजसुधारकांनी समाजजीवनात परिवर्तन व्हावे यासाठी प्रयत्न केले. राजा राममोहन रॉय, महात्मा फुले, सावित्रीबाई फुले, महर्षी कर्वे, पंडिता रमाबाई, डॉ. बाबासाहेब आंबेडकर, गो.ग.आगरकर व इतरांनी समाजपरिवर्तनाच्या चळवळीत कार्य करताना त्रास सहन केला. पाश्चात्त्य प्रभावामुळे समाजजीवनाकडे पाहण्याचा दृष्टिकोन बदलत गेला. पाश्चात्त्य प्रवाहामुळेच कुटुंबसंस्था, जातीसंस्था व वर्णव्यवस्था यांवर आघात होऊन त्यात समाजपरिवर्तन घडून आले.

३ आरक्षण व आरक्षणाचा इतिहास

प्रस्तावना

भारतातील आरक्षणाचा इतिहास व आरक्षणाच्या प्रयोजनाची माहिती फारच अल्प लोकांना ज्ञात आहे. आरक्षणाचा खरा इतिहास लुप्त होत चालला असून, वरवरचा जुजबी इतिहास सर्वसामान्यपणे व्यवहारात प्रचलित आहे. परंतु, हजारो वर्षांपासून शिक्षण, ज्ञान, धर्म, संस्कृती व नोकरी यांचे अनिर्बंध आरक्षण उपभोगत असलेला अल्पसंख्याक ब्राह्मण वर्गाच्याबद्दल मात्र 'सवलती बंद'चा सूर निघत नाही. इंग्रजी शिक्षण सर्वांसाठी अंमलात आले; बहुजनातील काही लोक शिकू लागले; त्यांच्यात आत्मभान निर्माण झाले. या शिकलेल्या बहुजनांमधील महात्मा जोतिबा फुले यांनी १९ व्या शतकात जातींवर आधारित आरक्षणाची पहिली मागणी केली. आरक्षणाच्या संदर्भातली ही पहिली मागणी होती. हजारो वर्षे विषमतेत पिचत पडलेल्यांचा तो पहिला आवाज होता. या विषयाला राजाश्रय दिला, तो राजर्षी शाहू महाराजांनी! विकासाची व प्रगतीची संधी प्रत्येकाला मिळाली पाहिजे, या मानवीदृष्टीने पाहण्याचे कार्य सर्वप्रथम राजर्षी शाहू महाराजांनी केले. २६ जुलै १९०२ साली शाहू महाराजांनी आपल्या संस्थानात ५०% आरक्षणाचा हुकूम काढला व त्याची अत्यंत प्रामाणिकपणे व प्रभावीपणे अंमलबजावणी केली. आरक्षण धोरणाचा हा देशातील पहिला वटहुकूम होता. तसेच हा आरक्षण धोरणासंबंधीचा पहिला कायदा होय. त्यावेळेसही खूप मोठ्या विरोधाला राजर्षी शाहू महाराजांना सामोरे जावे लागले. सामाजिक न्यायाचे ते एक खंदे पुरस्कर्ते होते म्हणून त्यांनी कोणाच्याही विरोधाला जुमानले नाही. त्यांनी शिक्षण व वसतिगृह चळवळ गतिमान केली. त्यांच्या विचारातून राजर्षी शाहू महाराज व डॉ. बाबासाहेब आंबेडकर यांचे सामाजिक न्यायाचे ऋणानुबंध जुळले होते. शाहू महाराजांनंतर आरक्षण धोरणाची बाजू

घेतली ती डॉ. बाबासाहेब आंबेडकरांनी. येथील समाज व्यवस्था व त्यांच्या मानसिकतेची जाणीव त्यांना होती. ब्रिटिश राजवटीत १९३०, १९३१, १९३२ सालच्या गोलमेज परिषदेत मागासवर्गीयांच्या सामाजिक, आर्थिक व राजकीय स्थितीचा अभ्यास करण्यासाठी समिती नेमण्याचा आग्रह धरला होता. त्यांच्या प्रयत्नाने १९३४ साली 'स्टार्ट समिती' नेमली होती. त्यात ते स्वत: सदस्य होते. मागासवर्गीय मुलांना शाळेत प्रवेश, त्यांना शिष्यवृत्ती, स्वतंत्र खाते, सरकारी नोकरीमध्ये आरक्षण देण्यात यावे, अशा शिफारशी या समितीने केल्या होत्या व इंग्रजांनी त्या मान्यही केल्या. राजर्षी शाहू महाराजानंतर व्यापक स्वरूपात आरक्षण धोरण राबविण्याची ही पहिलीच वेळ होती.

भारतीय समाजव्यवस्थेत सर्वांत उपेक्षित वर्ग जर कोणता राहिला असेल तर तो 'स्त्री वर्ग' होय. स्त्री मग ती कोणत्याही जाती-धर्मांची असो, ती विवंचनेतीलच आहे. एकूण लोकसंख्येतील ५०% लोकसंख्या स्त्रियांची आहे. तिने प्रगती व विकासाचा उंबरठा अजूनही ओलांडला नाही. १९३० ते १९९३ या कालखंडात स्त्रियांच्या संघटनांनी आरक्षण जागांचा विचार मुळात स्त्रियांच्या दृष्टीने अवमानकारक म्हणून नाकारला होता. तेव्हा सरोजिनी नायडू वगैरे स्त्रियांनी त्या काळात खुल्या स्पर्धेमध्ये आपल्या गुणवत्तेवर आम्ही निवडून येऊ, असा विश्वास अभिव्यक्त केला होता. १९९३च्या ७३व्या व ७४व्या घटनादुरुस्तीमधून स्त्रियांना स्थानिक स्वराज्य संस्थांमध्ये ३३% आरक्षण दिले गेले. त्या संदर्भात स्त्रियांच्या संघटना कृतिशीलपणे आरक्षण जागांचा विचार करू लागल्या.

इंग्रज राजवटीची देणगी जर काही असेल तर व्यक्तीला व्यवसायाचे स्वातंत्र्य असेल, इच्छेप्रमाणे व्यवसाय करता येईल अशी संधी त्या व्यक्तीला मिळायलाच हवी आणि ती मिळत नसेल तर त्यासाठी काही विशेष संधीची तरतूद करायला हवी; जर आपणाला ही देणगीच अमान्य असेल तर आरक्षण विरोधाचा प्रश्नच उपस्थित होत नाही पण आपण एकाच वेळी इंग्रज राजवटीतील ही देणगीही मान्य करतो आणि आरक्षण व्यवस्थेला विरोधही करतो, यात एक आंतर्विरोध आहे.

घटना निर्मितीच्या मसुदा समितीचे अध्यक्ष म्हणून डॉ. बाबासाहेब आंबेडकरांनी अजोड कार्य केलेले आहे. नोकऱ्यांतील आरक्षण जागांचा प्रश्न जेव्हा घटना समितीने विचारासाठी घेतला तेव्हा डॉ. बाबासाहेब आंबेडकरांनी सुचविलेला प्रस्ताव एकमताने मान्य करण्यात आला. त्यापुढेही जाऊन बाबासाहेब म्हणतात, ''जोपर्यंत सामाजिक, आर्थिक, व राजकीय क्षेत्रात विषमता असेल तोपर्यंत आरक्षणाचे धोरण राबवावे लागेल.'' भारतीय राज्यघटनेच्या ३४० व्या कलमानुसार इतर मागासवर्गीयांना आरक्षण दिले आहे. त्याच्या अंमलबजावणीसाठी १९५३ साली काकासाहेब कालेलकर यांच्या अध्यक्षतेखाली आयोगाची नियुक्ती केली. या आयोगाने १९५५ साली आपला अहवाल दिला. या

आयोगाने बहुमताने इतर मागासवर्गीयांना आरक्षण देण्याची शिफारस केलेली होती; परंतु, स्वत: अध्यक्ष काकासाहेब कालेलकरांनीच अहवालाच्या विरोधात राष्ट्रपतींना पत्र लिहून, हा अहवाल फेटाळण्याची शिफारस केली. त्यानुसार हा अहवाल फेटाळला गेला. त्यानंतर १९७८ साली बी.पी.मंडल यांच्या अध्यक्षतेखाली दुसरा मागासवर्गीय आयोग नेमण्यात आला होता. या आयोगाने आपला अहवाल १९८० साली सादर केला. दरम्यान, सत्तांतर होऊन सत्तेवर आलेल्या काँग्रेसने पूर्वीप्रमाणेच इतर मागासवर्गीय विरोधी धोरण अवलंबून अहवाल अंधारातच ठेवला गेला. १९८९ साली व्ही. पी. सिंग यांचे सरकार सत्तेवर आल्यानंतर १९९० साली मंडल आयोगाचा अहवाल सरकारने स्वीकारला आणि १९९३ सालापासून मंडल आयोगाच्या अहवालाची अंशत: अंमलबजावणी सुरू झाली.

जगातील कोणत्याही देशामध्ये जातीच्या आधारावर भेदभाव केला जात नाही, मात्र अनेक देशांमध्ये वंशभेद आहे. गोऱ्या लोकांनी काळ्या लोकांविरुद्ध वंशभेदाचे हत्यार वापरून त्यांना शिक्षण व ज्ञान घेण्यापासून वंचित ठेवले. त्यामुळे उच्च-नीच गटातील संघर्षाला चालना मिळते आणि देशाच्या विकासामध्ये अडथळा निर्माण होतो; म्हणून अनेक देशांनी वेगवेगळ्या प्रकारच्या उपाययोजना करून, त्या त्या देशातील विविध गटातील भेदभावांचे उच्चाटन करण्याचा मार्ग स्वीकारला. अनेक देशात मागासवर्गीय लोकांना दिलेले आरक्षण आर्थिक निकषांवर नसून वंशावर किंवा जातींच्या आधारावर आहे.

आजही भारतामध्ये आरक्षणाची, आरक्षण तत्त्वाची, आरक्षणाच्या आवश्यकतेची, आरक्षण धोरणाच्या वास्तविकतेची व आरक्षण अंमलबजावणीच्या प्रामाणिकतेची बाजू कोणीच व्यवस्थितपणे समजून घेतलेली नाही. आरक्षणामुळे क्रांतिकारक परिवर्तनास अनुकूल वातावरण तयार होते. क्रांतीचा अर्थ 'मूल्यांतर' असा आहे. आरक्षणातून विषमतेऐवजी समता, अन्यायाऐवजी न्याय, गुलामगिरी ऐवजी स्वातंत्र्य असे मूल्यांतर घडत असते; म्हणून आरक्षण मूल्यांतर घडवून आणण्याचा उचित मार्ग आहे. आरक्षणामुळे शोषित व मागासवर्गीयांच्या दृष्टिकोनात मूलगामी बदल होत असतो; म्हणून आरक्षण हे क्रांतिकारक परिवर्तनाकडे टाकलेले एक महत्त्वाचे पाऊल आहे. या दृष्टिकोनातून आरक्षणाकडे पाहण्याची आज आवश्यकता आहे.

३.१ आरक्षणामागील भूमिका

भारतात आरक्षण हजारो वर्षांपासून समाजाची एक व्यवस्था राहिलेली आहे. येथील जातीव्यवस्था त्यावर आधारित वर्णव्यवस्था भारतीय समाजाचे व्यवच्छेदक लक्षण आहे.

ही व्यवस्था एका अमानवी, असंस्कृत आरक्षण तत्त्वाचा अंगीकार करते. ज्यामध्ये शिक्षण ब्राह्मणांकडे, सैन्य व राजपाठ क्षत्रियांकडे, व्यापार वैश्यांकडे तर वरील तिन्ही वर्णांची सेवा शूद्रांकडे आलेली दिसून येते. असा १००% आरक्षणाचा दंडक हिंदू धर्मग्रंथाच्या कायद्यानुसार घातल्याचा प्रदीर्घ इतिहास आपणास लाभला आहे. चातुर्वर्ण्यव्यवस्थे प्रमाणेच जाती व्यवस्थेत देखील ब्राह्मणांचा दर्जा उच्च ठेवण्यात आला. त्यांनी स्वत:च्या जातीसाठी विशेष हक्क आणि सवलती कायम ठेवल्या तर शूद्र व अस्पृश्य समाजावर अनेक बंधने लादण्यात आली. गौतमबुद्धांव्यतिरिक्त महावीर, चार्वाक, गुरूनानक, सुफीसंत, संत कबिरांसारखे विद्रोही प्रवर्तक या हिंदू समाजव्यवस्थेला कोणत्याही प्रकारे हादरवू शकले नाहीत.

भारतीय समाज रचनेत जाती व्यवस्थेची कडक बंधने असल्यामुळे ब्राह्मण सोडून इतर सर्वच जातींचे स्थान शूद्राचे आहे, असा दंडक ब्राह्मणी व्यवस्थेने रुजविला होता; असे असल्याने त्यांना शिक्षण अथवा ज्ञानदानाच्या कार्यात समाविष्ट करून घेतले नाही, या समाजव्यवस्थेमध्ये 'क्षत्रिय' व 'वैश्य' यांनासुद्धा शिक्षणापासून वंचित ठेवल्याने, ते अज्ञानी राहिले. त्याचबरोबर उच्चवर्णीयांनी घालून दिलेल्या शब्दांविरोधी त्यांनीही कधी भूमिका घेतलेली नाही; अज्ञानी राहिल्याने प्रचलित असलेल्या परंपरेतच त्यांनी धन्यता मानली. या समाजव्यवस्थेमध्ये शूद्रांची तर अवस्था याहूनही अधिक हलाखीची होती. त्यांचे जीवन हे पशुप्रमाणेच होते, असे म्हटले तरी वावगे ठरणार नाही.[१] अशा प्रकारे मनुस्मृतीने केवळ ब्राह्मण वर्गास सर्व अधिकार देऊन इतर वर्गास 'शूद्र' ठरविल्याने त्यांना कोणतेच अधिकार देऊ केले नाहीत.

एकोणिसाव्या शतकात इंग्रजांनी आपल्या सत्तेच्या प्रभुत्वासाठी त्यांना जो नोकरवर्ग अपेक्षित होता त्याकरिता त्यांनी सार्वजनिक शाळांची सुरुवात केली. अशा सार्वजनिक शाळांमधून ब्राह्मण वर्ग शिक्षित होऊन पुन्हा ब्रिटिशांच्या दरबारी नोकरी करू लागला होता. ब्रिटिशांच्या आगमनाने जी भांडवलदारी व्यवस्था निर्माण होऊ लागलेली होती; या व्यवस्थेमुळे जातीव्यवस्थेला, परंपरेला छेद येत असल्याने येथील शूद्रातिशूद्रांतील समाजावर नवीन मूल्य व्यवस्थेचा बराच परिणाम होईल व जातीव्यवस्था व वर्णव्यवस्था गळून पडेल; असा अनेक विचारवंतांचा अंदाज होता, तो फोल ठरू लागला.[२]

३.२ आरक्षणाचा अर्थ व दृष्टिकोन

'आरक्षण' हा आधुनिक काळात सर्वांना माहिती असलेला शब्द आहे कारण 'आरक्षण' हा शब्द आमच्या आधुनिक जीवनाचा एक भाग बनला आहे. सोयी व सुरक्षिततेसाठी, उद्दिष्टपूर्तीकरिता आरक्षण आवश्यक बनले आहे. या आरक्षणाचा कुणाला विरोध नाही किंवा आक्षेप नाही. परंतु, आक्षेप, विरोध व चर्चा होते ती समाज जीवनात

मागासवर्गीयांच्या उत्थानासाठी ठेवल्या गेलेल्या आरक्षणाची. आरक्षण हा मराठी शब्द 'Reservation' या इंग्रजी शब्दाचे भाषांतर आहे. आरक्षण हा शब्द संरक्षणात्मक विभेदीकरण, रक्षात्मक भेदभाव या अर्थांनी वापरला जातो. जगामध्ये काळ्या लोकांना असलेले आरक्षण रिव्हर्स डिसक्रिमिनेशन, ॲफरमेटिव्ह ॲक्शन, किंवा कॉम्पेनसेटरी प्रीव्हिलेजेस अथवा प्रोटेक्टिव्ह डिसक्रिमिनेशन या नावांनी ओळखले जाते.[३] आरक्षण हा शब्द 'समानवाटप' अथवा 'सर्वांना समान' असा चुकीचा अर्थ आज घेतला जाऊ लागला म्हणून इतरांप्रमाणे आपल्यालाही आरक्षण मिळावे अशी मागणी केली जाऊ लागली आहे. आरक्षणाचा अर्थ किंवा प्रमुख हेतू 'सर्वांना समान वाटप' असा नसून, समाजातील दुर्लक्षित घटकांना समान पातळीवर आणण्यासाठी त्यांना दिलेली विशेष संधी हा त्याचा अर्थ आहे. भारतीय समाजाच्या संदर्भात सांगावयाचे झाल्यास सामाजिक दृष्टिकोनातून दुर्लक्षित, शोषित व मागास लोकांना दिली गेलेली विशेष संधी होय.

डॉ. बाबासाहेब आंबेडकरांच्या मते, 'Reservation, for those who are not adequately represented.' म्हणजेच, 'ज्यांना पुरेसे प्रतिनिधित्व मिळाले नाही, त्यांना आरक्षण' किंवा 'ज्यांना लोकसंख्येच्या प्रमाणात पर्याप्त प्रतिनिधित्व मिळाले नाही, त्यांना आरक्षण.'[४] भारतीय समाजात देण्यात येणाऱ्या आरक्षणाचा आधार हा आर्थिक मानला गेलेला नाही म्हणून संविधानात देखील त्याचा उल्लेख केलेला आढळून येत नाही. भारतीय समाजव्यवस्थेने स्वातंत्र्यानंतर आरक्षणाचे तत्त्व स्वीकारलेले असले किंवा भारतीय संविधानात याचा समावेश केलेला असला तरी आरक्षणविषयक दृष्टिकोनात विभिन्नता असलेली दिसून येते. ही विभिन्नता समाजातील उच्च पदावर असणाऱ्या व्यक्तींमध्ये राजकीय आणि सामाजिक नेत्यांमध्येही आढळून येते.[५]

आरक्षणातून विषमतेऐवजी समता, अन्यायाऐवजी न्याय, गुलामगिरीऐवजी स्वातंत्र्य असे मूल्यांतर घडत असते; म्हणून आरक्षण मूल्यांतर घडवून आणण्याचा उचित मार्ग आहे. आरक्षणामुळे शोषित व शोषितांच्या दृष्टिकोनात मूलगामी बदल होत असतो. म्हणून आरक्षण हे क्रांतिकारक परिवर्तनाकडे टाकलेले एक महत्त्वाचे पाऊल आहे. या दृष्टिकोनातून आरक्षणाकडे पाहण्याची आज आवश्यकता आहे. 'भारत देश विषमतेचे माहेरघर आहे.' ही विषमता सामाजिक भेदभावांमुळे अस्तित्वात आली. मागास समजल्या जाणाऱ्या जाती-जमातींना सत्ता, संपत्ती आणि शिक्षणापासून वंचित ठेवण्याची शिकवण भारतीय समाजव्यवस्था देते. जातिभेद आणि अस्पृश्यता ही उच्चवर्णीयांची अपत्ये होत. वंशवादी, धनदांडग्या, शोषक व अत्याचारी जाती स्वत:ला उच्चवर्णीय व उच्चजातीय म्हणवितात. बहुजन समाजाला मात्र निम्न व कनिष्ठ दर्जाचे समजले जाते. या बहुजन समाजाला दर्जाची व संधीची समानता प्राप्त करून देण्यास फुले-शाहू-आंबेडकरांनी

प्रतिपादन केलेले क्रांतिकारी धोरण म्हणजे 'आरक्षण' होय. भारतात समानता प्रस्थापित करण्याचा मार्ग म्हणजे 'आरक्षण' होय.

३.२.१ आरक्षणाची आवश्यकता

मनुष्य जेव्हा जन्माला येतो त्याचवेळी त्याला काही जन्मजात अधिकार प्राप्त होतात. हा मूलभूत विचार सामाजिक न्याय या संकल्पनेच्या मुळाशी आहे. या मूलभूत अधिकाराचा वापर करण्याचा व तो जतन करण्याचा अधिकार सर्व मानवास आहे. परंतु, या देशातील काही जाती समूहांपासून तो हिरावून घेतला गेला आहे. त्यासाठी आरक्षणाची आवश्यकता आहे. ज्याप्रमाणे, 'सर्व मुलांवर आईचे सारखेच प्रेम असले तरी जे मूल अशक्त आहे त्याच्याकडे ती अधिक लक्ष देते,' त्याप्रमाणे समाजातील 'दुर्बल समूहाकडे लक्ष देणे' हाच खरा मानवतेचा सिद्धान्त आहे. या मानवी सिद्धान्तात सामाजिक न्यायाची तत्त्वे सामावलेली असतात. यासाठी परस्पर बंधुत्वाच्या व आपुलकीच्या भावनेची गरज असते. हे आरक्षण तत्त्वातून होऊ शकते. आरक्षण घेणारे आपल्या सामाजिक व्यवस्थेमुळेच मागे राहिले आहेत या भावनेतून उच्चवर्णीयांनी पुढे येण्याची गरज आहे.

वर्तमान परिस्थितीत पाहिले तर असे दिसून येते की, आरक्षण हे एक मृगजळ आहे. बेकारीची समस्या फक्त भारतासारख्या देशाला भेडसावते असे नसून, जगातील बहुसंख्य प्रगत राष्ट्रांत देखील या समस्येचे स्वरूप उग्र आहे. कोणत्याही राजकीय पक्षाने निवडणूक जाहीरनाम्यात बेकारी नष्ट करण्याचे आश्वासन दिले असले, तरी जेव्हा हे पक्ष सत्तारूढ होतात तेव्हा त्यांच्या लक्षात येते की, बेकारी नष्ट होण्यासारखी नाही.

दीन-दलितांच्यावर उच्चवर्णीयांचे जातीच्या आधारावर पूर्वीपासून होत असलेले सामाजिक अत्याचार ब्रिटिशकाळातही होत होतेच. ब्रिटिशांची शिक्षण पद्धती त्याचबरोबर पाश्चात्त्य संकल्पना भारतात आल्यानंतर खऱ्या अर्थाने सामाजिक बंधनाची जाणीव काहींना मोठ्या प्रमाणात होऊ लागली. पाश्चात्त्य शिक्षण व्यवस्थेमधून ज्या-ज्या भारतीयांनी शिक्षण घेतले त्या शिक्षणव्यवस्थेमधून स्व-विकास, समूह-विकास, स्वातंत्र्य, समता, बंधुता, राष्ट्रवाद या सारख्या पाश्चात्त्य संकल्पनांचा प्रभाव पडला. या शिक्षणातून प्रेरणा घेऊन अनेक भारतीय समाज-सुधारकांची फौज निर्माण झाली. काही सामाजिक सुधारक परंपरेच्या बंधनांवर थोडेफार आगपाखड करून, अनेक जण तोंडसुख घेत होते. प्रत्यक्ष अंमलबजावणीच्या वेळी अनेक जण माघार घेत असत. दीनदलितांच्यामध्ये शिक्षणाचा अभाव असल्याने सरकारने कायदे केले तरी यांच्या जीवनमानामध्ये कोणताही फरक पडला नव्हता. परंतु, दीनदलित समाजाच्या उत्थानासाठी ज्यांनी या काळात प्रामाणिक प्रयत्न केले, त्यामध्ये महात्मा फुले यांचाच आवर्जून उल्लेख करावा लागतो. त्यांनी केलेल्या कार्यामुळेच ब्राह्मणेतर चळवळीला योग्य दिशा मिळाली.

ज्येष्ठ समाजवादी नेते राम मनोहर लोहिया यांच्या मते, 'समाजातील मागासवर्गाच्या विकासासाठी उच्चवर्गांनी स्वत: कष्ट घेण्याची तयारी ठेवली पाहिजे.' अंतर्मुख होऊन विचार केला तर लोहिया यांचे विचार किती मोलाचे आहेत, हे दिसून येते.

३.३ महात्मा फुले यांचे आरक्षणविषयक विचार

महात्मा फुले यांनी शिक्षणाचा अभाव हे दीनदलितांच्या मागासलेपणाचे कारण म्हणून ओळखले होते. अशा समाजामध्ये शिक्षणाविषयी समाजजागृती करण्याचे त्यांनी ठरविले; ते शिक्षणाविषयीच्या अनास्थेबाबत म्हणतात की,

विद्येविना मती गेली । मतीविना नीती गेली ।
नीतीविना गती गेली । गतीविना वित्त गेले।
वित्ताविना शूद्र खचले । इतके अनर्थ एका अविद्येने केले ॥ [६]

एवढ्यावरच ते थांबत नाहीत तर शिक्षण क्षेत्रात शूद्रातिशूद्रांना विशेष संधी द्यावी, अशी पहिल्यांदा मागणी केली व १८४८ साली मागासवर्गीय मुलींच्या शिक्षणासाठी पहिली शाळा उघडून आरक्षण धोरणाची मुहूर्तमेढ रोवली. शैक्षणिक संपन्नता व आर्थिक सवलत ही तत्कालीन काळाची गरज होती व राजकारण पूर्णत: गोऱ्या ब्रिटिश लोकांच्या हातात होते. त्यामुळे सामाजिकदृष्ट्या मागासलेल्या लोकांसाठी महात्मा फुलेंनी शैक्षणिक व आर्थिक क्षेत्रातच आरक्षणाची मागणी केली. सर्व सामाजिक दुखण्याचे मूळ कारण जातीयता व निरक्षरता असून, आरक्षण हाच त्यावर जालीम उपाय आहे, हे त्यांनी ओळखले होते; म्हणूनच सामाजिक, आर्थिक व सांस्कृतिक क्षेत्रात त्यांनी आरक्षणाची मागणी केली होती. आरक्षणामुळे व्यक्तीचा अभिमान जागा होऊन त्यांच्यात सबलता येते व राष्ट्र विकासाच्या प्रक्रियेला सुरुवात होते, असे महात्मा फुले म्हणतात.[७]

वास्तविक पाहाता महात्मा फुले समतेचे पूजक होते. त्यांची आरक्षणाची संकल्पना ही त्यांच्या समता तत्त्वाला बाधा निर्माण करीत नाही; कारण खऱ्या अर्थाने त्यांनी गुणवत्ता धारकाचा पुरस्कार केला. क्षमता व पात्रतेनुसार व्यक्तीला पदे मिळाल्यास आरक्षणाचा प्रश्न येतोच कुठे? पण त्यांच्या मते, 'संधीची समानता ही एका परिने सामाजिक आदर्शवाद आणि भौतिक वास्तव यांच्यात केलेली तडजोड होती.' काही समाज घटकांना शतकानुशतके संधीची समानता नाकारणाऱ्या भूतकाळाच्या पार्श्वभूमीवर 'संधीची समानता' हे तत्त्व नि:संशय पुढचे पाऊल होय; पण सामाजिक विषमता दूर करण्याच्या संदर्भात त्याचा फारसा उपयोग होणे शक्य नव्हते. महात्मा फुलेंच्या मते, सामाजिकदृष्ट्या विषमतेने ग्रासलेल्या समाजात संधीची विषमता म्हणजे समता, असा अर्थ घ्यावा लागेल.[८]

एकोणिसाव्या शतकाच्या आरंभापर्यंत कोणत्याच देशात सरकारचा शिक्षणाशी

संबंध नव्हता त्याचबरोबर 'प्रजेला शिक्षण देणे' ही सरकारची जबाबदारी मानली जात नव्हती. देशात शांतता ठेवायची, प्रजेचे परचक्रापासून संरक्षण करणे एवढेच सरकारचे उद्दिष्ट होते. याच कालावधीत युरोपातील धर्मक्रांतीनंतर देवाचा आणि व्यक्तीचा प्रत्यक्ष संबंध मानला जाई. त्यासाठी ख्रिश्चन माणसाला आपल्या घरी स्वत:चे बायबल स्वत: वाचता येणे अगत्याचे होते म्हणून शिक्षणाची जबाबदारी त्या-त्या धर्मपंथाच्या देवळांनी उचलली आणि देवळात किंवा एखाद्या खोलीत चॅरिटी शाळा काढल्या अशा शाळांचा हेतू शैक्षणिक, आर्थिक व सामाजिक नसून, तो धार्मिक होता. या धार्मिकतेच्या कारणास्तव विलायतेतील समाज अथवा पंथ वर्गात विभागला नसल्याने असे धार्मिक शिक्षण खालच्या वर्गांपर्यंत पाझरत होते.[९]

अशा प्रकारे भारतात शिक्षण वरिष्ठ वर्गांकडून खालच्या वर्गांपर्यंत झिरपत जाईल अशी त्यावेळचे गव्हर्नर लॉर्ड मेकॉले यांची धारणा होती. त्यांनी भारतीय समाजव्यवस्थेमध्ये याच सिद्धान्ताचा वापर करण्याचे ठरविले होते. हेच विचार काही प्रस्थापित समाजातील सुधारकांनाही मान्य होते. याच कालावधीत महात्मा फुले हे ब्रिटिशांनी नेमलेले पुणे नगरपालिकेचे सभासद होते; असे असताना, पुण्यात शिक्षण सक्तीचे व मोफत व्हावे म्हणून त्यांनी चळवळ सुरू केली होती. त्यांनी या धोरणास विरोध करून सार्वत्रिक सक्तीच्या शिक्षणाची मागणी केली होती, या शैक्षणिक सवलतीबरोबरच सरकारी नोकऱ्यांमध्ये जातीच्या प्रमाणात भरती करावी; यासाठी ते आपल्या 'गुलामगिरी' या ग्रंथात म्हणतात -

अनुभव स्वतां लक्षून । सांगतो खरे निक्षून । सर्व जाती निवडून ॥
घ्याव्या संख्या प्रमाण । द्यावी कामे नेमून । होईल सुध साधन ॥
घालितो पदरी चुकीस । नेमितां एका जातीस । प्रवेश नाही शूद्रास ॥
एक जातीचे सर्व मिळून देशा नाडिती । बाकीचे तोंडाकडे पाहाती ॥
जोतीराव बोधी करू नये एक जात भरती । भरिती होळकरी पोती ॥[१०]

अशा प्रकारे महात्मा फुलेंनी शिक्षण तसेच नोकरी काही वर्गांपुरत्या मर्यादित न राहाता, सर्व जातींना मिळाव्यात असे आवाहन केले होते.

बहुजनांच्या उन्नतीसाठी त्यांनी अनेक प्रयत्न केले. शैक्षणिक चळवळ चालविताना अस्पृश्यता निवारण्याचे कार्यक्रम चालविले व आर्थिक उन्नतीसाठी म्हणून १८६९ साली जातींवर आधारित आरक्षणाची मागणी केली. आपल्या समग्र विश्लेषणात त्यांनी समाजव्यवस्थेची ब्राह्मण व ब्राह्मणेतर अशी विभागणी केली. शूद्रातिशूद्र वर्ग अक्षरशून्य असल्यामुळे त्यांच्यात वैज्ञानिक दृष्टिकोनाचा अभाव आहे; विविध चालीरिती, रूढी-परंपरेचे पालन करण्यात आर्थिकदृष्ट्या पूर्णत: नागवला जाऊन तो कर्जबाजारी बनत असे. पुढे कर्ज पद्धतीतून त्याचे शोषणच होत असे, या कारणामुळे सामाजिक, आर्थिक

व राजकीयदृष्ट्या तो मागासवर्ग पंगू झालेला होता. बहुजनांना शिक्षणापासून मुद्दाम वंचित ठेवले गेले होते. शूद्रातिशूद्र वर्गाला आपला अधिकार कळावा, त्यांच्यात वैज्ञानिक दृष्टिकोन वाढावा यासाठी महात्मा फुलेंनी अनंत प्रयत्न केलेत. प्रथमत: त्यांनी शिक्षणाचा प्रचार व प्रसार केला.

त्याचबरोबर १८८२ साली शिक्षणाकरिता नेमलेल्या हंटर आयोगापुढे साक्ष देताना, 'झिरपणारे ज्ञान' या विचारसरणीला विरोध करून प्रशासकीय सेवेत ब्राह्मणेतर समाजास नोकरीमध्ये स्थान देण्याची मागणी केली. ही मागणी म्हणजेच 'आरक्षण' या तत्त्वाची खऱ्या अर्थाने पहिली मागणी होय.[११]

३.४ राजर्षी शाहू महाराज आणि आरक्षणाचे धोरण

'जे पुरुष आपल्या कालखंडातील सुधारणांच्या संबंधीच्या समस्या मांडून त्या सोडविण्याचा प्रयत्न करतात, तेच इतिहास घडवितात.' असे रशियन विचारवंत प्लेकनॉव्ह यांनी आपल्या 'The Role of Individual in History' या प्रबंधात म्हटले आहे. इतिहास घडविणारे हे महापुरुष आपल्या कालखंडापुढील काळात डोकावून पाहतात व आपल्या काळातील समस्या ऐतिहासिक परिस्थितीमुळे सोडविण्यासाठी जनतेशी संपर्क साधून, झगडत असतात. या कामी त्यांची इच्छाशक्ती व तळमळ ही इतरांपेक्षा प्रबळ असते. वरील विधान राजर्षी शाहू महाराजांना तंतोतंत लागू पडते. आपल्या संस्थानात ५०% जागा राखीव करणाऱ्या हिंदुस्थानातील ६५० संस्थानिकांपैकी, शाहू महाराज एकमेव संस्थानिक होते.[१२]

तक्ता क्र.१ : कोल्हापूरातील जातिनिहाय नोकऱ्या (सन १८९४ व १९२२)

सर्वसाधारण खाते नोकऱ्या	ब्राह्मण	ब्राह्मणेतर	अस्पृश्य
सरकारी खाते			
१८९४	६०	११	--
१९२२	२६	५९	--
खाजगी खाते			
१८९४	४६	७१	--
१९२२	४३	०९	१
कोल्हापूरातील शाळेतील विद्यार्थी (सर्व शाळा)			
१८९४	२५२२	८०८८	२३४
१९२२	२७२२	२१०२७	२१६२[१३]

राजर्षी शाहू महाराजांनी १८९४ साली कोल्हापूर संस्थानांच्या राज्यकारभाराची सूत्रे स्वीकारली तेव्हा संस्थानांच्या राज्य कारभाराच्या सेवेत असलेल्या एकूण ७१ अधिकाऱ्यांपैकी ६० अधिकारी ब्राह्मण होते. उर्वरित ११मध्येही मागासवर्गीय व बहुजन समाज नव्हता. छत्रपतींच्या खाजगी नोकरीत ५३ पैकी ४६ ब्राह्मण होते व ७ ब्राह्मणेतर होते. कोल्हापूर संस्थानाच्या शाळेतील विद्यार्थ्यांमध्ये ब्राह्मण २५२२ व ब्राह्मणेतरांची संख्या ८०८८ तर अस्पृश्यांची केवळ २३४ एवढी होती. परंतु, राजर्षी शाहू महाराजांनी १९०२ साली ५०% आरक्षण जाहीर केल्यानंतर मात्र परिस्थिती बदलली. १९२२ सालापर्यंत कोल्हापूर संस्थानातील सरकारी नोकऱ्यांमध्ये ७९ अधिकाऱ्यांपैकी २० अधिकारी ब्राह्मण होते व १०९ ब्राह्मणेतर होते. शाळेतील विद्यार्थ्यांमध्ये ब्राह्मणांची २७२२, तर ब्राह्मणेतरांची २१,०२७ इतकी विद्यार्थ्यांच्या संख्येमध्ये वाढ झालेली दिसून येते व अस्पृश्यांची २१६२ इतकी विद्यार्थ्यांच्या संख्येतही वाढ झालेली दिसून येते. यावरून राजर्षी शाहू महाराजांचे आरक्षणाचे धोरण किती सार्थ व सामाजिक न्यायावर आधारलेले होते याची प्रचिती येते.

महात्मा फुलेंचे समाज उद्धाराचे कार्य अगदी जोमात असताना शाहू महाराजांची शैक्षणिक व मानसिक जडणघडण होत होती. महात्मा फुलेंच्या समाजविद्रोही विचारांचे पडसाद जिवंत असतानाच राजकीय पटावर शाहू महाराजांचे आगमन झाले. महात्मा फुलेंच्या मृत्यूच्या अवघ्या चार वर्षांनंतर राजर्षी शाहू महाराजांनी इ.स. १८९४ साली कोल्हापूर संस्थान राज्यकारभाराची सूत्रे हाती घेतली. शाहू महाराजांनी बहुजन समाजाच्या मागासलेपणाचे कारण 'शिक्षण' आहे, हे प्रथमत: जाणले म्हणून त्यांनी बहुजन समाजाच्या प्राथमिक शिक्षणावर भर दिला. बहुजन विद्यार्थ्यांसाठी शाहू महाराजांनी इ.स. १८९७ ते १९०२ पर्यंत एकामागून एक अशी वीस वसतिगृहे सुरू केली. या कारणानेच कोल्हापूरला 'विद्यार्थी वसतिगृहाची जननी' म्हणून संबोधण्यात येते. राज्यात सामाजिक, आर्थिक व राजकीय सुधारणा करणे हे शाहू महाराजांचे ध्येय होते.

शाहू महाराजांना इ.स. १९०१ सालच्या शिरगणतीमध्ये सरकारी नोकऱ्यांमध्ये एकही ब्राह्मणेतर व्यक्ती नसल्याचे दिसून आले. यामुळे ब्राह्मणेतरांना राज्यकारभारात आणण्यासाठी त्यांनी आरक्षणासंबंधी लंडनला एक ठराव पाठविला. तो २६ जुलै १९०२ रोजी कोल्हापूर संस्थानच्या गॅझेटमध्ये प्रसिद्ध झाला. हा ठराव असा होता की, हुकूम पोहोचल्याच्या तारखेपासून रिकाम्या झालेल्या जागांपैकी शेकडा पन्नास जागा या मागासलेल्यांना द्याव्यात. त्याचबरोबर प्रत्येक खात्याच्या मुख्यांनी या हुकुमानंतर भरलेल्या जागांचा तिमाही अहवाल सादर केला पाहिजे, असा हुकूम दिला होता. या हुकुमावरून आपणास असे म्हणता येईल की, महात्मा फुले यांनी हंटर आयोगासमोर साक्ष देताना

मागास लोकांना नोकऱ्यांमध्ये आरक्षणाची जी मागणी केली होती. ती शाहू महाराजांनी पूर्ण केली असे दिसून येते. राजर्षी शाहू महाराजांनी काढलेल्या आदेशामुळेच त्यांना 'आरक्षण' धोरणाचे 'जनक' मानले जाते.[१४]

जेव्हा राजर्षी शाहू महाराजांनी सर्व ब्राह्मणेतरांसाठी ५०% आरक्षणाच्या अंमलबजावणीचा कायदा केला, तेव्हा सांगली संस्थानातील पटवर्धन संस्थानिकाचे एक कारकून ॲड. गणपत अभ्यंकर सांगलीवरून कोल्हापूरला आले व राजर्षी शाहू महाराजांची भेट घेऊन त्यांनी आरक्षणाला विरोध केला. राजर्षी शाहू महाराज हे कर्ते सुधारक होते. ॲड. गणपत अभ्यंकरांचा विरोध त्यांच्या लक्षात आला. राजर्षी शाहू महाराजांनी त्यांना घोड्याच्या पागेत नेले. त्या घोड्यांच्या तबेल्यात खूप घोडे होते. सर्व घोडे आरामाने आपल्या स्वतःच्या तोबऱ्यातील चंदी (हरभरे, चणे) खात होते. शाहू महाराज आणि ॲड. गणपत अभ्यंकर हे सर्व पाहात होते तेवढ्यात शाहू महाराजांनी तेथील मोतद्दारांना घोड्याच्या तोंडाचे तोबरे सोडून त्यातील हरभरे खाली सतरंजीवर टाकायला सांगितले, नंतर सर्व घोडे सोडून द्यायला सांगितले. हे सर्व प्रात्यक्षिक ॲड. गणपत अभ्यंकर निमूटपणे पाहात होते. जेव्हा मोतद्दारांनी घोड्यांना सोडून दिले, तेव्हा जे तगडे व शक्तिशाली घोडे होते, ते सर्व त्या हरभऱ्यावर तुटून पडले आणि जे कमजोर घोडे होते व दुबळे घोडे होते ते लांबच उभे होते व दुरून पाहात होते. त्यातील ताकदवान, शक्तिशाली घोडे खातानासुद्धा व्यवस्थित खात नव्हते. ते तोंडाने हरभरे खायचे व मागच्या पायांनी लाथा झाडायचे, जेणेकरून दुसऱ्याने यात घुसू नये. त्यामुळे कमजोर घोड्यांनी हरभरे खाण्यासाठी त्या तगड्या घोड्यांच्या गर्दीत न घुसण्याचा विचार केला, तेव्हा शाहू महाराज त्या कमजोर घोड्यांकडे बोट दाखवून ॲड. गणपत अभ्यंकरांना म्हणाले, "अभ्यंकर या कमजोर घोड्यांचे काय करू? त्यांना गोळ्या घालू? असे होणार, हे मला अगोदरच माहीत होते म्हणून मी प्रत्येकाचा वाटा प्रत्येकाच्या तोंडाला बांधला आहे. जेणेकरून दुसरे कोणी त्यात तोंड घालणार नाही. यालाच म्हणतात, आरक्षण." यावर ॲड. गणपत अभ्यंकरांना त्यांच्या प्रश्नाचे उत्तर मिळाले. त्यानंतर शाहू महाराज ॲड. गणपत अभ्यंकरांना म्हणाले, "अभ्यंकर, जाती माणसात नसतात, जनावरात असतात; परंतु, तुम्ही जनावराची व्यवस्था माणसाला लागू केली आणि मी माणसाची व्यवस्था जनावरांना लागू करीत आहे."[१५]

मागासलेल्या व अस्पृश्य समाजाला पुढे आणण्याकरिता खास सवलती नकोत का द्यायला? या वेळी अभ्यंकर शरमले, त्यांना काहीच बोलता आले नाही; ते म्हणाले, "महाराज, तुमचे बरोबर आहे." तसेच लोकमान्य टिळक यांनीही असाच आरोप केला होता की, 'मागासवर्गीयांचे हित साधण्याच्या बुरख्याखाली छत्रपती हे केवळ मराठ्यांचेच हित साधत आहेत आणि महाराजांचे हे धोरण संस्थानला हितकारक होईल; असा त्यांना

जो विश्वास वाटतो तो सयुक्तिक नाही. राजकर्त्यांच्या डोक्यात घोटाळा माजला आहे किंवा परिस्थितीचे आकलन त्यांना झालेले नाही, असे दिसते.[१६] असे असले तरी शाहू महाराजांनी अशा आरोपांकडे दुर्लक्ष केले. राखीव जागांचा कायदा हा तसा दुर्मीळ होता. भारतीय राज्यघटनेच्या कलम ४५ अन्वये घटनाकारांनी सर्वांना प्राथमिक शिक्षण सक्तीचे व मोफत मिळायला पाहिजे अशी तरतूद केली. परंतु, स्वातंत्र्याच्या ३०वर्षांअगोदरच शाहू महाराजांनी आपल्या संस्थानात ते करून दाखविले.

आरक्षणाबाबत शाहू महाराज म्हणतात, ''माझ्या राज्याची अधिकारसूत्रे माझ्या हाती आली तेव्हा कोल्हापूरात सर्वत्र एकाच सुशिक्षित जातीचे वर्चस्व होते. ऑफिसातून मागासलेल्या जातींचा एकही नोकर दिसत नव्हता म्हणून त्यांचा दर्जा वाढविण्याकरिता मागासलेल्या सर्व जातींच्या लोकांना नोकऱ्या देण्याचे धोरण मला ठेवावे लागले. त्यातील कित्येकांना वकिलीच्या सनदा दिल्या. त्यांच्या शिक्षणासाठी स्पेशल स्कॉलरशिप्स ठेवून त्यांना निरनिराळी बोर्डिंगही काढून दिली. सर्व जातींचे लोक पुढे येऊन सामाजिक, औद्योगिक, शिक्षणविषयक, सरकारी नोकरी वगैरे सर्व बाबतीत आपापली जबाबदारी पुरी पाडण्याचे सामर्थ्य त्यास येणे, याला मी जातवार प्रतिनिधित्व म्हणतो. मागे पडलेल्यांना अशा प्रकारे पुढे येण्यास उत्तेजन देणे हे माझे कर्तव्य आहे, असे मी जाणतो व त्याप्रमाणे हीन स्थितीतील लोकांस वर काढण्यास मी हातभार लावीत असतो.''[१७]

शाहू महाराजांनी इ.स. १९१७ साली सक्तीच्या मोफत शिक्षणाचा कायदा केला. त्यांची प्राथमिक शिक्षणासंबंधीची तळमळ एका भाषणात व्यक्त झाली आहे. ते म्हणतात, 'शिक्षणानेच आमचा तरणोपाय आहे' असे ठाम मत आहे. शिक्षणाशिवाय कोणत्या देशाची उन्नती झाली नाही, असे इतिहास सांगतो. अज्ञानात बुजून गेलेल्या देशात उत्तम मुत्सद्दी व लढवय्ये कधीही निपजणार नाहीत म्हणूनच सक्तीच्या आणि मोफत शिक्षणाची हिंदुस्थानाला अत्यंत आवश्यकता आहे.[१८] अशाप्रकारचा आदेश काढून, अस्पृश्यांना व मागसलेल्यांना समानतेची वागणूक मिळाली पाहिजे, यासाठी शाहू महाराज अग्रक्रम देत होते; या आदेशामुळे अनंत काळ मानवी हक्कांपासून वंचित असणाऱ्या लोकांनी फायदाही घेतला.

वरील आदेशामुळे उच्चवर्णाच्या ताब्यात असलेली राज्यकारभारातील आणि राजकारणातील सत्ताकेंद्रे हातून निसटू लागल्याने त्यांची पत आणि प्रतिष्ठा कमी होऊ लागली. याबाबतीत तत्कालीन वृत्तपत्र 'समर्थ' ने राखीव जागांविरोधी आकांडतांडव केले होते. त्याचबरोबर बाळ गंगाधर टिळक यांनी 'केसरी' वृत्तपत्रामध्ये जो अग्रलेख लिहिला होता, त्यामध्ये ते म्हणतात, ''रिकाम्या झालेल्या निम्म्या जागांवर ज्या मागासलेल्या जातीतील लोकांची नेमणूक करावयाची त्यांची योग्यता पहावयाची की

नाही'', ते पुढे लिहितात की, 'समान योग्यतेचा ब्राह्मण व मराठा असल्यास मराठा निवडा, मागासलेल्या पुढारलेल्या जातींमध्ये अशाप्रकारची आवडनिवड करून देशाचे हित किंवा संस्थानचे कल्याण होईल, असा जो महाराजांचा समज झाला आहे, तो मुत्सद्दीपणाचा असमज होय किंबहुना बुद्धिभ्रष्टपणाचे लक्षण आहे, असे आम्ही समजतो.'[११] अशाप्रकारचे लिखाण करून, त्यांनी शाहू महाराजांचा उपमर्द केला, या विश्लेषणावरून उच्चवर्णीयांनी आपल्या सत्तेला सुरुंग लागल्यामुळे निरनिराळे बहाणे करून, राखीव जागांना विरोध दर्शविला; त्यांचा अनुभव शाहू महाराजांनी पूर्वी घेतला असल्याने त्यांनी या विरोधाला जुमानले नाही.

२० ऑगस्ट इ.स. १९१७ रोजी 'सेक्रेटरी ऑफ स्टेट फॉर इंडिया' म्हणजेच भारतमंत्री एडवीन माँटेग्यू यांनी ब्रिटिश संसदेच्या कनिष्ठ सभागृहात भारताच्या स्वराज्याच्या अधिकाराला मान्यता दिली. त्यांनी केलेल्या घोषणेनुसार ब्रिटिश साम्राज्याचा भाग असलेल्या हिंदुस्थानात क्रमाक्रमाने जबाबदार राज्यपद्धती व स्वशासन प्रणाली स्थापन करण्यात येणार होती; या घोषणेचे दूरगामी परिणाम झाले. स्वराज्यात आपला वाटा मिळविण्यात हिंदू आणि मुसलमानांत अहमहमिका होतीच यानंतर हिंदूंमधील तथाकथित वरिष्ठ व कनिष्ठ जातींमधील सत्ता संघर्षालाही नव्याने तोंड फुटले. भारतातल्या सर्व जातीय समूहांना सामावून घेणाऱ्या योजनेशिवाय स्वराज्य देण्यात यावे, ही तथाकथित उच्चवर्णीयांची मागणी होती. याविरुद्ध मागासवर्गीय व अस्पृशांना राजकीय प्रतिनिधित्व दिल्याशिवाय येणारे स्वराज्य ही मूठभर उच्चवर्णीयांची मक्तेदारी ठरेल अशी बहुजन समाजाची भूमिका होती.

शाहू महाराजांनी बहुजन समाजाकरिता जातवार राजकीय प्रतिनिधित्वाचा आग्रह धरला; या सभेत त्यांनी जाहीरपणे जातवार प्रतिनिधित्वाचा आग्रह केलाच आहे; ते शेवटपर्यंत जातवार प्रतिनिधित्वाकरिता संघर्ष करीत राहिले. आपल्या संस्थानात नगरपालिकांमध्ये त्यांनी स्वतंत्र मतदार संघ दिले. मागासवर्गीयांना व अस्पृश्यांना जातवार स्वतंत्र मतदार संघ मिळावेत म्हणून सहकार्य करण्यास शाहू महाराजांनी लॉर्ड विलिंग्टन व माँटेग्यू यांना प्रयत्न करण्यास अनेकदा आग्रह केला. इ.स.१९१७ साली लॉर्ड विलिंग्टन व माँटेग्यू यांना लिहिलेल्या पत्रात शाहू महाराज म्हणतात, ''माझ्या मुलाखतीत आणखी एका गोष्टीसंबंधी बोलायचे होते; त्या प्रश्नाचा मी हिरिरीने पाठपुरावा करीत आलो आहे; तो प्रश्न म्हणजे मागासवर्ग आणि अस्पृश्य वर्ग यांच्या उन्नतीचा हा प्रश्न ब्रिटिश सरकार व हिंदी संस्थानिक यांच्या हिताचा आहे. माझे असे मत झाले आहे की, भारताची नवीन घटना होत आहे. त्यात या वर्गांना योग्य प्रतिनिधित्व मिळाले पाहिजे. मागासवर्गापासून खालपर्यंत स्वतंत्र मतदार संघ मिळू दिले पाहिजेत, अशा मताचा मी आहे व अस्पृश्य

समाजाला ते मिळाले पाहिजेत.''[२०]

शाहू महाराज म्हणतात, ‘‘मी खामगांव येथील मराठा शिक्षण परिषदेत जातवार प्रतिनिधींची सवलत फक्त दहा वर्षांपुरतीच मागितली होती. ती मिळाली नाही तरी नाउमेद होऊ नका. कम्युनल रिप्रेझेन्टेशनचे दान आता आम्हास नकोच आहे. कम्युनल रिप्रेझेन्टेशन दिले असते तर आम्ही थोडे दिवसात लवकरच पात्र झालो असतो.''[२१]

शाहू महाराजांचे कार्य हे देशातील बऱ्याच ठिकाणी पोहचल्यामुळे आरक्षण चळवळींना मोठ्या प्रमाणात स्फूर्ती मिळाली. शाहू महाराजांच्या सरकारी हुकुमाचा परिणाम म्हैसूर राज्यामध्ये झाल्याने इ.स. १९१८मध्ये याचप्रकारे राखीव जागा ठेवण्यात आल्या. त्यापाठोपाठ १९२१मध्ये मद्रासमध्ये ‘जस्टिस पार्टी’च्या सरकारने आणि १९२५ साली मुंबई प्रांताच्या सरकारने याचप्रकारचे धोरण अवलंबिले.[२२] त्याचबरोबर महात्मा फुले यांची आरक्षणाची कल्पना शाहू महाराजांनी आपल्या संस्थानात साकारून समता प्रस्थापित करण्यासाठी एक ऐतिहासिक पाऊल टाकले.

३.५ डॉ. बाबासाहेब आंबेडकर आणि आरक्षण

बाबासाहेबांचा जन्म झाल्यानंतर अवघ्या दोनच वर्षांत शाहू महाराजांनी करवीर संस्थानाच्या सत्तेची सूत्रे हाती घेतली आणि समाजसेवेचे कार्य आरंभिले होते. शाहू महाराजांचे समाज सुधारणेचे कार्य चालू होते व त्याचकाळात डॉ. बाबासाहेब आंबेडकरांची शैक्षणिक व मानसिक जडणघडण होत होती. १९०२ सालापासून १९२२ सालापर्यंत शाहू महाराजांनी आपल्या संस्थानात मागासलेल्यांकरिता राखीव जागा, अस्पृश्यांना मोफत शिक्षणाची सोय, आपल्या खाजगी नोकऱ्यात त्यांची भरती, अस्पृश्यता मानणे हा कायदेशीर गुन्हा ठरविणे, महार वतन नष्ट करणे इत्यादी अस्पृश्य समाजाच्या आर्थिक व सामाजिक विकासाचे केलेले अपूर्व कार्य डॉ. बाबासाहेब आंबेडकरांना माहीत होते म्हणून शाहू महाराजांचे कार्य आंबेडकरांची प्रेरणा ठरली. शिवाय डॉ. बाबासाहेब आंबेडकर महात्मा फुलेंना गुरुस्थानी मानत असल्यामुळे फुल्यांच्या विचारांचे प्रतिबिंब त्यांच्या विचारात दिसत होते.

अस्पृश्य हिंदूंची अवस्था गुलामांपेक्षाही भयानक होती. त्यांना या चक्रातून बाहेर काढण्यासाठीच त्यांनी आरक्षणाचा आग्रह धरला होता. डॉ. बाबासाहेब आंबेडकरांनी एका बाजूने अस्पृश्यता निवारणाबरोबर अस्पृश्यांमध्ये स्वाभिमान जागविण्याचे कार्य केले तर दुसऱ्या बाजूने राखीव जागांसाठी ते सतत झगडत राहिले कारण राखीव जागा हे क्रांतिकारक हत्यार आहे, ते केवळ आमदार, खासदार व सरपंच पद देत नाही तर त्यामागे वर्ण, जातीव्यवस्थेमुळे माझी जात म्हणून मी मागासलेला आहे, यातून बाहेर

पडण्यासाठी राखीव जागांची शिडी म्हणून वापरायचा हा त्यामागचा डॉ. बाबासाहेब आंबेडकरांचा हेतू होता.[२३]

डॉ. बाबासाहेब आंबेडकर हे परदेशातून शिक्षण घेऊन भारतात आल्यावर त्या काळात स्वातंत्र्याची पूर्व लढाई आखली जात होती. सुरुवातीला सामाजिक सुधारणा व्हाव्यात व राजकीय स्वातंत्र्य त्याच्यावर अवलंबून राहू शकेल असे मवाळ गटाचे मत होते; तर जहाल वाद्यांच्या मते, सुरुवातीला राजकीय स्वातंत्र्य मिळवू नंतर सामाजिक समस्या या आपोआप सुटतील, असे म्हणणाऱ्यांमध्ये टिळक व इतर होते. या काळात टिळकांचे निधन झाले. अशा वेळी महात्मा गांधींच्या कार्याचा उदय होतो न होतो तोपर्यंत डॉ. बाबासाहेब आंबेडकरांनी 'डिस्प्रेड क्लास मिशन' या संस्थेच्या माध्यमातून 'माँटेग्यू चेम्सफर्ड' सुधारणांच्या काळात मागासवर्गीयांना विशेष सवलती मिळाव्यात अशी मागणी केली. [२४]

इ.स. १९१८ साली साऊथब्युरो कमिटीच्या वेळी राजर्षी शाहू महाराज यांनी मराठ्यांसाठी आरक्षणाची मागणी केली. शाहू महाराजांच्या दूरदृष्टीची जाणीव बाबासाहेबांना असल्यामुळे त्यांनी या मागणीचे समर्थन केले. मताधिकाराच्या संदर्भात मराठा जातीला विशेष सवलत द्यावी, असे मत डॉ. बाबासाहेब आंबेडकरांनी साऊथब्युरो कमिटीला दिलेल्या लिखित साक्षीमध्ये व्यक्त केले होते. बाबासाहेब म्हणतात, ''जरी मराठ्यांची संख्या ब्राह्मणांपेक्षा जास्त असली तरी मतदार यादीत त्यांच्या मतदारांची संख्या कमी आहे. त्यामुळे या गोष्टीची अगदी शक्यता असते की, वैयक्तिक प्रतिनिधित्व मिळविण्याच्या बाबतीत ते अयशस्वी राहतील. हा मुद्दा लक्षात घेता मराठा समाजासाठी विशेष व्यवस्था करणे योग्य ठरेल आणि या गोष्टीचा स्वीकार केला पाहिजे.'' [२५]

मराठा समाज व इतर मागासवर्गीयांसाठीसुद्धा आरक्षण असावे अशी मागणी त्यांनी आपल्या स्वतंत्र मतपत्रिकेत केली होती. विशेषत: त्यांच्यासाठी स्वतंत्र असे आरक्षित मतदार संघ असावेत, असे बाबासाहेबांचे मत होते. मराठा आणि तत्संबंधित जातींना त्यांच्या शक्तीची जाणीव नाही, दुसऱ्या मतदार संघातील निवडणुकीला उभ्या असलेल्या इतर उमेदवारांच्या संदर्भात मराठा व तत्संबंधी जातींच्या मताधिक्याची तुलना केल्यास ही गोष्ट लक्षात येते. त्या मतदार संघामध्ये मराठा मतदारांची संख्या इतर जातींच्या मतदारांपेक्षा जास्त असूनही इ.स. १९२३ व इ.स. १९२६ सालच्या निवडणुकीत (मुंबई प्रांत असेंब्ली) त्यांच्यासाठी आरक्षण नसते तर आरक्षणाच्या सात जागांपैकी तीन जागांवरसुद्धा ते निवडून आले नसते. 'ज्या जातीचे मतदार संख्येने जास्त त्या जातीचे निवडून येणारे उमेदवार कमी' ही आश्चर्याची बाब आहे. या आश्चर्यकारक गोष्टीमुळे हेच निदर्शनास येते की, बहुजन समाजाला त्यांच्या सुप्त शक्तीची जाणीव नाही. त्यांच्यावर

बाहेरचा दुसरा प्रभाव आहे.[२६]

इ.स. १९२७मध्ये मुंबई विधानमंडळाचे सभासद म्हणून बाबासाहेबांची नेमणूक करण्यात आल्यानंतर तेथील भाषणात ते म्हणतात, ''सर्व जातींना समान पातळीवर आणायचे असेल तर समानतेचे तत्त्व अनुश्रुत करण्याऐवजी, जे मागासलेले आहेत त्यांना जास्त सवलती व पुढारलेले आहेत त्यांना कमी सवलती असे विषमतेचे तत्त्व लागू केले पाहिजे.'' इ.स. १९२८मध्ये सायमन कमिशनला साहाय्य करण्यासाठी ब्रिटिश सरकारने प्रत्येक प्रांतिक असेंब्लीद्वारे एक समिती नेमली होती. मुंबई प्रांत असेंब्लीतील समितीवर बाबासाहेबांची नियुक्ती झाल्यावर सायमन कमिशन सोबत ते मुंबई प्रांतात अनेक ठिकाणी फिरले. सायमन कमिशनचा अहवाल तयार झाल्यावर त्यातील अनेक मतांशी बाबासाहेबांनी असहमती दर्शवली म्हणूनच त्यांनी या अहवालाला पन्नास ते साठ छापील पानांची स्वतंत्र मतपत्रिका जोडली. आपल्या स्वतंत्र मतपत्रिकेत बाबासाहेब म्हणतात की, ''मतदान म्हणजे, मत देऊन केवळ कागदाचा तुकडा मतपेटीत टाकणे नव्हे. हे बहुजन समाजाने लक्षात घ्यावे. मतदान म्हणजे अशी व्यवस्था निर्माण करणे, ज्याद्वारे सहजीवनावर आधारित कल्याणकारी समाजव्यवस्था निर्माण करण्यासाठी सत्तेत प्रत्यक्ष भागीदारी मिळवून देणारी व्यवस्था होय.''[२७] म्हणजेच केवळ श्रीमंतांचे हित बघून संपत्तीवर आधारित मतदानाचा हक्क सूचविणाऱ्या सायमन कमिशनच्या अहवालाला प्रखरपणे विरोध करून, बाबासाहेबांनी दलित-बहुजन समाजातील सर्व गरीब, निर्धन स्त्री-पुरुषांनासुद्धा मतदानाचा हक्क मिळावा, त्याचप्रमाणे पुरुषांबरोबर स्त्रियांनासुद्धा मतदान करता यावे म्हणून त्यांनी सार्वत्रिक प्रौढ मतदानाचा खंबीरपणे पुरस्कार केला.

पुणे येथे सायमन कमिशन समोर दिलेल्या मुलाखतीतसुद्धा बाबासाहेबांनी भिल्ल, माडिया व इतर आदिवासी व मागास जातींना असेंब्लीत प्रतिनिधित्व देण्यास सहमती दर्शविली आणि आदिवासी व इतर मागास जातींना प्रौढ मताधिकार देण्याचेसुद्धा सायमन कमिशनला दिलेल्या आपल्या मुलाखतीत सूचविले. यासोबतच श्रीमंत, इनामदार, सरदार आणि व्यापाऱ्यांसाठी असलेल्या खास निवडपद्धतीला विरोध दर्शविला; कारण सामान्य मतदार संघातून त्यांचे प्रतिनिधी निवडून येऊ शकतात, असा विचार त्यांनी मांडला. दलितांसाठी मुंबई विधान मंडळातील १४० पैकी २२ जागांची मागणी त्यांनी सायमन कमिशनसमोर केली होती.[२८] इ.स. १९३०, १९३१ व १९३२च्या गोलमेज परिषदेत दलितांच्या सामाजिक, आर्थिक व राजकीय विकासासाठी विशेष संधी मागणे हाच एक त्यांचा हेतू होता. आरक्षणातून व्यक्तिविकास व व्यक्तिविकासातून राष्ट्रीय विकास हे त्यांचे ब्रीद होते.

१९४७ साली त्यांनी घटना कशी असावी? याचा एक मसुदा सरकारला सादर

केला तो 'राज्य आणि अल्पसंख्याक' या नावाने आज ओळखला जातो. यातही आरक्षणाची मागणी त्यांनी केलेली होती. घटना निर्मितीच्या काळात मसुदा समितीचे अध्यक्ष म्हणूनही डॉ. बाबासाहेब आंबेडकरांनी अजोड कार्य केलेले आहे. नोकऱ्यातील राखीव जागांचा प्रश्न जेव्हा घटना समितीने विचारासाठी घेतला त्या वेळी डॉ. बाबासाहेब आंबेडकरांनी सुचविलेला प्रस्ताव एकमताने मान्य करण्यात आला. त्याही पुढे जाऊन बाबासाहेब म्हणतात, "जोपर्यंत सामाजिक, आर्थिक व राजकीय क्षेत्रात विषमता असेल तोपर्यंत आरक्षणाचे धोरण राबवावेच लागेल, याचा अर्थ आरक्षण हे भीक, दया, माया नसून तो घटनात्मक अधिकार आहे, हे त्यांनी जगाला पटवून दिले."[२९]

३.६ ब्रिटिश शासन आणि आरक्षणाची तरतूद

ईस्ट इंडिया कंपनीच्या काळापासून भारताच्या प्रशासन व्यवस्थेत सुधारणा घडवून आणण्याचे जाणीवपूर्वक प्रयत्न इंग्रजी राज्यकर्त्यांनी चालविले होते. भारतीयांना राज्यकारभारात सहभागी करून घेण्याच्यादृष्टीने या काळात काही पावले उचलण्यात आली इ.स. १८३३च्या सनदी कायद्यात अशी तरतूद होती की, कोणत्याही भारतीय व्यक्तीला तिचा वंश, धर्म, जात, जन्मस्थळ इत्यादी कारणांवरून सरकारी नोकरीत प्रवेश नाकारला जाणार नाही; याचा अर्थ सरकारी नोकरीमध्ये प्रवेश देताना भारतीयांच्या बाबतीत कसलाही भेदभाव केला जाणार नाही. प्रशासनाच्या संदर्भात लॉर्ड लिंटन यांच्या कारकिर्दीत झालेली आणखी एक सुधारणा म्हणजे, भारतीयांना सनदी नोकऱ्यात संधी देण्यासाठी केलेली उपाययोजना होती. इ.स. १८७०च्या कायद्याने भारतीयांना सरकारी नोकऱ्यांमध्ये राखीव जागा ठेवण्याची तरतूद केलेली होती. परंतु, त्या संबंधीचे नियम गव्हर्नर जनरलच्या कार्यकारी मंडळाने तयार केले नसल्यामुळे त्याची कार्यवाही होऊ शकली नव्हती.[३०]

३.६.१ १८९२चा कौन्सिल कायदा

१८९२च्या कायद्यानुसार मुंबई, मद्रास, कोलकाता येथील नगरपालिकेच्या सदस्यांना आपल्या प्रांतिक समितीत प्रत्येकी एक सदस्य निवडून पाठविण्याचा अधिकार होता; तसेच प्रादेशिक प्रतिनिधी निवडण्याचे कार्य नगरपालिका व डिस्ट्रीक्ट बोर्डकडे कायम ठेवण्यात आले होते. मुसलमानांचे प्रतिनिधित्व करावयास मात्र स्वतंत्र मतदार संघ निर्माण करण्यात आले होते. मुसलमानेतर मतदार संघातून मतदान करण्याचा मुसलमानांचा अधिकार काढून घेण्यात आलेला नव्हता; याशिवाय काही विशेष पात्रता असलेल्या मुसलमानांना आपल्या मतदार संघातून मतदान करता येत असे. संपत्ती, आयकर, विद्यापीठाचे सभासदत्व, पदवी आणि काही विशिष्ट पदप्राप्तीही विशेष पात्रतेच्या या

आधारावर निश्चित करण्यात आले होते. वर्गाचे प्रतिनिधित्व जमीनदार, व्यापारीसंघ, विद्यापीठे व काही प्रांतात याशिवाय बागायतदार, चहा व जूट उत्पादक यांना प्रतिनिधित्व देण्यात आले होते.[३१]

३.६.२ १९०९चा मोर्ले मिंटो कायदा

भारतीय जनतेला राजकीय हक्क प्राप्त व्हावेत तसेच त्यांना राज्यकारभारात सहभागीकरून घेण्यात यावे अशी मागणी इंग्रज सरकारकडे करण्यात आली होती. भारतीय जनतेमधील वाढती जागृती व इंग्रजी सत्तेविषयीचा असंतोष लक्षात घेता इंग्रज सरकारने या मागण्यांवर विचार करण्याचे मान्य करण्यात आले. भारतीयांना कायदे मंडळावर अधिक प्रतिनिधित्व देण्याकरिता एक नवीन कायदा तयार करण्याबाबत इंग्रज सरकार विचार करू लागले परंतु लोकनियुक्त प्रतिनिधींमध्ये अल्पसंख्याक मुस्लिमांना पुरेसे प्रतिनिधित्व मिळणार नाही अशी भीती मुस्लीम नेत्यांना वाटत होती. त्यामुळे मुस्लिमांचे एक शिष्टमंडळ त्यावेळचे व्हॉईसरॉय लॉर्ड मिंटो यांना भेटले. त्यांनी मुस्लिमांना स्वतंत्र मतदार संघ देण्याची मागणी सरकारकडे केली. इ.स. १९०६ची ही मागणी सरकारने लगेच उचलून धरली व लॉर्ड मोर्ले मिंटो यांनी स्वत: पुढाकार घेऊन भारत मंत्री लॉर्ड मोर्ले मिंटो मुस्लिमांना स्वतंत्र मतदार संघ देण्यास तयार नव्हते. परंतु, लॉर्ड मोर्ले मिंटो याबाबत विशेष आग्रही राहीले आणि भारतीय मुस्लिमांचे समाधान करण्यासाठी त्यांची ही मागणी मान्य करणे आवश्यक आहे असे त्याने प्रतिपादन केले. त्यामुळे सन १९०९च्या मोर्ले मिंटो सुधारणा कायद्यान्वये मुस्लिमांना स्वतंत्र मतदार संघ देण्यात आले होते.[३२]

३.६.३ १९१६चा लखनौ करार

भारतात मुस्लीम अल्पसंख्याक असल्याने त्यांचे हितसंबंध धोक्यात आहे, तेव्हा आपल्या हितसंबंधाचे रक्षण करण्यासाठी मुस्लिमांनी कॉंग्रेसच्या धर्तीवर १९०६ साली मुस्लीम लीगची स्थापना केली. मोर्ले मिंटो सुधारणा कायद्यान्वये राजकीयदृष्ट्या आपण स्वतंत्र आहोत अशी भावना स्वतंत्र मतदार संघ मिळाल्याने मुस्लिमांमध्ये निर्माण झाली. इंग्रज सरकार व भारतीय मुस्लीम यांच्यात दुरावा निर्माण होत असताना मुस्लीम लीगमध्ये काही महत्त्वाचे बदल घडून येत होते. इ.स. १९१३मध्ये लीगच्या घटनेत काही महत्त्वपूर्ण सुधारणा करण्यात आल्या. आगाखान यांनी लीगच्या अध्यक्षपदाचा राजीनामा दिला आणि महंमद अली जिना हे नवे अध्यक्ष बनले. लीगच्या नव्या नेतृत्वाने कॉंग्रेसशी सहकार्य करण्याबाबत अनुकूलता दर्शविल्याने कॉंग्रेस व मुस्लीम लीग यांच्यात इ.स. १९१६ साली लखनौ करार घडून आला. लखनौ करार करण्यासाठी बाळ गंगाधर टिळक यांनी महत्त्वपूर्ण भूमिका बजावलेली होती. लखनौ करारात मुस्लिमांना काही

खास सवलती देण्यात आल्या. या कराराने मुस्लिमांच्या स्वतंत्र मतदार संघाला मान्यता देण्यात आली. तसेच मुस्लीम अल्पसंख्याकांना कायदे मंडळावर अधिक प्रतिनिधित्व देण्याचे तत्त्व मान्य केले गेले. हिंदू-मुस्लीम ऐक्य साधण्यासाठी या सवलती देणे आवश्यक होते, असे टिळकांचे मत होते.[३३]

३.६.४ १९१९चा मॉंटेग्यू चेम्सफर्ड सुधारणा कायदा

भारतात जबाबदार राज्यपद्धती निर्माण करून देशातील स्वायत्त शासन संस्थांचा हळूहळू विकास करावयाचा व राज्यकारभाराच्या प्रत्येक शाखेत हिंदी लोकांना अधिकाधिक अधिकार द्यायचे ठरले होते. हिंदुस्थानातील राजकीय परिस्थितीचे प्रत्यक्ष अवलोकन करावे व त्यानंतर हिंदू लोकांना राजकीय हक्क द्यावेत यासाठी मॉंटेग्यू हिंदुस्थानाच्या दौऱ्यावर आले. हिंदुस्थानाचे व्हॉइसरॉय लॉर्ड चेम्सफोर्ड यांच्यासमवेत ते हिंदुस्थानात फिरले. मॉंटेग्यू दौरा संपवून परत गेल्यावर पार्लमेंटने लॉर्ड साऊथब्युरो यांच्या अध्यक्षतेखाली मतदार कमिटी हिंदुस्थानातील प्रमुख भागात फिरून हिंदी लोकांच्या प्रतिनिधींच्या साक्षी नोंदवत होती. साऊथब्युरो कमिटी मुंबई प्रांतात आली तेव्हा अस्पृश्यांच्या राजकीय हक्कांची मागणी कमिटीपुढे मांडण्यासाठी वि.रा.शिंदे यांना निमंत्रित केले होते. वि.रा.शिंदे यांनी साऊथब्युरो कमिटीपुढे पुढील मागण्या केल्या होत्या.

१) कायदेमंडळे, नगरपालिका व लोकलबोर्ड यांत अस्पृश्यांचे प्रतिनिधी असले पाहिजेत.
२) मुंबई कायदेमंडळात अस्पृश्यांसाठी किमान ५ जागा असाव्यात (महाराष्ट्र, गुजरात, कर्नाटक, मुंबई शहर व सिंध प्रांत यांना प्रत्येकी १ जागा.)
३) जे अस्पृश्य सरकार मंजूर प्राथमिक शाळेतून इयत्ता चौथी पास झालेले असतील व ज्यांचे वार्षिक उत्पन्न १४४ रुपये असेल अशांना मतदानाचा हक्क असावा.[३४]

वि.रा.शिंदे यांनी वरील ज्या मागण्या केल्या होत्या त्या डॉ. बाबासाहेब आंबेडकरांना मान्य नव्हत्या; कारण वि.रा.शिंदे यांच्या मागण्या मान्य केल्या तर अस्पृश्य समाज आपल्या राजकीय हक्कांना मुकेल; मतदानासाठी ज्या अटी ठेवल्या आहेत त्या पाहता अस्पृश्यांतील मूठभर लोकही निवडून येऊ शकत नाहीत.

साऊथब्युरो कमिटीकडे डॉ. बाबासाहेब आंबेडकरांनी पुढील मागण्या केल्या होत्या-

१) दलित वर्गीयांना त्यांच्या लोकसंख्येच्या प्रमाणात राखीव जागा द्याव्यात; जर अस्पृश्य लोक एखाद्या मतदार संघात बहुसंख्य असतील तर त्यांना खास संरक्षण देण्याची गरज नाही.
२) दलित वर्गांना स्वतंत्र मतदार संघ द्यावेत.

३) अस्पृश्यांचे प्रतिनिधी त्यांच्या मतांवर निवडून यावेत. अस्पृश्यांचे प्रतिनिधित्व फक्त अस्पृश्यच करू शकतात.

४) कायदेमंडळात अस्पृश्यांना किमान ८ टक्के प्रतिनिधित्व हवे. कायदेमंडळावर एक-दोन प्रतिनिधी असणे किंवा नसणे सारखेच आहे.

५) अस्पृश्यांना मतदानाचा हक्क असला पाहिजे परंतु मताधिकारासाठी संपत्ती व शिक्षण ही अट मान्य नव्हती.

६) वरील मागण्यांव्यतिरिक्त अनेक मागण्या डॉ. बाबासाहेब आंबेडकरांनी केल्या होत्या व या मागण्यांसोबतच एक पूरक निवेदन दिले होते.

अ) सिंधमधून मुंबई प्रांतिक कायदेमंडळावर ४ प्रतिनिधी पाठविले जावेत व त्यांपैकी १ अस्पृश्य उमेदवार मतदार संघातून निवडावा.

ब) राज्यातील मुख्य ६ शहरांना १७ जागा द्याव्यात. त्यांपैकी १० मुंबई व मुंबईच्या १० जागांपैकी १ अस्पृश्यांना देण्यात यावी.

क) उरलेल्या मुंबई प्रांतातून अस्पृश्यांना ७ जागा देण्यात याव्यात.

साऊथब्युरो कमिटीपुढील डॉ. बाबासाहेब आंबेडकरांचे निवेदन तपासले तर त्यांनी अस्पृश्यांच्या हिताचा विचार करताकरता राष्ट्राचे हितही विचारात घेतले हे दिसून येते.[३५]

३.६.५ सायमन कमिशन (१९२०)

१९१९ सालच्या कायद्यामध्येच त्या कायद्याची अंमलबजावणी किती प्रमाणात झाली, याची पाहणी करण्यासाठी सरकारने एक कमिशन नेमावे व ते दर १० वर्षांनी नेमावे अशी तरतूद होती. त्या तरतुदीनुसार १९२७ साली इंग्लंडच्या प्रधानमंत्र्यांनी सर जॉन सायमन यांच्या नेतृत्वाखाली एक रॉयल कमिशन नेमण्याची घोषणा केली; सायमन कमिशनची स्थापना दोन वर्षं अगोदर करण्यात आली होती. या कमिशनने १९३० साली आपला अहवाल सादर केला. या कमिशनच्या तरतुदी खालीलप्रमाणे-

१) प्रांतातील द्विदल शासनपद्धती रद्द करण्यात यावी, राखीव व सोपीव खाती पद्धती बंद करून, सर्व खाती सोपीव करावीत; म्हणजेच लोकप्रतिनिधींच्या ताब्यात द्यावीत.

२) एकूण लोकसंख्येच्या १० ते १५ टक्के लोकांना मतदानाचा अधिकार मिळावा.

३) जातीय मतदार संघ व राखीव मतदार संघ कायदेमंडळात कायम ठेवावेत. त्यानुसार हिंदू ५० टक्के, हरिजन ८ टक्के, मुस्लीम २८ टक्के, शीख-युरोपियन ९ टक्के, इंडियन ख्रिश्चन व अँग्लो इंडियन ३ टक्के, असे प्रतिनिधींचे प्रमाण असावे.

४) महिलांना मतदानाचे अधिकार द्यावेत.

५) याव्यतिरिक्त अनेक तरतुदी सायमन कमिशनच्या अहवालात होत्या.

सायमन कमिशनच्या विरोधात हिंदुस्थानमध्ये मोठ्या प्रमाणात जनक्षोभ उसळल्याने सायमन कमिशनने केलेल्या शिफारशींची अंमलबजावणी करण्यात आली नाही.[३६]

३.६.६ नेहरू अहवाल

सायमन कमिशनमध्ये एकही भारतीय सदस्य नसल्याने काँग्रेस व इतर राजकीय संघटना यांनी या कमिशनवर बहिष्कार टाकला. १९२८ साली मुंबईत एक सर्वपक्षीय परिषद बोलविण्यात आली होती. मोतीलाल नेहरू यांच्या अध्यक्षतेखाली घटना तयार करण्यात आली. यालाच 'नेहरू अहवाल' असे म्हटले जाते.

हिंदुस्थान हे निधर्मी राष्ट्र असेल व ते जातीय समस्या समाधानकारकरीत्या सोडवतील. अल्पसंख्याकांच्या संस्कृतीचे व राजकीय हक्कांचे संरक्षण झाले पाहिजे. अल्पसंख्याकांना राखीव जागा असाव्यात परंतु स्वतंत्र मतदार संघ नसावेत. मुस्लिमांच्या स्वतंत्र मतदारसंघाच्या हक्कावर पाणी सोडण्यास मुस्लीम लीग तयार नव्हती. केंद्रात व प्रांतात तिला पुरेसे प्रतिनिधित्व जातीय पायावर हवे होते. मुस्लीम लीगच्या वतीने बॅ. जिनांनी नेहरू अहवालात काही दुरुस्त्या सुचविल्या - १) सर्व कायदेमंडळात व लोकनियुक्त संस्थानात अल्पसंख्याकांना योग्य व परिणामकारक प्रतिनिधित्व मिळावे. २) केंद्रीय व प्रांतीय कायदेमंडळात मुस्लिमांना १/२ प्रतिनिधित्व मिळावे. ३) स्वतंत्र मतदार संघ हे अस्तित्वात असेलच तथापि कोणत्याही समाजाला स्वतंत्र मतदार संघाचा स्वत:हून त्याग करून, संयुक्त मतदार संघ स्वीकारता येईल.

मोतीलाल नेहरूंनी मुस्लीम लोकांच्या मागण्या मान्य केल्या, तर हिंदूंच्या हितसंबंधाच्या बाबतीत नेहरू कमिटीने इतकी बेपर्वाई केली होती की, अल्पसंख्याक मुस्लीम लोकांना जे हक्क देण्यात आले आहेत, ते देखील हक्क अल्पसंख्याक हिंदूंना देण्यात आले नाहीत म्हणून नेहरू कमिटीच्या योजनेत हिंदूंना धोका आहे, इतकेच नव्हे तर नेहरू कमिटीने केलेली नवीन भाषावार प्रांतरचना ही ऐक्याच्या भावनेवर मुळातच घाव घालणारी आहे व हिंदुस्थानावर अरिष्ट आहे, असे डॉ. बाबासाहेब आंबेडकरांचे स्पष्ट मत होते.[३७] अस्पृश्यांना कायदेमंडळात प्रतिनिधित्व, नागरिकत्वाचे हक्क, लोकसंख्येच्या प्रमाणात अस्पृश्यांसाठी राखीव जागा असाव्यात व अस्पृश्यांना स्वतंत्र मतदार संघ असावा या साऊथब्युरो कमिटीकडे डॉ. बाबासाहेब आंबेडकरांनी केलेल्या मागण्या सरकारने विचारात घेतल्या नाहीत.

३.६.७ गोलमेज परिषदा

३.६.७.१ पहिली गोलमेज परिषद

कायदेभंगाची चळवळ देशभरात चालू असतानाच पहिली गोलमेज परिषद लंडन येथे प्रधानमंत्री रॅम्से मॅक्डोनाल्ड यांच्या अध्यक्षतेखाली नोव्हेंबर १९३० मध्ये भरवण्याचे ठरविले. १२ नोव्हेंबर १९३०ला परिषदेचे उद्घाटन झाले. या परिषदेला एकूण ८९ प्रतिनिधी उपस्थित होते. त्यांपैकी ५७ प्रतिनिधी ब्रिटिश इंडियातून तर २० प्रतिनिधी संस्थानिक भारतातून निवडलेले होते. प्रतिनिधींमध्ये अस्पृश्य, शीख, मुस्लीम, सवर्ण हिंदू, ख्रिश्चन, जमीनदार, मजूर संघ, व्यापारी मंडळे वगैरे सर्व जातींचे, धर्मांचे, पंथांचे, संस्था व संघटनांचे प्रतिनिधी होते. राष्ट्रीय सभेचे (काँग्रेस) कोणतेही प्रतिनिधी या परिषदेला हजर नव्हते. जातीय अल्पसंख्याकांच्या प्रश्नावर मात्र परिषदेत एकमत होऊ शकले नाही. दलितांच्या वतीने डॉ. बाबासाहेब आंबेडकर व रावबहादूर आर. श्रीनिवास यांनी स्वतंत्र मतदार संघाची मागणी पुढे केली. डॉ. मुंजे व बॅ. जयकर यांनी या मागणीला कसून विरोध केला. हिंदू प्रतिनिधींची अल्पसंख्याकांसाठी राखीव जागा नव्हती तर त्यांचा स्वतंत्र मतदार संघाला विरोध होता.[३८]

३.६.७.२ दुसरी गोलमेज परिषद

दुसरी गोलमेज परिषद १९३१ साली भरविण्यात आली. गांधी काँग्रेसचे एकमेव प्रतिनिधी म्हणून गोलमेज परिषदेला हजर होते. हिंदुस्थानची भावी घटना कशी असावी, यावर चर्चा करण्याऐवजी मुसलमान, शीख, ख्रिश्चन, अँग्लो इंडियन यांच्या प्रतिनिधींनी त्यांच्या समाजासाठी स्वतंत्र मतदार संघाची मागणी केली. या सर्व समाजघटकांना गांधीजी हे आपले प्रतिनिधी आहेत, असे वाटत नव्हते. ब्रिटिश सरकारलाही जातीय प्रश्नांवर एकमत होत नाही, हेच हवे होते. डिसेंबर १९३१ला दुसरी गोलमेज परिषद संपुष्टात आली.[३९]

३.६.७.३ तिसरी गोलमेज परिषद

तिसरी गोलमेज परिषद नोव्हेंबर १९३२ साली सुरू झाली, या परिषदेला उपस्थिती कमी होती; तसेच प्रतिनिधींमध्ये गट व फूट होती. अल्पसंख्याकांचा प्रश्न समाधानकारक व शहाणपणाने न सोडविता तो गांधीजींनी विकोपाला नेऊन सोडवला. मुस्लिमांच्या सर्व मागण्या मान्य करण्याची गांधीजींनी या परिषदेला तयारी दाखविली, पण अस्पृश्यांच्या राजकीय हक्कांना त्यांनी कसून विरोध केला. गांधींनी अस्पृश्यांना मुस्लिमांपेक्षा कमी महत्त्व दिले होते. तिसरी गोलमेज परिषद ही पहिल्या दोन परिषदांपेक्षा भिन्न होती. इंग्लंडमधील मजूर पक्षानेही या परिषदेवर बहिष्कार टाकला होता.

दुसऱ्या गोलमेज परिषदेच्या तुलनेत या परिषदेबाबत हिंदी प्रतिनिधींमध्ये उत्साह कमी होता. [४०]

३.६.८ रॅम्से मॅक्डोनाल्ड यांचा जातीय निवाडा (जातीविषयक प्रश्नाचा)

जातीय निवाड्यामध्ये प्रांतिक कायदे मंडळामध्ये प्रत्येक समाजाच्या प्रतिनिधींचा समावेश किती प्रमाणात होईल व संरक्षणाची कोणाकोणाला आवश्यकता आहे? यांचे निवेदन केलेले होते. अल्पसंख्याकांच्या कराराप्रमाणे मुसलमान, शीख, ख्रिश्चन, अँग्लो इंडियन आणि युरोपियन यांना 'स्वतंत्र मतदार संघ' देण्यात आले होते. बहिष्कृत वर्गातील विशेष राखीव मतदार संघाच्या माध्यमातून प्रतिनिधित्व दिले जाणार होते. कायदे मंडळातील स्त्रियांचे प्रतिनिधी निश्चितपणे यावेत या गोष्टीला ब्रिटिश सरकार फार महत्त्व देत असून, स्त्रियांसाठी काही जागा राखून ठेवल्याशिवाय ही गोष्ट शक्य दिसत नाही; त्याचप्रमाणे स्त्रियांचे प्रतिनिधित्व एकाच जातीतून प्रमाणापेक्षा जास्त येता कामा नये, म्हणून स्त्रियांसाठी खास जागा निरनिराळ्या जातींमध्ये विभागण्यात आल्या होत्या. मुंबई प्रांतात एकाहून अधिक सभासद निवडून येणाऱ्या काही मतदार संघातून मराठ्यांकरिता सात जागा राखून ठेवण्यात येतील. मागासलेल्या भागांना द्यावयाच्या जागांचा प्रश्न अद्याप विचारात असल्यामुळे आता अशा विभागासाठी दिलेल्या जागा या तात्पुरत्या समजण्यात याव्यात. जातीविषयक निर्णयानुसार प्रांतिक कायदे मंडळात खालीलप्रमाणे प्रतिनिधित्व देण्यात येईल.

तक्ता क्र.२ : विविध प्रांतातील जागांची वाटणी

	मद्रास प्रांत	मुंबई प्रांत सिंधसह	बंगाल प्रांत	संयुक्त प्रांत	पंजाब प्रांत	बिहार ओरिसा	मध्य प्र वऱ्हा
र्वसाधारण - स्त्री प्रतिनिधी	१२८००६	९२०५	७८०२	१२८००४	४२०१	९६०३	७४०
स्पृश्य	१८	१०	--	१२	--	०७	१०
गासलेले	०१	०१	--	--	--	०८	०१
लमान स्त्री प्रतिनिधी	२००१	६२०१	११७००२	६४०२	८४०२	४१०१	१४--
दीख्रिश्चन - स्त्री प्रतिनिधी	०८०१	०३--	०२--	०२--	०२--	०२--	----
ग्लोइंडियन स्त्री प्रतिनिधी	०२--	०१०१	०३०१	०१--	०१--	०१--	०१--
ोपियन	०३	०४	११	०२	०१	०२	०१
ापारी वगैरे	०६	०८	१९	०३	०१	०४	०२
मीनदार	०६	०३	०५	०६	०५	०५	०३
श्वविद्यालय	०१	०१	०२	०१	०१	०१	०१
जूर	०६	०८	०८	०३	०३	०४	०२
ख स्त्री प्रतिनिधी	----	----	----	----	३१०१	----	----
कूण	२१५	२००	२५०	२२३	१७५	१७५	११२

मजूर वर्गाचे प्रतिनिधी जातिविशिष्ट नसलेल्या मतदार संघातून निवडण्यात येतील. व्यापार, उद्योगधंदे, खाणी व मळे यांना दिलेल्या खास जागांवरील निवडणुका, चेम्बर्स ऑफ कॉमर्स व इतर संस्था यांच्यामार्फत होतील. जमीनदारांना दिलेल्या खास जागांवरील निवडणुका जमीनदारांच्या खास मतदार संघातून होतील. विश्वविद्यालयांच्या जागांच्या निवडणुकीच्या पद्धतीचा अद्याप विचार चालू आहे.

बंगाल प्रांतातील अस्पृश्य प्रतिनिधींची संख्या मागाहून कळविण्यात येईल, याशिवाय ज्या प्रांताला जादा स्वत: उमेदवार संघ देण्यात येणार आहेत, त्यांचीही नावे या जातीविषयक प्रश्नाच्या निर्णयामध्ये दिलेली नाहीत, परंतु त्या प्रांताची नावे लवकरच जाहीर होतील. कायदेमंडळात मिळणाऱ्या जागांविषयी प्रतिनिधींमध्ये गोलमेज परिषदेत एकमत न झाल्याने ब्रिटिश प्रधानमंत्री रॅम्से मॅक्डोनाल्ड यांनी आपला निर्णय १७ ऑगस्ट १९३२ रोजी जाहीर केला. तो 'जातीय निवाडा' या नावाने इतिहासात प्रसिद्ध आहे. या निवाड्यानुसार ज्या प्रांतात मुसलमान अल्पसंख्याक होते तेथे त्यांना प्रतिनिधित्व मिळाले. जेथे हिंदू अल्पसंख्याक होते तेथे हिंदूंना प्रतिनिधित्व मिळाले होते. ख्रिश्चन, अँग्लो इंडियन आणि युरोपियन यांनाही त्यांच्या लोकसंख्येच्या प्रमाणात प्रतिनिधित्व मिळाले. या निवाड्यानुसार अस्पृश्यांना त्यांच्याकरिता विशेष राखीव मतदार संघाच्या माध्यमातून प्रतिनिधित्व दिले जाणार होते; या मतदार संघामध्ये केवळ तेच मतदान करू शकत होते. जातीय निवाड्यामुळे अस्पृश्यांना दोन फायदे मिळाले होते.

१) स्वतंत्र निवडणुकांद्वारे अस्पृश्यांच्या जागांचा निश्चित कोटा, ज्याची पूर्ती अस्पृश्यांद्वारेच केली जाणार होती.
२) दुहेरी मतदानाची व्यवस्था म्हणजे एका मताचा उपयोग स्वतंत्र निवडणूक क्षेत्रासाठी आणि दुसऱ्या मताचा उपयोग सामान्य म्हणजे साधारण निवडणूक क्षेत्रात मतदान करण्यासाठी होती.[४२]

३.६.९ पुणे करार

अस्पृश्यांना राखीव मतदार संघाची मागणी पूर्ण झाल्याने गांधीजी दुखावले. या विरोधात त्यांनी २० सप्टेंबर १९३२ पासून आमरण उपोषण आरंभिले. गांधीजींनी अस्पृश्यांच्या विरोधात आपल्या जिवाची बाजी लावली त्यामुळे बाबासाहेब आंबेडकरांना 'पुणे करार' करावा लागला. २५ सप्टेंबर १९३२ रोजी पुणे करार घडून आला.

तक्ता क्र.३ : पुणे करारानुसार राखीव जागांची तरतूद

अ. क्र.	प्रांत	विधान मंडळात पददलित वर्गांसाठी जागा	विधान मंडळातील हिंदूंच्या जागा
१)	बंगाल	३०	८०
२)	मुंबई सिंधसह	१५	१०८
३)	बिहार व ओरिसा	१८	११४
४)	मद्रास	३०	१५३
५)	पंजाब	०८	४३
६)	मध्य प्रांत व वऱ्हाड	२०	८८
७)	आसाम	०७	५७
८)	संयुक्त प्रांत	२०	१४४
	एकूण	१४८	७८७[४३]

१) प्रांतीय विधान मंडळात पददलित वर्गासाठी सामान्य मतदार संघातील जागातून राखीव जागांची तरतूद खालीलप्रमाणे करण्यात यावी. मद्रास-३०, मुंबई आणि सिंध मिळून-१५, पंजाब-८, बिहार व ओरिसा-१८, सेंट्रल प्रोव्हिंस (मध्यप्रांत व वऱ्हाड)-२०, आसाम-७, बंगाल-३०, संयुक्त प्रांत-२०, एकूण १४८ ही संख्या प्रांतीय कौन्सिलातील मंत्रीमंडळातील एकूण जागांच्या संख्येवर आधारित होती. या प्रकारे पुणे करारानुसार पददलितांना हिंदूंच्या एकंदर ७८७ जागांपैकी १४८ जागा देण्यात येणार होत्या.

२) या जागांची निवडणूक, संयुक्त निवडणूक संघ पद्धतीद्वारे खालील प्रकारे केली जाईल.

ज्यांची मतदार यादीत नोंद झाली आहे ते पददलित वर्गातील सर्व मतदार या मतदार संघात समाविष्ट असतील. प्रत्येक राखीव जागेकरिता पददलित मतदार 'एक मतदार एक मत' या तत्त्वानुसार ४ उमेदवारांच्या समूहाची निवड करतील; याला प्राथमिक निवडणूक म्हणून संबोधिले जाईल. ज्या चार उमेदवारांना अधिक मते मिळतील ते उमेदवार सामान्य मतदारांद्वारा निवडणुकीसाठी उमेदवार म्हणून पात्र ठरतील.

३) केंद्रीय कार्यकारिणीमध्ये दलित वर्गाचे प्रतिनिधित्व वरील कलम दोनच्यानुसार होईल; जे संयुक्त निवडणूक संघ पद्धतीच्या सिद्धान्तावर होईल आणि त्या राखीव जागांची प्राथमिक निवड कलम दोन प्रमाणे होईल.

४) केंद्रीय कार्यकारिणीमध्ये दलित वर्गाच्या राखीव जागांची संख्या १८ टक्के असेल आणि त्यांची निवड वरील प्रकारे होईल.

५) उमेदवारांच्या पॅनेल प्राथमिक निवडीची व्यवस्था केंद्रीय तसेच प्रांतीय कार्यकारिणीसाठी ज्यांचा वर उल्लेख केला आहे, ती पहिल्या दहा वर्षांनंतर समाप्त होईल किंवा दोन्ही पक्षांच्या आपआपसातील संमतीने कलम सहानुसार त्या कालावधीपूर्वी देखील समाप्त केली जाऊ शकते.

६) प्रांतीय व केंद्रीय कार्यकारिणीच्या दलितांच्या जागांचे प्रतिनिधित्व जसे वरील कलम १ आणि ४मध्ये दिले आहे, तोपर्यंत अंमलात असेल, जोपर्यंत दोन्ही संबंधित पक्षांद्वारा आपसात समझोता होऊन त्यास हटविण्याच्या गोष्टींवर निर्णय घेतला जात नाही तोपर्यंत राहील.

७) केंद्रीय आणि प्रांतीय कार्यकारिणीच्या निवडणुकीसाठी दलितांच्या मतदानाचा अधिकार अशा प्रकारे असेल जसा लोथियन कमिटीच्या अहवालात तो उल्लेखित केलेला आहे.

८) दलित वर्गाच्या प्रतिनिधींना स्थानिक निवडणुका आणि सरकारी नोकरीमध्ये अस्पृश्य असल्यामुळे अयोग्य ठरवले जाता कामा नये. दलितांच्या प्रतिनिधित्वास (संस्थेने) पुरे करण्यासाठी सर्व तऱ्हेने प्रयत्न केले जातील आणि सरकारी नोकरीमध्ये ठरवून दिलेली शैक्षणिक योग्यता त्यांच्याकडे असल्यास त्यांची नेमणूक केली जाईल.

९) सर्व प्रांतात शैक्षणिक अनुदान देऊन दलितांच्या मुलाबाळांसाठी शैक्षणिक सोयी पुरवल्या जातील, त्यासाठी योग्य रकमेची तरतूद केली जाईल.[४४]

या समझोत्याच्या अटी गांधीजींनी मानल्या आणि त्या अटी गव्हर्नमेंट ऑफ इंडिया ॲक्टमध्ये सामील करण्यात आल्या; पुणे करार झाल्यावर जातीय निवाड्याच्या तिढ्यावर पूर्ण नव्हे पण काहीअंशी तोडगा काढण्यात यश मिळाले.

३.६.१० १९३५चा अधिनियम

सायमन कमिशन, तीन गोलमेज परिषदा आणि प्रधानमंत्री रॅम्से मॅक्डोनाल्ड यांचा जातीय निवाडा यांच्या पार्श्वभूमीवर १९३५चा अधिनियम अस्तित्वात आला. १९३५च्या कायद्यानुसार केंद्रीय कायदेमंडळ द्विगृही होणार होते. वरिष्ठ सभागृह (Council of State)

घटक राज्यांचे प्रतिनिधित्व करणार होते तर कनिष्ठ सभागृहात देशातील लोकांचे प्रतिनिधी बसणार होते.

३.६.१०.१ वरिष्ठ कायदेमंडळाची रचना

वरिष्ठ कायदेमंडळातील सदस्यांची संख्या २६० असून, त्यांपैकी १५६ सदस्य ब्रिटिश इंडियातून नियुक्त केले जाणार होते. १५६ पैकी ६ सदस्य गव्हर्नर जनरल नियुक्त करणार होता. राहिलेले १५० सदस्य जातीय मतदार संघातून नियुक्त केले जाणार होते व १०४ सदस्य संस्थानातून नियुक्त होणार होते. जागांची प्रांतनिहाय वाटणी खालीलप्रमाणे होती -

तक्ता क्र.४ : वरिष्ठ कायदेमंडळ (प्रांतनिहाय जागांची वाटणी)

प्रांत	जागा	प्रांत	जागा
बंगाल	२०	आसाम	०५
मद्रास	२०	वायव्य सरहद्द	०५
संयुक्त प्रांत	२०	ओरिसा	०५
बिहार	१६	सिंध	०५
पंजाब	१६	दिल्ली	०१
मुंबई	१६	बलुचिस्थान	०१
मध्यप्रदेश व वऱ्हाड	०८	कुर्ग	०१
		आजमीर-मारवाड	०१
		सरकारी नियुक्त	१०
	११६	+	३४ = १५०
		संस्थानातून	= १०४
		गव्हर्नर जनरल नियुक्त	= ००६
		एकूण	= २६०[४५]

अपवाद फक्त सहा सदस्यांचा होता, ज्यांना गव्हर्नर जनरल नामनियुक्त करणार होते. ही नामनियुक्ती अनुसूचित वर्ग, महिला आणि अल्पसंख्याक समुदायांना प्रतिनिधित्व देण्याच्यादृष्टीने होती.

३.६.१०.२ कनिष्ठ कायदेमंडळाची रचना

तक्ता क्र.५ : कनिष्ठ कायदेमंडळ (सभासदांचे मतदार संघ)

ब्रिटिश इंडियातील कनिष्ठ कायदेमंडळातील २५० सभासदांची विभागणी खालीलप्रमाणे होती -

मतदार संघ	जागा
सर्वसाधारण	१०५
मुस्लीम	०८२
युरोपियन	००८
हिंदी ख्रिश्चन	००८
शीख	०१०
अँग्लो इंडियन्स	००४
व्यापार व उद्योग	०११
कामगार	०११
जमीनदार	००७
महिला	००९
एकूण	२५० [४६]

हिंदू, मुस्लीम आणि शीख यांचे प्रतिनिधी प्रत्यक्ष निवडणुकीने घेतले जाणार होते, तर युरोपियन, अँग्लो इंडियन्स व ख्रिश्चन यांचे प्रतिनिधी अप्रत्यक्षरीत्या नियुक्त केले जाणार होते. संस्थांनाचे १०४ प्रतिनिधी घेतले जाणार होते; परंतु, हे प्रतिनिधी लोकांनी निवडलेले नसून संस्थेद्वारे नियुक्त करणार होते. सर्वच संस्थानांना सारख्या प्रमाणात जागा दिल्या गेल्या नसल्यामुळे प्रत्येक संस्थानांना जागा कमी-जास्त प्रमाणात आलेल्या होत्या. दर तीन वर्षांनी वरिष्ठ कायदेमंडळातील एक तृतीयांश सदस्य निवृत्त होणार असल्यामुळे त्यांच्या जागी नवे सदस्य येणार होते.

कनिष्ठ कायदेमंडळात एकूण ३७५ सभासद असून यांपैकी संस्थानिकांकडून १२५ सभासदांची नियुक्ती केली जाणार होती व ब्रिटिश इंडियाकडून २५० सभासद भरले जाणार होते. प्रत्येक संस्थानाला सम-प्रमाणात जागांचे वाटप करण्यात आले नाही, एवढेच नव्हे तर लोकसंख्येच्या प्रमाणातही जागांचे वाटप करण्यात आले नाही, अल्पसंख्याकांना खूश करण्यासाठी ५०% जागा देण्यात आल्या; कारण अल्पसंख्याकांनी सरकारसोबत एकनिष्ठ राहावे. सरकारने प्रत्यक्ष निवडणूक पद्धतीचा अवलंब न करता अप्रत्यक्ष निवडणूक पद्धतीचा स्वीकार करण्यात आला. प्रांतात कनिष्ठ सभागृहातील सदस्यांतर्फे केंद्रीय

व कायदेमंडळातील सभासद निवडले जाण्याची तरतूद करण्यात आली होती.

जातीय निवाड्यानुसार हिंदुस्थानातील जाती-जमातींना प्रांतातील कायदेमंडळावर प्रतिनिधित्व मिळालेले होते. १९१९च्या कायद्याने जेवढ्या सवलती अल्पसंख्याकांना दिल्या होत्या, त्याहीपेक्षा अधिक सवलती १९३५च्या कायद्याने दिल्या होत्या. १७ प्रकारचे मतदार संघ या कायद्याने निर्माण केले होते. मुसलमानांनी मुसलमान उमेदवाराला, शिखांनी शीख उमेदवाराला व ख्रिश्चनांनी ख्रिश्चन उमेदवारालाच मत द्यायचे होते. त्यांना सर्वसाधारण मतदार संघात उभे राहण्याचा अगर मत देण्याचा अधिकार नव्हता. प्रांतीय कायदेमंडळाविषयी महत्त्वाची गोष्ट म्हणजे या १९३५च्या कायद्यान्वये प्रांतीय कायदेमंडळाची निर्मिती प्रत्यक्ष निवडणूक तत्त्वानुसार होणार होती. १९३५च्या कायद्यांतर्गत १९३७ साली पहिली सार्वत्रिक निवडणूक झाली व त्यानंतर १९४५ साली दुसरी निवडणूक झालेली होती. गोलमेज परिषदांतील चर्चांची फलश्रुती १९३५च्या भारत सरकार कायद्याला मान्यता मिळण्यात झाली. इंग्रज राजवटीने सत्तेचा वाटा टप्प्याटप्प्याने देण्याची भूमिका घेतली होती. १८९२, १९०९ व १९३५च्या कायद्यानुसार सत्ता हळूहळू भारतीयांकडे दिली जात होती.

३.६.११ कॅबिनेट मिशन योजना

मार्च १९४६ साली कॅबिनेट शिष्टमंडळ दिल्लीला पोहचले, दोन महिन्यांपर्यंत हे शिष्टमंडळ हिंदुस्थानात राहिले. १६ मे १९४६ रोजी कॅबिनेट शिष्टमंडळाने आपली योजना प्रस्तुत केली. या योजनेत भारताचे विभाजन करण्याविरुद्ध मत प्रगट करण्यात आले आणि भावी शासनाची एक रूपरेषा प्रस्तुत करून संविधान निर्माण करण्याची एक तडजोडीची योजना करण्यात आली. घटना समितीकरिता योजनेनुसार प्रतिनिधित्वाची पद्धती खालीलप्रमाणे होती -

तक्ता क्र.६ : कॅबिनेट मिशन योजनेनुसार प्रतिनिधित्वाची पद्धती

'क' भाग

प्रांत	एकूण सदस्य संख्या	शीख	मुसलमान	इतर
मद्रास	४९	-	४	४५
मुंबई	२१	-	२	१९
उत्तर प्रदेश	५५	-	८	४७
बिहार	३६	-	५	३१
सी.पी.	१७	-	१	१६
ओरिसा	०९	-	०	०९
एकूण	१८७	-	२०	१६७

'ख' भाग

प्रांत	एकूण सदस्य संख्या	शीख	मुसलमान	इतर
पंजाब	२८	४	१६	०८
वायव्य	०३	-	०३	००
प्रांतसिंध	०४	-	०३	०१
एकूण	३५	०४	२२	०९

'ग' भाग

बंगाल	६०	-	३३	२७
आसाम	१०	-	०३	०७
एकूण	७०	-	३६	३४

एकूण ब्रिटिश भारताचे प्रतिनिधी	=	२९२
संस्थानिकांकरिता अधिकाधिक जागा	=	९३
एकूण संख्या	=	३८५ [४७]

प्रत्येक १० लाख जनसंख्येकरिता एक प्रतिनिधी या हिशोबाने प्रांतिक कायदेमंडळ घटनासमितीवर प्रतिनिधी पाठवतील. कायदेमंडळाच्या शीख व मुसलमान सभासदांना जनसंख्येच्या आधारावर आपले प्रतिनिधी स्वतंत्रपणे निवडता येतील. प्रांताचे प्रतिनिधी 'क', 'ख', 'ग' अशा तीन भागात विभक्त करण्यात येतील. हे तिन्ही भाग आपापल्या प्रांतिक संविधानाचे स्वरूप निश्चित करतील नंतर सर्व भागांचे प्रतिनिधी एकत्रित येऊन संपूर्ण संघराज्याचे संविधान निर्माण करतील. प्रांतांना मात्र या भागातून वेगळे होण्याचा अधिकार होता, पण असा निर्णय संबंधित प्रांताच्या विधिमंडळाने नव्या घटनेच्या अंतर्गत झालेल्या सार्वत्रिक निवडणुकीनंतर घेता येणे शक्य होते.

कॅबिनेट शिष्टमंडळाच्या योजनेत विशिष्ट जातींना जास्त प्रमाणात अधिकार देण्याच्या पद्धतीचा अवलंब करण्यात न येता जनसंख्येच्या आधारावर घटना समितीची रचना करण्याचा लोकशाही मार्ग स्वीकारण्यात आला. तसेच जातीय प्रश्नासंबंधी निर्णय करण्याचा अधिकार बहुमतावर सोडवण्यात आला. भारताचे देशी संस्थानांसहित एक संघराज्य बनविण्याची योजना करण्यात आली आणि स्वतंत्र पाकिस्तानची कल्पना मान्य झाली; कायदेमंडळाचे सर्व सदस्य भारतीयच असावेत त्यात ब्रिटिश सरकारला किंवा गैरसरकारी

युरोपियन लोकांना कसलेच प्रतिनिधित्व देण्यात आले नाही.[४८]

राखीव जागांबाबतच्या प्रश्नांचा विचार स्वातंत्र्यपूर्व काळापासूनच अस्तित्वात होता. मोर्ले-मिंटो करार, पुणे करार, १९३५च्या कायद्यामुळे याचा सविस्तर विचारही करण्यात आला होता. मात्र, राज्यघटना तयार करण्याचे काम घटना समितीला सोपविण्याचे निश्चित झाल्याबरोबर भारतीय शेड्यूल्ड कास्ट फेडरेशनच्या कार्यकारी मंडळाने मागासवर्गीयांच्या हक्काबाबतचे निवेदन तयार करण्याचे काम डॉ. बाबासाहेब आंबेडकर यांच्यावर सोपविण्यात आले होते; ते निवेदन पुढे 'स्टेट ॲन्ड मायनॉरिटीझ' या नावाने प्रसिद्ध झाले. या निवेदनात डॉ. बाबासाहेब आंबेडकरांनी आरक्षणाचा सविस्तर आणि अत्यंत तांत्रिक पद्धतीने विचार केला होता. त्याचा प्रभाव राज्यघटनेतील तरतुदींवर पडलेला दिसून येतो.

अनेक मूर्त व अमूर्त प्रयत्नांचा परिपाक म्हणजे १५ ऑगस्ट १९४७ साली देशाला मिळालेले स्वातंत्र्य होय. संविधान सभेचे कामकाज चालू असताना इतर मागासवर्गीयांच्या आरक्षणासंदर्भात डॉ. बाबासाहेब आंबेडकरांनी एक मसुदा तयार केला. या मसुद्यानुसार ३०१व्या अनुच्छेदाने, राष्ट्रपतींना घटना अंमलात आल्यावर दहा वर्षांने, मागासलेले विभाग व जाती यांच्या परिस्थितीवर रिपोर्ट तयार करण्यासाठी एक कमिशन नेमण्याचा अधिकार दिला. केंद्र सरकार आपल्या अधिकारात, प्रांताना त्या विभागातील मागासलेल्या जातीच्या उन्नतीबद्दल योजना तयार करण्यास मार्गदर्शन करील. मूळ अनुच्छेद फक्त प्रांतानाच लागू होणार होते पण डॉ. बाबासाहेब आंबेडकरांच्या सूचनेवरून त्यात संस्थानांचाही समावेश करण्यात आला. यानंतर सभागृहाने अनुच्छेद ३०१ मंजूर केले. या अनुच्छेदाचा आशय असा आहे की, राष्ट्रपतींनी एक कमिशन नेमून भारतामधील सामाजिक व शैक्षणिक बाबतीत मागासलेल्या जातींच्या परिस्थितीचे संशोधन करावे, त्यांच्या अडीअडचणी व त्या दूर करण्याचे उपाय, त्याकरिता द्यावयाची मदत व ती मदत देण्याचे नियम यावरही आपले संशोधन करून कमिशनने ते राष्ट्रपतीला द्यावे. राष्ट्रपतीने या रिपोर्टची एक प्रत व केलेले काम सभागृहासमोर मांडावे या प्रकारे दिनांक १६ जून १९४९ला अनुच्छेद ३०१ संविधानाचे अंग बनले. नंतर संविधानाला अंतिम रूप देत असताना वेळेला ३०१ या अनुच्छेदाला ३४० या अनुच्छेदामध्ये परावर्तीत करण्यात आले.[४९]

२६ नोव्हेंबर १९४९ रोजी संविधान स्वीकृत करण्याची घोषणा करण्यात आली व २६ जानेवारी १९५० रोजी 'भारतीय संविधाना'चा स्वीकार करण्यात आला. राज्याच्या सामाजिक, आर्थिक, राजकीय व सांस्कृतिक विकासासाठी काही निश्चित नियमांची आवश्यकता असते. त्या नियमांच्या सर्वमान्य समुच्चयालाच 'संविधान' असे म्हटले

जाते. भारतीय संविधानाच्या लिखित प्रतिज्ञापत्रातच आम्ही शपथ घेतलेली आहे की, 'सामाजिक, आर्थिक व राजनैतिक न्याय, विचार, अभिव्यक्ती, विश्वास, श्रद्धा व उपासना यांचे स्वातंत्र्य, दर्जाची व संधीची समानता प्रस्थापित करण्यासाठी वचनबद्ध आहोत. याचा अर्थ, संधीची समानता व्यावसायिक गतिशीलता व सामाजिक न्याय, बंधुता इत्यादी बाबींना संविधानाने संरक्षण देण्याची हमी दिलेली आहे. ज्यामुळे समाज परिवर्तन व गतिशीलता या तत्त्वांना पूरक वातावरण मिळेल. विषमतेने बरबटलेल्या समाजात 'संधीची समानता' ही संकल्पना भीषण विषमता ठरू शकते याची जाणीव संविधान निर्मात्यांना होती म्हणून भारतीय संविधानात ३३८, ३३८ क, ३३९ व ३४० या अनुच्छेदाचा समावेश करण्यात आलेला आहे. या अनुच्छेदांतर्गत राष्ट्रपतींना आयोग नेमता येतो.[५०] संविधानातील तरतुदींनुसार राष्ट्रपतींनी खालील विविध आयोग नेमले.

३.७ पहिला मागासवर्गीय आयोग

भारतीय संविधानात ३४० व्या अनुच्छेदाअंतर्गत इतर मागासवर्ग कोण आहेत? त्यांची शैक्षणिक व सामाजिक परिस्थिती काय आहे व ती परिस्थिती सुधारण्यासाठी कोणत्या उपाययोजना कराव्यात? हे निर्धारित करण्यासाठी राष्ट्रपतींच्या आदेशाने आयोग नेमणे अनिवार्य होते त्यामुळे काकासाहेब कालेलकर यांच्या अध्यक्षतेखाली २९ जानेवारी १९५३ साली 'पहिला मागासवर्गीय आयोग' नेमण्यात आला. या आयोगाने १९५५ साली काम पूर्ण करून आपला अहवाल राष्ट्रपतींकडे सादर केला.

या आयोगाने देशातील २३९९ जाती मागास म्हणून ठरविल्या तर ८३७ जाती 'सर्वाधिक मागास' म्हणून घोषित केल्या. या आयोगाने अनेक शिफारशी केल्या मात्र या आयोगाच्या सदस्यांमध्ये एकमत नव्हते व स्वत: आयोगाच्या अध्यक्षांनी सर्व शिफारशींना विरोध केला होता. त्यामुळे २ सप्टेंबर १९५६ साली संसदेत झालेल्या चर्चेत इतर मागासवर्गीयांच्या योग्य वर्गीकरणाची आवश्यकता प्रतिपादन करून या आयोगाचा अहवाल फेटाळण्यात आला.

केंद्र शासनाने या अहवालावर निर्णय न घेता तो तसाच ठेवला आणि घटकराज्यांना पत्रे पाठवून त्यांनी त्यांच्या त्यांच्या राज्यातील मागासलेले वर्ग ठरवावेत असे सांगून मोकळे झाले. आजवर १० राज्य सरकारांनी १५ आयोग व समित्या स्थापन केल्या आहेत. या आयोगांनी 'मागासलेपणाचे' निकष ठरविले. मागासवर्गात कोणकोणत्या जातींचा समावेश करावा? ते ठरविले. त्यांना शिक्षणात आणि नोकऱ्यात किती प्रमाणात राखीव जागा ठेवाव्यात, इतर काय करावे वगैरे सुचविले व राज्यांनी त्याचप्रमाणे निर्णयही घेतले.[५१]

३.८ दुसरा मागासवर्गीय आयोग

दुसरा मागासवर्गीय आयोग २० डिसेंबर १९७८ साली लोहियावादी कार्यकर्ते असलेले बिंदेश्वरी प्रसाद मंडल यांच्या अध्यक्षतेखाली नेमण्यात आला. हा आयोग पुढे 'मंडल आयोग' नावाने प्रसिद्ध झाला. या आयोगाने आपला अहवाल ३१ डिसेंबर १९८० साली राष्ट्रपतींकडे सादर केला.

मंडल आयोगाने देशातील एकूण ३७४३ जातींचा इतर मागासवर्गात समावेश करावा, अशी शिफारस केली होती. मात्र, या वेळेला सत्ता परिवर्तन होऊन जनता पक्षाचे दलाचे सरकार जाऊन काँग्रेसचे सरकार सत्तेवर आले. संसदेत वारंवार मंडल आयोगाच्या मुद्यावरून गोंधळ झाला परंतु काँग्रेस सरकारने संसदेत या अहवालावर चर्चा करण्यास स्पष्ट 'नकार' दिला; नंतर १९८९ला जनता दलाचे सरकार सत्तेवर आले आणि व्ही.पी.सिंग प्रधानमंत्री झाल्यावर त्यांनी १३ ऑगस्ट १९९०ला मंडल आयोग लागू करण्याची घोषणा केली. मंडल आयोगाच्या अनेक शिफारशींपैकी फक्त २७% जागा नोकरीमध्ये राखीव असतील, याच सूचनेची अंमलबजावणी करण्याचा निर्णय घेण्यात आला. सरकारच्या या निर्णयाच्या विरोधात सर्वोच्च न्यायालयात याचिका दाखल करण्यात आली. त्यामुळे सर्वोच्च न्यायालयाने मंडल आयोगाच्या अंमलबजावणीला स्थगिती दिली. या खटल्याचा निकाल १६ नोव्हेंबर १९९२ साली लागला. त्याद्वारे क्रिमिलेअर तत्त्व लागू करण्यात आले आणि शेवटी सप्टेंबर १९९३पासून मंडल आयोग लागू करण्यात आला; या सर्व घटना भारताच्या सामाजिक व राजकीय क्षेत्रात अत्यंत क्रांतिकारक आहेत. [५२]

३.९ स्थानिक स्वराज्य संस्था आणि आरक्षण

भारतीय संविधानानुसार संसदीय लोकशाही व्यवस्था स्वीकारण्यात येऊन समान नागरिक कायद्याच्या आधारे सर्व जीवनमान मूल्ये निर्धारित करण्याची योजना संविधानाने आखली; त्याकरिता अधिकृत स्वरूपाची व्यवस्था स्वीकारण्याच्या आवश्यकतेमधूनच पंचायत राज योजनेचा उदय होण्यास मदत झाली. लोकशाही शासन व्यवस्थेत सत्तेच्या विकेंद्रीकरणाला अतिशय महत्त्व दिले जाते. हे लक्षात घेऊन भारतीय संविधानाच्या अनुच्छेद ४०मध्ये राज्याच्या नीती निर्देशक तत्त्वात असे नमूद केले आहे की, 'राज्य हे ग्रामपंचायतीची सुसूत्र व्यवस्था लावण्यासाठी कार्यप्रवण होईल व त्यांना स्वराज्याचे मूल घटक म्हणून कार्य करण्यास समर्थ करण्यासाठी आवश्यक असतील अशा शक्ती व प्राधिकार बहाल करील.'[५३] पंचायत राज व्यवस्थेला संवैधानिक आधार असल्याशिवाय ती गतिमान होणार नाही म्हणून स्थानिक स्वराज्य अधिक प्रभावी करण्याच्या हेतूने १९९३ साली महत्त्वपूर्ण अशी ७३वी व ७४वी या घटनादुरुस्त्या झाल्या आणि स्थानिक

प्रशासनामध्ये नवे पर्व निर्माण झाले. मार्गदर्शक तत्त्वांमध्ये स्थानिक स्वराज्य संस्थांचा विकास करून तिला देशाच्या शासन व्यवस्थेचे अविभाज्य अंग बनविल्याची शिफारस केली आहे. या घटनादुरुस्तीमुळे ग्रामीण स्थानिक प्रशासन व्यवस्थेस आणि नागरी प्रशासन व्यवस्थेस घटनात्मक दर्जा दिला गेला आहे.

३.९.१ आरक्षणविषयक तरतूद

७३व्या व ७४व्या घटनादुरुस्ती नुसार विविध जातींना स्थानिक स्वराज्य संस्थांमध्ये आरक्षण दिले आहे. अनुच्छेद २४३ (घ) व (न) नुसार अनुसूचित जाती व अनुसूचित जमातींना प्रत्येक पंचायतीमध्ये व प्रत्येक नगरपालिकांमध्ये त्यांच्या लोकसंख्येच्या प्रमाणात जागा राखीव ठेवण्याची तरतूद केलेली आहे; तसेच इतर मागासवर्गीय नागरिकांसाठी कोणत्याही पंचायती व नगरपालिका या संस्थामध्ये जागा राखीव ठेवण्याकरिता किंवा कोणत्याही पातळीवरील सभापतींची पदे राखून ठेवण्यासाठी कायदा करण्याचा अधिकार राज्याच्या विधानमंडळास दिलेला आहे. [५४]

अनुसूचित जाती व अनुसूचित जमाती व इतर मागासवर्ग यांच्यासाठी आरक्षित असलेल्या जागांपैकी एक तृतीयांश जागा त्या त्या प्रवर्गातील महिलांसाठी राखीव असाव्यात तसेच सभापती पदाचे आरक्षण हे महिलांसाठी असलेल्या आरक्षणाव्यतिरिक्त असावे अशी तरतूद या कायद्यात केलेली आहे.

३.१० भारतीय महिला आरक्षणविषयक तरतुदी

ब्रिटिश साम्राज्यवादी राजवटीच्या विरोधात जनतेमध्ये वाढणारा असंतोष थोपविण्यासाठी इंग्रज सरकारने ज्या काही राजकीय क्षेत्रातल्या सुधारणा सुचवल्या होत्या, त्यामध्ये मुस्लीम व दलितांबरोबर स्त्रियांसाठी स्वतंत्र मतदार संघ असावेत किंवा नाही, यावरून बराच मोठा वाद झाला होता. राजकीय क्षेत्रामध्ये महिलांचा सहभाग असावा अशा मागणीचा प्रस्ताव माँटेग्यू चेम्सफर्ड समितीसमोर ठेवण्यात आला होता. त्यावेळेस मद्रास राज्यात स्त्रियांना सर्वप्रथम सीमित मताधिकार प्रदान करण्यात आले होते.

१९३१ साली पहिल्या गोलमेज परिषदेत श्रीमती सुब्बा नारायण आणि बेगम शहानबाज यांनी स्त्रियांसाठी स्वतंत्र धर्मनिरपेक्ष मतदार संघाची मागणी केली, तेव्हा अखिल भारतीय महिला परिषदेने त्याला कडाडून विरोध केला होता. सर्व प्रौढ लोकांना मतदानाचा हक्क मिळावा आणि धर्म जातीप्रमाणे मतदार संघाची विभागणी करू नये; या गांधीजींच्या नेतृत्वाखाली असलेल्या स्वातंत्र्य चळवळीच्या प्रमुख मागण्या होत्या; त्यावेळेस सरोजिनी नायडूंनी तर हे आरक्षण म्हणजे राजकीय दर्जात पूर्ण समानता असणे आवश्यक आहे या आपल्या सार्वत्रिक निर्णयाशी प्रतारणा केल्यासारखे आहे; असे

ठामपणे मांडले होते.[५५] तरीसुद्धा १९३७ सालच्या प्रांतिक मंडळावर निवडून गेलेल्या ५६ स्त्रियांपैकी ४१ स्त्रियांना आरक्षणाचा आधार होता, आणि ५ स्त्रियांची नियुक्ती केली गेली होती; नंतर 'चले जाव'च्या वातावरणात हा मुद्दा मागे पडला आणि स्वातंत्र्याबरोबर १९५० साली स्त्रियांना घटनेद्वारा मतदानाचा समान हक्क मिळाला.

१९५८ साली बलवंतराय मेहता समितीने पंचायत राज व्यवस्थेबद्दल शिफारशी करताना ग्रामपंचायतीवर दोन महिलांची नियुक्ती करण्यात यावी; नंतर १९८८ साली काँग्रेस सरकारने स्त्रियांसाठी राष्ट्रीय दूरगामी योजनेचा मसुदा तयार केला, त्यामध्ये ग्रामीण व शहरी स्थानिक स्वराज्य संस्थांमध्ये ३३% जागांवर स्त्रियांची नेमणूक करण्यात यावी असे सुचवले होते. परंतु, नेमणूक करण्याऐवजी त्यांना निवडून देण्यात यावे अशी देशातल्या महिला संघटनांची त्यावेळेस मागणी होती. कर्नाटक, महाराष्ट्र, केरळ व पश्चिम बंगाल इ. राज्यांनी हेच तत्त्व पंचायत व्यवस्थेला लागू करून ग्रामीण व शहरी स्थानिक स्वराज्य संस्थेमध्ये स्त्रियांसाठी वेगवेगळ्या प्रमाणात जागा आरक्षित ठेवण्यासाठी आपापल्या कायद्यांमध्ये सुधारणा करण्यात आली. पुढे १९९३ साली ७३ वी व ७४वी घटनादुरुस्ती करून ग्रामीण व शहरी सर्वच स्थानिक स्वराज्य संस्थांमध्ये स्त्रियांसाठी एक तृतीयांश जागा आरक्षित ठेवण्याचे सक्तीचे करण्यात आले; तसेच संसदेने केलेल्या २०११ सालच्या घटना दुरुस्तीनुसार त्यात वाढ होऊन ते आता ५० टक्के एवढ्या जागा स्त्रियांसाठी आरक्षित ठेवलेल्या आहेत.[५६]

३.१०.१ भारतातील विधानसभा व लोकसभेमध्ये महिला आरक्षण

एकोणिसाव्या शतकाच्या उत्तरार्धात आणि विसाव्या शतकाच्या पूर्वार्धात जेव्हा महिलांच्या संघटना स्थापन झाल्या तेव्हा भारतामध्ये प्रथमच राजकारणाच्या सार्वजनिक क्षेत्रात महिला सक्रिय होऊ लागल्या. आजच्या घडीला मोठ्या प्रमाणात महिलांचा राजकीय क्षेत्रातील अभावाचा प्रश्न विशेषत: जागतिक पातळीवर बदलणाऱ्या परिस्थितीत केला जात आहे. विधानसभा व लोकसभेमध्ये महिलांना राखीव जागा असल्या पाहिजेत म्हणून महिला चळवळीतील काही गट अत्यंत आक्रमकपणे कार्यरत आहेत आणि या मताला राजकारणात नसलेल्या गटाकडूनसुद्धा पाठिंबा व्यक्त केला जात आहे. आश्चर्याची गोष्ट म्हणजे आपल्या शेजारील राष्ट्र अफगाणिस्तान, बांगलादेश, नेपाळ, पाकिस्तान व चीन यांच्यापेक्षासुद्धा भारतातील महिलांचे विधानसभा व लोकसभेतील प्रतिनिधित्व कमी प्रमाणात आहे. भारत देश जर स्वत:ला लोकशाहीवादी देश म्हणत असेल तर राजकारणात महिलांचे प्रतिनिधित्व इतके कमी प्रमाणात का आहे?

भारताला स्वतंत्र होऊन ६० वर्षांपेक्षा जास्त कालावधी होऊन गेला परंतु महिला आरक्षण विधेयक संसदेत पास होऊ शकले नाही; १९९६ साली लोकसभेत

एच.डी.देवेगौडा सरकारने महिला आरक्षण विधेयक प्रथम चर्चेसाठी ठेवले गेले होते. त्या वेळी महिला आरक्षण विधेयकांच्या प्रती फाडण्यात आल्या होत्या. हे विधेयक संयुक्त संसदीय समितीकडे पाठविले होते. परंतु, काही महिन्यांत अकरावी लोकसभा संपुष्टात आल्यामुळे हे विधेयक थंड बस्त्यात पडले होते. यानंतर महिला आरक्षण विधेयक संसदेमध्ये अनेकदा मांडले गेले परंतु आजपर्यंत हे विधेयक पास होऊ शकले नाही. अखेर, ८ मार्च २०१० साली राज्यसभेत महिला आरक्षण विधेयक प्रस्तुत झाल्याने हे निश्चित झाले की, हे विधेयक जरी मंजूर झाले नाही तरी नामंजूर होणार नाही म्हणजेच हे विधेयक दुसऱ्यांदा प्रस्तुत करण्याची वेळ येणार नाही; यावर कोणतेही सरकार चर्चा करून विधेयक पास करू शकते; कारण राज्यसभेचा कार्यकाल कधीच समाप्त होत नाही.

३.११ जगातील इतर देशातील आरक्षणविषयक तरतुदी

जगामध्ये जातीवरून कुठेही राखीव जागा नाहीत, मग भारतातच कशा द्यावयाच्या, असाही मुद्दा पुढे आला. संपूर्ण जगात जातीव्यवस्था फक्त भारतातच आहे; इतर देशात जातीभेदच नाहीत; त्यामुळे जातीवरून राखीव जागा देण्याचा प्रश्नच उद्‌भवत नाही. मात्र, जगातील अनेक देशांमध्ये वंशभेद आहेत. अमेरिका, इंग्लंड, ऑस्ट्रेलीया, कॅनडा, मलेशिया यांसारखा अनेक देशात काळ्या लोकांना आरक्षण दिलेले आहे. या सवलती त्यांनी आर्थिक निकषांवर दिलेल्या नाहीत. आरक्षणालाच 'ॲफरमेटिव्ह ॲक्शन' किंवा 'कॉम्पेनसेटरी प्रीव्हिलेजेस' अथवा 'प्रोटेक्टिव्ह डिसक्रिमिनेशन' असे म्हणतात. या सवलती त्यांना आर्थिक निकषांवर न देता त्या वंशावर किंवा जाती आधारावर आहेत.[५७] युरोपमध्ये गोऱ्या लोकांनी काळ्या लोकांविरुद्ध वापरलेले वंशवादाचे हत्यार तेथील उच्चवर्णीयांनी मागासवर्गीयांसाठी वापरून त्यांच्यावर शिक्षणबंदी व ज्ञानबंदी लादली. त्याचा परिणाम मागासवर्गीयांच्या प्रज्ञा व प्रतिभा या शक्ती कोंडून ठेवण्यात व विकासाच्या वाटा बंद होण्यात झाला.[५८]

पुरातन काळापासून बहिष्कृत अस्पृश्य समाजाला आणि मागासवर्गीयांना जमीनधारणेच्या हक्कापासून वंचित ठेवण्यात आल्याने त्या समाजाचे जे नुकसान झाले, ते लक्षात घेऊन त्यांना नव्याने खास अधिकार द्यावयाचे असतील किंवा सबल करावयाचे असेल तर ते पर्याय आपल्याला 'भुर्दंड भरणे किंवा नुकसान भरपाई करून देणे' या धोरणांतूनच शोधावे लागतात. या पद्धतीचे धोरण मलेशियातील मलाया-भूमिपुत्रांच्या बाबतीत त्यांना शेतजमिनीची मालकी मिळवून देण्यासाठी मलेशिया सरकारने वापरले, ते आरक्षण पुनर्वसनाचे एक चांगले उदाहरण आहे. जमिनीच्या मालकीच्या बाबतीत

मलाया लोकांच्या परिस्थितीत सुधारणा व्हावी म्हणून सरकारने या जमिनीला 'जमीन धारणेचे खास हक्क बहाल केले,' या हक्कांना 'Malaya Special Rights' म्हणून ओळखले जाते. हा कायदा करून मलाया जमातीसाठी फार मोठा भूप्रदेश आरक्षित करण्यात आला. तसेच अमेरिकेत रेड इंडियन व इतर आदिवासी जमातींचे खूप मोठ्या भूप्रदेशावर पुनर्वसन करण्यात आले.[५९]

जगातील आरक्षण धोरणांच्या राबवणुकीची जर शहानिशा केली तर मानवी विकास निर्देशांकानुसार केलेल्या १६२ देशांच्या अभ्यासात दर्जेदारीबाबत भारताचा ११५ नंबर लागतो. आफ्रिकेतील बोत्सवाना (११४), स्वित्झर्लंड (११३), मोरोक्को (११२), नामिबिया (१११), यांसारखे देशसुद्धा भारतापुढे आहेत आणि श्रीलंका (८१), व्हिएतनाम (१०१), इंडोनेशिया (१०२) यांसारखे आशियाई देश तर आणखीनच पुढे आहेत.[६०] जगातील अन्य कोणत्याही राष्ट्रामध्ये जन्माधिष्ठित जातीच्या आधारे भेदाभेद केला जात नाही, रशियामध्ये लोहार असलेला 'ख्रुश्चेव्ह', चांभार असलेला 'स्टॅलिन', जर्मनीत कारागीर असलेला 'हिटलर' त्यांच्या राष्ट्रामध्ये राष्ट्रप्रमुख होऊ शकले परंतु भारतामध्ये मात्र लोकशाही शासनप्रणाली येईपर्यंत इतिहासात असे कधी घडले नाही.[६१]

जपानमधील 'सामुराई' लोकांनी जन्माने मिळणारा उच्च दर्जा सोडून दिला. त्यामुळे जपानमध्ये एकात्मभावना विकसित झाली आणि त्या देशाची अल्पावधीत प्रगती घडून आली.[६२] अमेरिकेतील कृष्णवर्णीय लोक, जपानमधील ऐनू किंवा बुशखू या मागासलेल्या जाती कालौघात मागे पडल्या. अमेरिकेतील मागासलेपण आणि काळे-गोरे भेदभाव वर्णीय कारणामुळे आहे. हीच गोष्ट ऑस्ट्रेलीया किंवा न्यूझीलंडमध्ये आहे. तेथील मागासवर्ग हा वंशाने आणि भाषेने वेगळा आहे.

जगातील अनेक देशांमध्ये वंश, धर्म, जात, राष्ट्रीयत्व किंवा सामाजिक अनुबंध इत्यादी वेगवेगळ्या विचारांवर आधारलेले असे सामाजिक, राजकीय आणि आर्थिक भेदभाव अस्तित्वात आहेत. हे भेदभाव उच्च-नीचता मानणाऱ्या गुंतागुंतीच्या सामाजिक, आर्थिक व राजकीय व्यवस्थेमध्ये राबवले जातात; म्हणून अनेक देशांनी वेगवेगळ्या प्रकारची उपाययोजना करून देशातील विविध गटातील भेदभावांचे उच्चाटन करण्याचा मार्ग स्वीकारला. भुर्दंड सहन करणे, नुकसान भरपाई देणे, जमीन धारणेचे खास हक्क अशाप्रकारच्या सकारात्मक धोरणांची अंमलबजावणी करणे अशा उपायांवर होता. कायदेशीर तरतुदी, सकारात्मक निर्णायक कृती, भुर्दंड सोसणे, नुकसान भरपाई देणे, ही धोरणे विकसित करण्याचा हेतू केवळ रोजगारांच्या क्षेत्रापुरता मर्यादित नव्हता तर भांडवल, शेतजमीन, शिक्षण, घरबांधणी आणि इतर क्षेत्रांमध्ये परंपरागत उपेक्षित गटांना प्रवेश मिळवून देणे व त्यातील त्यांचा सहभाग वाढवणे इतका व्यापक स्वरूपाचा होता.

आरक्षणाचा इतिहास १५० वर्षांचा असला तरी भविष्यातील पिढीला प्रेरणादायकच ठरणार आहे. आरक्षणाचा प्रश्न हा मानवतेचा प्रश्न आहे म्हणूनच तो अत्यंत निकडीचा आहे. याची हाताळणी योग्य रीतीने सर्व स्तरांवर झाली पाहिजे; असे फुले-शाहू-आंबेडकरांना वाटायचे; जरी त्यांनी आरक्षणाचा पुरस्कार वेगवेगळ्या काळात, वेगवेगळ्या परिस्थितीत व वेगवेगळ्या समाजव्यवस्थेत केलेला असला तरी त्यामागची त्यांची भूमिका एकच होती, ती म्हणजे आरक्षणाच्या माध्यमातून संपूर्ण समाजक्रांती. फुले-शाहू-आंबेडकर या तिन्ही समाज क्रांतिकारकांना राजकीय सुधारणा होण्यापूर्वी सामाजिक, धार्मिक आणि आर्थिक क्रांती होणे आवश्यक वाटले होते.

स्वातंत्र्योत्तर कालखंडात १९५० सालापासून आरक्षणाच्या धोरणाची जरी सुरुवात झाली असली तरी त्याचा प्रत्यक्ष लाभ दुर्लक्षित, शोषित, मागास व स्त्री या घटकांना मिळू शकला नाही कारण शिक्षणाच्या अभावामुळे आरक्षणाचा लाभ घेणारी पिढी अनेक वर्षांनंतर उदयाला आली. आरक्षण धोरणाची खरीखुरी अंमलबजावणी खऱ्या अर्थाने १९७४ सालापासूनच व्हायला लागली आहे; कारण तेव्हापासून बहुजन वर्ग शिक्षित झाला असून, त्यातून आलेल्या जागृतीतून तो आपले हक्क मागत आहे.

४ भारतीय संविधान आणि आरक्षणाच्या तरतुदी

प्रस्तावना

भारतीय संविधानातील आरक्षणाच्या बाबतीत संवैधानिक तरतुदी असलेल्या अनुच्छेदांची माहिती प्रस्तुत प्रकरणाचा मांडणी विषय आहे. 'कायद्यापुढे भारतातील प्रत्येक व्यक्ती समान आहे' अशी हमी घटनेतील अनुच्छेद १४ आम्हाला देते. याशिवाय, घटनाकारांनी याच्या जोडीला अनुच्छेद १६ची निर्मिती केलेली आहे. १६(४) या अनुच्छेदानुसार राज्यातील शासकीय नोकऱ्यांमध्ये सर्वांना समान संधी मान्य करण्यात आली व ३३५ अनुच्छेदानुसार संघराज्य व राज्यातील शासकीय नोकऱ्यांमध्ये पदोन्नतीसाठी आरक्षणाची तरतूद केलेली आहे. अनुच्छेद १५(४) व अनुच्छेद ३४० नुसार शैक्षणिक आणि सामाजिकदृष्ट्या 'मागासलेले वर्ग' कोण आहेत, त्यांच्या प्रगतीसाठी कोणते खास उपाय योजावेत, त्यांची पाहणी करून त्यांच्या अडीअडचणी दूर करण्यासाठी आयोग नेमण्याची जबाबदारी राष्ट्रपतींवर सोपविण्यात आलेली आहे. या आयोगाने केलेल्या शिफारशींची अंमलबजावणी करणे ही जबाबदारी केंद्र सरकारवर असून, त्यानुसार ज्या क्षेत्रात इतर मागासवर्गीयांना पुरेसे प्रतिनिधित्व नाही त्या क्षेत्रात राखीव जागा ठेवण्याची तरतूद करण्यात आलेली आहे. अनुच्छेद ४६नुसार 'दुर्बल घटक' यांचे विशेष काळजीपूर्वक शैक्षणिक व आर्थिक हितसंवर्धन करील आणि सामाजिक अन्याय व सर्वप्रकारचे शोषण यांपासून त्यांचे संरक्षण करील. अनुच्छेद १६४ नुसार राज्यातील एका मंत्र्याकडे इतर मागासवर्गीयांचे कल्याण कार्य किंवा अन्य कोणतेही काम यांचा प्रभार असेल. अनुच्छेद २४३ नुसार शहरी व ग्रामीण स्थानिक स्वराज्य संस्थांमध्ये महिला व मागासवर्गीय लोकांकरिता आरक्षणाची तरतूद केलेली आहे. संविधानातील अनुच्छेदांद्वारे प्रस्थापित जातीव्यवस्थेत परिवर्तन

घडवून आणण्यासाठी व विषमता नष्ट करण्यासाठी आरक्षणांच्या तरतुदी महत्त्वाच्या ठरतात.

४.१ भाग ३ : मूलभूत अधिकार

अनुच्छेद १४

राज्य, कोणत्याही व्यक्तीस भारताच्या राज्यक्षेत्रात कायद्यापुढे समानता अथवा कायद्यांचे समान संरक्षण नाकारणार नाही.[१]

अनुच्छेद (१५)

(१) राज्य, केवळ धर्म, वंश, जात, लिंग, जन्मस्थान या अथवा यांपैकी कोणत्याही कारणावरून कोणत्याही नागरिकाला प्रतिकूल होईल अशा प्रकारे भेदभाव करणार नाही.

(२) केवळ धर्म, वंश, जात, लिंग, जन्मस्थान या अथवा यांपैकी कोणत्याही कारणावरून कोणताही नागरिक-

क) दुकाने, सार्वजनिक उपहारगृहे, हॉटेल आणि सार्वजनिक करमणुकीची स्थाने यात प्रवेश अथवा

ख) पूर्णत: किंवा अंशत: राज्याच्या पैशाने राखलेल्या अथवा सर्वसाधारण जनतेच्या उपयोगाकरिता समर्पित अशा विहिरी, तलाव, स्नानघाट, रस्ते आणि सार्वजनिक राबत्याच्या जागा यांचा वापर, याविषयी कोणतीही नि:समर्थता, दायित्व, निर्बंध किंवा शर्ती यांच्या अधीन असणार नाही.

(३) या अनुच्छेदातील कोणत्याही गोष्टीमुळे, स्त्रिया व बालके यांच्याकरता कोणतीही विशेष तरतूद करण्यास राज्याला प्रतिबंध होणार नाही.

(४) या अनुच्छेदातील किंवा अनुच्छेद २९चा खंड (२) यातील कोणत्याही गोष्टीमुळे नागरिकांपैकी सामाजिक व शैक्षणिकदृष्ट्या मागासलेल्या कोणत्याही वर्गाच्या उन्नतीकरिता अथवा अनुसूचित जाती व अनुसूचित जनजाती यांच्याकरिता कोणतीही विशेष तरतूद करण्यास राज्याला प्रतिबंध होणार नाही.

(५) या अनुच्छेदातील कोणत्याही गोष्टीमुळे किंवा अनुच्छेद १९ खंड (१) उपखंड (छ) यातील कोणत्याही गोष्टीमुळे नागरिकांपैकी सामाजिक व शैक्षणिकदृष्ट्या मागासलेल्या कोणत्याही वर्गाच्या अथवा अनुसूचित जाती व अनुसूचित जमाती यांच्या उन्नतीकरिता, कोणतीही विशेष तरतूद करण्यास कायद्याने, त्यांच्या शैक्षणिक संस्थांमधील प्रवेशांच्या संबंधाने, अनुदानित किंवा विनाअनुदान

खाजगी शैक्षणिक संस्थांमधील प्रवेशांसहित, अनुच्छेद ३० खंड १मध्ये नमूद अल्पसंख्याक समाजाच्या शैक्षणिक संस्था वगळता, कोणतीही विशेष तरतूद करण्यास राज्याला प्रतिबंध होणार नाही.[२]

अनुच्छेद (१६)

(१) राज्याच्या नियंत्रणाखालील कोणत्याही पदावरील सेवायोजन किंवा नियुक्ती यासंबंधीच्या बाबींमध्ये सर्व नागरिकांस समान संधी असेल.

(२) कोणताही नागरिक केवळ धर्म, वंश, जात, लिंग, कूळ, जन्मस्थान, निवास या किंवा यांपैकी कोणत्याही कारणावरून राज्याच्या नियंत्रणाखालील कोणतेही सेवायोजन किंवा पद यांच्याकरिता अपात्र असणार नाही अथवा त्यांच्याबाबतीत त्याला प्रतिकूल असा भेदभाव केला जाणार नाही.

(३) या अनुच्छेदातील कोणत्याही गोष्टीमुळे, एखादे राज्य किंवा संघ राज्यक्षेत्र यांच्या शासनाच्या अथवा त्यांच्यातील कोणत्याही स्थानिक किंवा अन्य प्राधिकरणाच्या नियंत्रणाखालील एखाद्या वर्गांच्या किंवा वर्गाच्या पदावरील सेवायोजन किंवा नियुक्ती यांच्या संबंधात अशा सेवायोजनांच्या किंवा नियुक्तीच्यापूर्वी त्या राज्यातील किंवा संघ राज्यक्षेत्रातील निवासाविषयी एखादी आवश्यकता विहित करणारा कोणताही कायदा करण्यास संसदेला प्रतिबंध होणार नाही.

(४) या अनुच्छेदातील कोणत्याही गोष्टीमुळे, राज्याच्या सेवांमध्ये नागरिकांच्या ज्या कोणत्याही मागासवर्गाला राज्याच्या मते पर्याप्त प्रतिनिधित्व नाही अशा वर्गाकरता नियुक्ती किंवा पदे राखून ठेवण्यासाठी कोणतीही तरतूद करण्यास राज्याला प्रतिबंध होणार नाही.

(४क) या अनुच्छेदातील कोणत्याही गोष्टीमुळे, राज्याच्या नियंत्रणाखालील सेवांमध्ये ज्या अनुसूचित जातींना किंवा अनुसूचित जनजातींना त्या राज्याच्या मते पर्याप्त प्रतिनिधित्व देण्यात आलेले नसेल त्यांना राज्याच्या नियंत्रणाखालील सेवा संबंधातील २ कोणत्याही वर्गामध्ये किंवा वर्गांमध्ये परिणामस्वरूप ज्येष्ठतेसह पदोन्नती देण्यासंबंधात आरक्षण करण्यासाठी राज्याला कोणतीही तरतूद करण्यास प्रतिबंध होणार नाही.

(४ख) या अनुच्छेदातील कोणत्याही गोष्टीमुळे, राज्याला, खंड (४) किंवा (४क) अन्वये आरक्षणासाठी केलेल्या कोणत्याही तरतुदीनुसार भरण्यासाठी म्हणून एखाद्या वर्षात राखून ठेवलेल्या परंतु त्या जागांचा एक स्वतंत्र वर्ग म्हणून विचारात घेण्यास प्रतिबंध होणार नाही आणि अशा वर्गातील रिक्त जागा,

ज्या वर्षामध्ये त्या भरण्यात येतील त्या वर्षातील रिक्त जागांच्या पन्नास टक्के इतकी आरक्षणाची मर्यादा ठरविण्याकरिता, त्या वर्षातील इतर रिक्त जागांबरोबर जमेस धरल्या जाणार नाहीत.

(५) या अनुच्छेदातील कोणत्याही गोष्टीमुळे, एखाद्या धार्मिक किंवा सांप्रदायिक संस्थेच्या कारभाराशी संबंधित असलेल्या पदाचा किंवा तिच्या शासक मंडळाचा कोणताही सदस्य म्हणजे विशिष्ट धर्माची अनुयायी असणारी किंवा एखाद्या विशिष्ट संप्रदायाची व्यक्ती असली पाहिजे, अशी तरतूद करणाऱ्या कोणत्याही कायद्याच्या प्रवर्तनावर परिणाम होणार नाही.[३]

अनुच्छेद (१७)

'अस्पृश्यता' नष्ट करण्यात आली आहे व तिचे कोणत्याही स्वरूपातील आचरण निषिद्ध करण्यात आले आहे. अस्पृश्यतेतून उद्भवणारी कोणतीही नि:समर्थता लादणे, हा कायद्यानुसार शिक्षापात्र अपराध असेल.[४]

अनुच्छेद (२३)

(१) माणसांचा अपव्यापार आणि बिगार व त्यासारख्या अन्य स्वरूपातील वेठ यांना मनाई करण्यात आली आहे आणि उपबंधाचे कोणत्याही प्रकारे व्यतिक्रमण करणे, हा कायद्यानुसार शिक्षापात्र अपराध असेल.

(२) सार्वजनिक प्रयोजनांकरिता सक्तीने सेवा करायला लावण्यास राज्याला या अनुच्छेदातील कोणत्याही गोष्टीमुळे प्रतिबंध होणार नाही व असे सेवाबंधन लादताना केवळ धर्म, वंश, जात वा वर्ग या अथवा यांपैकी कोणत्याही कारणावरून राज्य कोणताही भेदभाव करणार नाही.[५]

अनुच्छेद (२६)

सार्वजनिक सुव्यवस्था, नीतिमत्ता व आरोग्य यांच्या अधीनतेने, प्रत्येक धार्मिक संप्रदायास अथवा त्यांच्यापैकी कोणत्याही गटास

(क) धार्मिक व धर्मादायी प्रयोजनाकरिता संस्थांची स्थापना करून त्या स्वखर्चाने चालवण्याचा;

(ख) धार्मिक बाबीत आपल्या व्यवहारांची व्यवस्था पाहण्याचा;

(ग) जंगम व स्थावर संपत्ती मालकीची असण्याचा व ती संपादन करण्याचा; आणि

(घ) कायद्यानुसार अशा संपत्तीचे प्रशासन करण्याचा अधिकार असेल.[६]

अनुच्छेद (२९)

(१) भारताच्या राज्यक्षेत्रात किंवा त्याच्या कोणत्याही भागात राहणाऱ्या ज्या कोणत्याही नागरिक गटाला आपली स्वत:ची विभिन्न भाषा, लिपी वा संस्कृती असेल त्याला ती जतन करण्याचा अधिकार असेल.

(२) राज्याच्या खर्चाने चाललेल्या किंवा राज्याच्या पैशांतून साहाय्य मिळत असलेल्या कोणत्याही शैक्षणिक संस्थेत कोणत्याही नागरिकास केवळ धर्म, वंश, जात, भाषा या किंवा यांपैकी कोणत्याही कारणावरून प्रवेश नाकारला जाणार नाही.[७]

अनुच्छेद (३०)

(१) धर्म किंवा भाषा या निकषांनुसार अल्पसंख्याक असलेल्या सर्व समाजांना आपल्या पसंतीच्या शैक्षणिक संस्था स्थापण्याचा व त्यांचे प्रशासन करण्याचा अधिकार असेल.

(१क) खंड (१)मध्ये निर्दिष्ट केल्याप्रमाणे एखाद्या अल्पसंख्याक समाजाने स्थापन केलेल्या व प्रशासिलेल्या शैक्षणिक संस्थेच्या कोणत्याही संपत्तीचे सक्तीने संपादन करण्याचा उपबंध करणारा कोणताही कायदा करताना, राज्य हे अशा संपत्तीच्या संपादनाबद्दल अशा कायद्याने निश्चित केलेल्या किंवा त्याखाली ठरवलेल्या रकमेमुळे त्या खंडाखाली हमी दिलेला अधिकार निर्बंधित किंवा निराकृत होणार नाही अशा प्रकारची ती रक्कम असेल, अशी खात्रीलायक तजवीज करील.

(२) शैक्षणिक संस्थांना साहाय्य देताना राज्य, एखादी शैक्षणिक संस्था ही धर्म किंवा भाषा या निकषांनुसार अल्पसंख्याक असलेल्या एखाद्या समाजाच्या व्यवस्थापनाखाली आहे, या कारणावरून तिला प्रतिकूल होईल अशा प्रकारे भेदभाव करणार नाही.[८]

४.२ भाग ४ : राज्य धोरणाची निर्देशक तत्त्वे

अनुच्छेद (४६)

राज्य हे दुर्बल तर जनवर्ग आणि विशेषत: अनुसूचित जाती व जनजाती यांचे विशेष काळजीपूर्वक शैक्षणिक व आर्थिक हितसंवर्धन करील आणि सामाजिक अन्याय व सर्व प्रकारचे शोषण यांपासून त्यांचे संरक्षण करील.[९]

४.३ भाग ६ : राज्ये

अनुच्छेद (१६४)

(१) मुख्यमंत्री राज्यपालकडून नियुक्त केला जाईल आणि इतर मंत्री राज्यपालाकडून मुख्यमंत्र्याच्या सल्ल्यावरून नियुक्त केले जातील आणि राज्यपालांची मर्जी असेपर्यंत मंत्री अधिकारपदे धारण करतील. परंतु, छत्तीसगढ ,झारखंड, मध्यप्रदेश व ओरिसा या राज्यांमध्ये एका मंत्र्याकडे जनजातीच्या कल्याण कार्याचा प्रभार असेल व त्याशिवाय त्याच्याकडे अनुसूचित जातीचे व मागासवर्गाचे कल्याणकार्य किंवा अन्य कोणतेही काम यांचा प्रभार असेल.[१०]

४.४ भाग ९ : पंचायती

अनुच्छेद २४३ (घ)

(१) प्रत्येक पंचायतीमध्ये

(क) अनुसूचित जातींसाठी आणि (ख) अनुसूचित जनजातींसाठी जागा राखून ठेवण्यात येतील आणि अशा प्रकारे राखून ठेवण्यात आलेल्या जागांच्या संख्येचे त्या पंचायतीमध्ये थेट निवडणुकीद्वारे भरावयाच्या जागांच्या एकूण संख्येशी असलेले प्रमाण हे शक्य होईल तेथवर, त्या पंचायत क्षेत्रामधील अनुसूचित जातींच्या किंवा त्या पंचायत क्षेत्रातील अनुसूचित जनजातींच्या लोकसंख्येचे त्या क्षेत्रामधील एकूण लोकसंख्येशी जे प्रमाण असेल तेच असेल आणि पंचायतीमधील विविध मतदार संघांमध्ये आळीपाळीने अशा जागांचे वाटप करण्यात येईल.

(२) खंड (१) खाली राखून ठेवलेल्या जागांच्या एकूण संख्येच्या एक तृतीयांशापेक्षा कमी नसतील एवढ्या जागा अनुसूचित जातींच्या, किंवा प्रकरणपरत्वे, अनुसूचित जनजातींच्या महिलांसाठी राखून ठेवण्यात येतील.

(३) प्रत्येक पंचायतीमध्ये थेट निवडणुकीद्वारे भरावयाच्या जागांच्या एकूण संख्येच्या एक तृतीयांशापेक्षा कमी नसतील एवढ्या जागा अनुसूचित जातींच्या व अनुसूचित जनजातींच्या महिलांसाठी राखून ठेवण्यात येतील आणि पंचायतीमधील विविध मतदार संघांमध्ये आळीपाळीने अशा जागांचे वाटप करण्यात येईल.

(४) ग्राम किंवा अन्य कोणत्याही पातळीवरील पंचायतीमधील सभापतींची पदे, राज्य विधानमंडळ कायद्याद्वारे उपबंधित करील अशा रीतीने अनुसूचित जाती,

अनुसूचित जनजाती आणि महिला यांच्यासाठी राखून ठेवण्यात येतील.

परंतु, कोणत्याही राज्यामधील प्रत्येक पातळीवरील पंचायतीमधील अनुसूचित जाती, अनुसूचित जनजातींसाठी राखून ठेवलेल्या सभापतींच्या पदांच्या संख्येचे प्रत्येक पातळीवरील पंचायतीमधील अशा पदांच्या एकूण संख्येशी असलेले प्रमाण हे, शक्य होईल तेथवर, राज्यांमधील अनुसूचित जातींच्या किंवा राज्यांमधील अनुसूचित जनजातींच्या लोकसंख्येच्या राज्याच्या एकूण लोकसंख्येशी जे प्रमाण असेल त्याच प्रमाणाएवढे असेल.

परंतु, आणखी असे की, प्रत्येक पातळीवरील पंचायतीमधील सभापतींच्या पदांच्या एकूण संख्येच्या एक तृतीयांशापेक्षा कमी नसतील एवढी पदे महिलांसाठी राखून ठेवण्यात येतील; तसेच या खंडाखाली राखून ठेवलेल्या या पदांचे, प्रत्येक पातळीवरील विविध पंचायतींमध्ये आळीपाळीने वाटप करण्यात येईल.

(५) खंड (१) आणि (२) खालील जागांचे आरक्षण आणि खंड (४) खालील सभापतींच्या पदाचे आरक्षण हे (महिलांसाठी असलेल्या आरक्षणाव्यतिरिक्त) अनुच्छेद ३३४मध्ये विनिर्दिष्ट केलेला कालावधी समाप्त झाल्यावर परिणामक असल्याचे बंद होईल.

(६) या भागामधील कोणत्याही गोष्टीमुळे, कोणत्याही राज्याच्या विधानमंडळास, मागासवर्गीय नागरिकांसाठी कोणत्याही पंचायतीमध्ये जागा राखून ठेवण्याकरिता किंवा कोणत्याही पातळीवरील पंचायती मधील सभापतींची पदे राखून ठेवण्याकरिता कोणताही उपबंध करण्यास प्रतिबंध होणार नाही.[११]

४.५ भाग ९ (क) : नगरपालिका

अनुच्छेद (२४३)

(न) (१) प्रत्येक नगरपालिकांमध्ये अनुसूचित जातींसाठी आणि अनुसूचित जनजातींसाठी जागा राखून ठेवण्यात येतील आणि अशा प्रकारे राखून ठेवण्यात आलेल्या जागांच्या संख्येचे त्या नगरपालिकेमध्ये थेट निवडणुकीद्वारे भरावयाच्या जागांच्या एकूण संख्येशी असलेले प्रमाण हे शक्य होईल तोवर, त्या नगरपालिका क्षेत्रामधील अनुसूचित जातींच्या किंवा त्या नगरपालिका क्षेत्रातील अनुसूचित जनजातींच्या लोकसंख्येचे त्या क्षेत्रातील एकूण लोकसंख्येशी जे प्रमाण असेल तेच असेल आणि नगरपालिकेतील विविध मतदार संघांमध्ये आळीपाळीने अशा जागांचे वाटप करण्यात येईल.

(२) खंड (१) खाली राखून ठेवलेल्या जागांच्या एकूण संख्येच्या एक तृतीयांशापेक्षा कमी नसतील एवढ्या जागा अनुसूचित जातींच्या किंवा प्रकरणपरत्वे, अनुसूचित जनजातींच्या महिलांसाठी राखून ठेवण्यात येतील.

(३) प्रत्येक नगरपालिकेमधील थेट निवडणुकीद्वारे भरावयाच्या जागांच्या एकूण संख्येच्या एक तृतीयांशापेक्षा कमी नसतील एवढ्या जागा (अनुसूचित जातींच्या व अनुसूचित जनजातींच्या महिलांसाठी राखून ठेवलेल्या जागा धरून) महिलांसाठी राखून ठेवण्यात येतील आणि नगरपालिकेतील विविध मतदार संघांमध्ये आळीपाळीने अशा जागांचे वाटप करण्यात येईल.

(४) नगरपालिकांमधील सभापतींची पदे राज्य विधान मंडळ कायद्याद्वारे उपबंधित करील अशा रीतीने अनुसूचित जाती, अनुसूचित जनजाती आणि महिला यांच्यासाठी राखून ठेवण्यात येईल.

(५) खंड (१) आणि (२) खालील जागांचे आरक्षण आणि खंड (४) खालील सभापतींच्या पदाचे आरक्षण हे (महिलांसाठी असलेल्या आरक्षणाव्यतिरिक्त) अनुच्छेद ३३४मध्ये विनिर्दिष्ट केलेला कालावधी समाप्त झाल्यावर परिणामक असण्याचे बंद होईल.

(६) या भागातील कोणत्याही गोष्टीमुळे कोणत्याही राज्याच्या विधानमंडळास, मागासवर्गीय नागरिकांसाठी कोणत्याही नगरपालिकेमध्ये जागा राखून ठेवण्यासाठी किंवा सभापतीची पदे राखून ठेवण्यासाठी कोणताही उपबंध करण्यास प्रतिबंध होणार नाही.[१२]

४.६ भाग-१५ : निवडणुका

अनुच्छेद (३२५)

संसदेच्या दोहोंपैकी कोणत्याही सभागृहाच्या अथवा राज्य विधानमंडळाच्या सभागृहाच्या किंवा दोहोंपैकी कोणत्याही सभागृहाच्या निवडणुकीकरिता प्रत्येक क्षेत्रीय मतदार संघासाठी एक सर्वसाधारण मतदार यादी असेल आणि कोणतीही व्यक्ती, केवळ धर्म, वंश, जात, लिंग या किंवा यांपैकी कोणत्याही कारणावरून अशा कोणत्याही मतदार यादीत समाविष्ट होण्यास अपात्र असणार नाही अथवा तिला अशा कोणत्याही मतदार संघासाठी असलेल्या कोणत्याही खास मतदार यादीत समाविष्ट होण्यास अपात्र असणार नाही अथवा तिला अशा कोणत्याही मतदार संघासाठी असलेल्या कोणत्याही खास मतदार यादीत समाविष्ट केले जाण्याची मागणी करता येणार नाही.[१३]

४.७ भाग १६ : विवक्षित वर्गासंबंधी विशेष उपबंध

अनुच्छेद ३३०

(१) लोकसभेत

(क) अनुसूचित जाती

(ख) आसामच्या स्वायत्त जिल्ह्यातील अनुसूचित जनजाती वगळून इतर अनुसूचित जनजाती, आणि

(ग) आसामच्या स्वायत्त जिल्ह्यातील अनुसूचित जनजाती यांच्याकरता जागा राखून ठेवल्या जातील.

(२) ज्याच्या संबंधात खंड (१) खाली अनुसूचित जाती किंवा अनुसूचित जनजाती यांच्याकरता जागा राखून ठेवल्या आहेत असे कोणतेही राज्य किंवा संघ राज्यक्षेत्र यामधील अनुसूचित जातींच्या अथवा यथास्थिती, असे राज्य किंवा संघ राज्यक्षेत्र अथवा अशा राज्याचा किंवा संघ राज्यक्षेत्राचा भाग यामधील अनुसूचित जनजातींच्या लोकसंख्येचे त्या राज्यांच्या किंवा संघ राज्यक्षेत्राच्या एकूण लोकसंख्येशी जितके प्रमाण असेल तितकेच जवळ जवळ, त्या राज्यात किंवा संघ राज्यक्षेत्रात अशा प्रकारे राखून ठेवलेल्या जागांच्या संख्येचे लोकसभेत त्या राज्यास किंवा संघ राज्यक्षेत्रास नेमून दिलेल्या एकूण संख्येशी प्रमाण असेल.

(३) खंड (२) मध्ये काहीही अंतर्भूत असले तरी आसामच्या स्वायत्त जिल्ह्यांमधील अनुसूचित जनजातींसाठी लोकसभेत राखून ठेवलेल्या जागांच्या संख्येचे, त्या राज्याला नेमून दिलेल्या जागांच्या एकूण संख्येशी असावयाचे प्रमाण हे कमीत कमी उक्त स्वायत्त जिल्ह्यांमधील अनुसूचित जनजातींच्या लोकसंख्येचे त्या राज्याच्या एकूण लोकसंख्येशी असलेल्या प्रमाणाइतके असेल.[१४]

अनुच्छेद ३३२

(१) अनुसूचित जाती व आसामच्या स्वायत्त जिल्ह्यांमधील अनुसूचित जनजाती वगळून अनुसूचित जनजाती यांच्याकरिता प्रत्येक राज्याच्या विधानसभेत जागा राखून ठेवल्या जातील.

(२) आसाम राज्याच्या विधानसभेत स्वायत्त जिल्ह्यांसाठी देखील जागा राखून ठेवल्या जातील.

(३) कोणत्याही राज्याच्या विधानसभेत खंड (१) अन्वये अनुसूचित जाती किंवा अनुसूचित जनजाती यांच्यासाठी राखून ठेवण्यात आलेल्या जागांच्या संख्येचे

विधानसभेतील एकूण जागांच्या संख्येशी असणारे प्रमाण हे, जवळजवळ त्या राज्यातील अनुसूचित जातींचे त्या राज्याच्या एकूण लोकसंख्येशी अथवा यथास्थिती, अनुसूचित जनजातींचे त्या राज्यातील किंवा त्याच्या भागातील एकूण लोकसंख्येशी असलेल्या प्रमाणाइतके असेल.

(३क) खंड (३) मध्ये काहीही अंतर्भूत असले तरी, अरुणाचल प्रदेश, मेघालय, मिझोराम व नागालँड या राज्यांच्या विधानसभांतील जागांच्या संख्येचे अनुच्छेद १७०अन्वये इ.स.(२०२६) नंतर पहिल्या जनगणनेच्या आधारे केलेले पुन:समायोजन अंमलात येईपर्यंत अशा कोणत्याही राज्याच्या विधानसभेत अनुसूचित जनजातींसाठी राखीव जागा खालीलप्रमाणे असतील -

(क) संविधान (सत्तावन्नावे विशोधन) अधिनियम, १९८७ अंमलात येण्याच्या दिनांकास अशा राज्याच्या विधानसभेतील यापुढे या खंडात सध्याची विधानसभा म्हणून उल्लेखिलेल्या सर्व जागा अनुसूचित जनजातींच्या सदस्यांनीच धारण केलेल्या असतील तर एक खेरीज करून सर्व जागा.

(ख) अन्य कोणत्याही बाबतीत, जागांच्या एकूण संख्येशी सध्याच्या विधानसभेतील अनुसूचित जनजातींच्या सदस्यांच्या संख्येचे (उक्त दिनांकास असलेल्या) सध्याच्या विधानसभेतील जागांच्या एकूण संख्येशी जे प्रमाण असेल, त्याहून कमी नाही एवढ्या प्रमाणात असतील इतक्या जागा.

(३ख) खंड ३ मध्ये काहीही अंतर्भूत असले तरी, त्रिपुरा राज्याच्या विधानसभेतील जागांच्या संख्येचे इ.स.(२०२६) नंतरच्या पहिल्या जनगणनेच्या आधारे, अनुच्छेद १७०अन्वये पुन: समायोजन करण्यात येईपर्यंत विधानसभेत अनुसूचित जनजातींसाठी राखून ठेवावयाच्या जागांच्या संख्येचे, संविधान (बहात्तरावे विशोधन) अधिनियम, १९९२ अमलात येण्याच्या दिनांकास असलेल्या जागांचे एकूण संख्येशी असावयाचे प्रमाण हे उक्त दिनांकास अस्तित्वात असलेल्या विधानसभेतील अनुसूचित जनजातींच्या सदस्यांच्या संख्येचे त्या विधानसभेतील एकूण जागांच्या संख्येशी जे प्रमाण असेल, त्या प्रमाणापेक्षा कमी नसेल.

(४) आसाम राज्याच्या विधानसभेत एखाद्या स्वायत्त जिल्ह्याकरिता राखून ठेवलेल्या जागांच्या संख्येचे त्या विधानसभेतील जागांच्या एकूण संख्येशी असावयाचे प्रमाण हे कमीत कमी त्या जिल्ह्याच्या लोकसंख्येचे त्या राज्याच्या एकूण लोकसंख्येशी असलेल्या प्रमाणाइतके असेल.

(५) आसामच्या कोणत्याही स्वायत्त जिल्ह्याकरता राखून ठेवलेल्या जागांच्या मतदार

संघात त्या जिल्ह्याबाहेरील कोणतेही क्षेत्र समाविष्ट असणार नाही.

(६) आसाम राज्याच्या कोणत्याही स्वायत्त जिल्ह्यातील अनुसूचित जनजातींचा घटक नसलेली अशी कोणतीही व्यक्ती त्या जिल्ह्यातील कोणत्याही मतदार संघातून होणाऱ्या त्या राज्याच्या विधानसभेच्या निवडणुकीस पात्र असणार नाही.

परंतु, आसाम राज्यातील विधिमंडळाच्या निवडणुकांकरिता अनुसूचित जनजाती आणि बिगर अनुसूचित जनजाती यांचे प्रतिनिधित्व, अधिनियमित 'बोडोलँड टेरिटोरियल एरियाज डिस्ट्रिक्ट'मध्ये समाविष्ट असलेले मतदार संघ आणि 'बोडोलँड टेरिटोरियल एरियाज डिस्ट्रिक्ट' निर्मितीच्या आधी असलेले मतदार संघ यामध्ये कायम ठेवले जातील.[१५]

अनुच्छेद ३३४

या भागाच्या पूर्वगामी उपबंधामध्ये काहीही असेल तरी-

(क) लोकसभेत व राज्याच्या विधानसभांत अनुसूचित जाती आणि अनुसूचित जनजाती यांच्याकरिता जागा राखून ठेवणे आणि

(ख) लोकसभेत राज्यांच्या विधानसभांत आंग्लभारतीय समाजाला नामनिर्देशनाद्वारे प्रतिनिधित्व असणे, याविषयीचे या संविधानाचे उपबंध या संविधानाच्या प्रारंभापासून (सत्तर वर्षांचा) कालावधी संपताच परिणामक असण्याने समाप्त होईल.

परंतु, या अनुच्छेदातील कोणत्याही गोष्टीमुळे लोकसभेतील किंवा राज्याच्या विधानसभेतील कोणत्याही प्रतिनिधित्वावर, त्या वेळी अस्तित्वात असलेल्या लोकसभेचे किंवा प्रकरणपरत्वे, विधानसभेचे विसर्जन होईपर्यंत, परिणाम होणार नाही.[१६]

अनुच्छेद ३३५

संघराज्य किंवा राज्य यांच्या कारभाराच्या संबंधातील सेवांमध्ये व पदांवर नियुक्ती करताना अनुसूचित जाती व अनुसूचित जनजाती यांमधील व्यक्तीचे हक्क प्रशासनाची कार्यक्षमता राखण्याशी सुसंगत असेल अशा रीतीने विचारात घेतले जातील.

परंतु, संघराज्य किंवा राज्य यांच्या कारभाराच्या संबंधातील कोणत्याही वर्गाच्या किंवा वर्गांच्या सेवांमध्ये किंवा पदांवर बढती देण्याच्या बाबतीत आरक्षण करण्याकरिता अनुसूचित जाती व अनुसूचित जनजाती यांमधील व्यक्तींसाठी कोणतीही परीक्षा उत्तीर्ण होण्यासाठी आवश्यक असलेली गुणमर्यादा शिथिल करण्याच्या दृष्टीने किंवा

मूल्यमापनासाठी आवश्यक असलेल्या गुणवत्तेचे प्रमाण कमी करण्याच्या दृष्टीने कोणतीही तरतूद करण्यासाठी या अनुच्छेदातील कोणत्याही गोष्टीमुळे प्रतिबंध होणार नाही.[१७]

अनुच्छेद ३३८

(१) अनुसूचित जाती आणि अनुसूचित जनजाती अनुच्छेद ३३८ क यांच्याकरिता असलेला राष्ट्रीय आयोग, म्हणून ओळखला जाणारा एक आयोग असेल.

(२) संसदेने याबाबतीत केलेल्या कोणत्याही कायद्याच्या उपबंधाच्या अधीनतेने, हे आयोग अध्यक्ष, उपाध्यक्ष आणि इतर तीन सदस्य यांचा मिळून बनलेला असेल आणि असे नियुक्त केलेले अध्यक्ष, उपाध्यक्ष व अन्य सदस्य यांच्या सेवेच्या शर्ती व पदावधी, राष्ट्रपती नियमांद्वारे निश्चित करील त्याप्रमाणे असतील.

(३) आयोगाचे अध्यक्ष, उपाध्यक्ष आणि इतर सदस्य यांची नियुक्ती, राष्ट्रपती स्वाक्षरीत व स्वमुद्रांकित अधिपत्राद्वारे करील.

(४) आयोगाला आपल्या कार्यपद्धतीचे विनियमन करण्याची शक्ती असेल.[१८]

अनुच्छेद ३३९

(१) राष्ट्रपतीला आदेशाद्वारे राज्यांमधील अनुसूचित क्षेत्रांचे प्रशासन व अनुसूचित जनजाती संबंधींचे कल्याणकार्य यांवर अहवाल देण्याकरिता एक आयोग कोणत्याही वेळी नियुक्त करता येईल. मात्र, या संविधानाच्या प्रारंभापासून दहा वर्षे संपताच तो नियुक्त करावा लागेल. त्या आदेशाद्वारे आयोगाची रचना, अधिकार व कार्यपद्धती निश्चित करता येईल आणि त्यात, राष्ट्रपतीस आवश्यक किंवा इष्ट वाटतील अशा आनुषंगिक किंवा साहाय्यभूत तरतुदी अंतर्भूत असू शकतील.

(२) राज्यातील अनुसूचित जातींच्या कल्याणासाठी आवश्यक असलेल्या म्हणून निर्देशात विनिर्दिष्ट केलेल्या योजना तयार करण्याच्या व त्यांची अंमलबजावणी करण्याच्या संबंधात, राज्याला निर्देश देणे हे संघराज्याच्या कार्यकारी अधिकाराच्या कक्षेत येईल.[१९]

अनुच्छेद ३४०

(१) भारताच्या राज्यक्षेत्रातील सामाजिक व शैक्षणिकदृष्ट्या मागासलेल्या वर्गाच्या स्थितीचे व त्यांना ज्या अडचणी सोसाव्या लागतात त्यांचे अन्वेषण करणे आणि अशा अडचणी दूर करण्यासाठी व त्यांची स्थिती सुधारण्यासाठी संघ राज्याने किंवा कोणत्याही राज्याने कोणत्या उपाययोजना कराव्यात त्यासंबंधी

व त्या प्रयोजनाकरिता संघ राज्याने किंवा कोणत्याही राज्याने कोणती अनुदाने द्यावीत व कोणत्या शर्तींच्या अधीनतेने अशी अनुदाने द्यावीत, त्यासंबंधी शिफारशी करणे याकरिता राष्ट्रपतीला त्यास योग्य वाटतील अशा व्यक्ती मिळून बनलेला आयोग आदेशाद्वारे नियुक्त करता येईल आणि असा आयोग नियुक्त करता येईल आणि असा आयोग नियुक्त करणाऱ्या आदेशाद्वारे आयोगाने अनुसरावयाची कार्यपद्धती निश्चित करण्यात येईल.

(२) याप्रमाणे नियुक्त केलेला आयोग त्याच्याकडे निर्देशिलेल्या बाबींचे अन्वेषण करील आणि त्या आढळून येतील अशी वस्तुस्थिती मांडणारा व त्याला उचित वाटतील अशा शिफारशी करणारा अहवाल राष्ट्रपतीस सादर करील.

(३) राष्ट्रपती याप्रमाणे सादर केलेल्या अहवालाची प्रत, त्यावर केलेल्या कारवाईचे स्पष्टीकरण करणाऱ्या निवेदनासहित, संसदेच्या प्रत्येक सभागृहासमोर ठेवण्याची व्यवस्था करील.[२०]

अनुच्छेद ३४१

(१) राष्ट्रपतीला कोणत्याही राज्याच्या किंवा संघराज्यक्षेत्राच्या बाबतीत आणि ते राज्य असेल तर त्यांच्या राज्यपालाचा विचार घेतल्यानंतर जाहीर अधिसूचनेद्वारे त्या राज्यात किंवा प्रकरणपरत्वे, संघराज्यक्षेत्रात या संविधानाच्या प्रयोजनार्थ अनुसूचित जाती म्हणून मानल्या जातील त्या जाती, वंश किंवा जनजाती अथवा जाती, वंश किंवा जनजाती यांचे भाग किंवा गट विनिर्दिष्ट करता येतील.

(२) संसदेला कायद्याद्वारे कोणतीही जात, वंश किंवा जनजाती अथवा कोणतीही जात, वंश किंवा जनजाती यांचा भाग किंवा त्यातील गट खंड (१) खाली काढलेल्या अधिसूचनेत विनिर्दिष्ट केलेल्या अनुसूचित जातींच्या सूचीत समाविष्ट करता येईल किंवा तीमधून वगळता येईल, पण उक्त खंडाखाली काढलेल्या अधिसूचनेत नंतरच्या कोणत्याही अधिसूचनेद्वारे पूर्वोक्तानुसार असेल त्याहून अन्यथा फरक केला जाणार नाही.[२१]

अनुच्छेद ३४२

(१) राष्ट्रपती कोणत्याही राज्याच्या किंवा संघराज्यक्षेत्राच्या बाबतीत आणि ते राज्य असेल तर त्याच्या राज्यपालाचा विचार घेतल्यानंतर जाहीर अधिसूचनेद्वारे, त्या राज्यात किंवा प्रकरणपरत्वे, संघक्षेत्रात या संविधानाच्या प्रयोजनार्थ अनुसूचित जनजाती म्हणून मानल्या जातील; त्या जनजाती किंवा

जनजाती-समाज अथवा जनजाती किंवा जनजाती-समाज यांचे भाग किंवा त्यातील गट विनिर्दिष्ट करता येतील.

(२) संसदेला कायद्याद्वारे कोणतीही जनजाती किंवा जनजाती-समाज अथवा कोणतीही जनजाती किंवा जनजाती-समाज यांचा भाग किंवा त्यातील गट खंड (१) खाली काढलेल्या अधिसूचनेत विनिर्दिष्ट केलेल्या अनुसूचित जनजातींच्या सूचीत समाविष्ट करता येईल किंवा ती मधून वगळता येईल, पण उक्त खंडाखाली काढलेल्या अधिसूचनेत नंतरच्या कोणत्याही अधिसूचनेद्वारे पुर्वोक्तानुसार असेल त्याहून अन्यथा फरक केला जाणार नाही.[२२]

५ कालेलकर आयोग : शिफारशी व अंमलबजावणी

प्रस्तावना

भारतीय समाजाच्या स्वरूपात विषमता मुबलक आहे. या समाजात काही वर्ग ऐतिहासिक कारणांमुळे अत्यंत मागासलेले आहेत. कायद्यापुढे भारतातील प्रत्येक व्यक्ती समान आहे. अशी हमी राज्यघटनेतील कलम १४ नुसार दिली असली तरी ज्या मागासवर्गीयांवर वर्षानुवर्षे सामाजिक, आर्थिक, राजकीय, सांस्कृतिक व शैक्षणिक संधीच्या बाबतीत अन्याय झाला त्यांना दिलासा देण्यासाठी राज्यघटनेत १५ (४), १६ (४), ४६, ३३५, ३३८ (क), ३३९, ३४०, ३४१, ३४२ इत्यादी कलमांचा समावेश करण्यात आलेला आहे. राज्यघटनेच्या ३४० कलमाने सामाजिक व शैक्षणिकदृष्ट्या मागासलेल्या वर्गांच्या उन्नतीकरिता विशेष प्रयत्न व्हावेत, याची व्यवस्था केलेली आहे.

घटनेतील ३४० कलमानुसार गांधीवादी नेते काकासाहेब कालेलकर यांच्या अध्यक्षतेखाली १९५३ साली पहिला मागासवर्गीय आयोग नेमण्यात आला होता. या आयोगाने शिफारशींसह आपला अहवाल १९५५ साली राष्ट्रपतींकडे सादर केला. या आयोगाच्या सदस्यांमध्ये एकमत नव्हते. त्यामुळे स्वत: काकासाहेब कालेलकर यांनी अध्यक्ष म्हणून अहवाल सादर करताना राष्ट्रपतींना पत्र लिहिले आणि या पत्रात जवळ-जवळ सर्वच शिफारशींना स्पष्टपणे विरोध केलेला होता. १९५६ साली संसदेत झालेल्या चर्चेत इतर मागासवर्गीयांच्या योग्य वर्गीकरणाची आवश्यकता प्रतिपादन करून, या आयोगाचा अहवाल फेटाळण्यात आला होता. परिणामी १९६१ साली केंद्र सरकारने गृह मंत्रालयामार्फत सर्व राज्य सरकारांना कळविले की, राज्यांनी आपापल्या राज्यातील मागासलेले वर्ग, सामाजिक व शैक्षणिक मागासलेपणाचे निकष ठरवावेत, त्यांना तशी मुभा दिलेली होती. परंतु, केंद्र सरकारला मात्र असे वाटते की, जातीच्या निकषाऐवजी

आर्थिक निकष ठरविणे अधिक चांगले. यावरून केंद्र सरकारची त्यावेळेसची मागासवर्ग ठरविण्याच्या निकषासंबंधीची भूमिका स्पष्ट होती.

आजपर्यंत दहा राज्य सरकारांनी पंधरा आयोग व समित्या स्थापन केल्या; या आयोगांनी मागासलेपणाचे निकष, मागासवर्गात कोणत्या जातींचा समावेश करावा, ते ठरविले. त्यांना शिक्षणात आणि नोकऱ्यांमध्ये किती जागा राखीव ठेवाव्यात, इत्यादी बाबतीत राज्य सरकारांनी निर्णय घेतले; इतर मागासवर्गीयांच्या कल्याणाची जबाबदारी राज्य सरकारांनी उचलावी असे केंद्र सरकारने सुचविले असले, तरी १३ राज्यांनी व एका केंद्रशासित प्रदेशाने या सूचनेची दखल घेतली नाही. त्यात पश्चिम बंगाल व त्रिपुरा यासारखी पुरोगामी विचारांची राज्ये होती. मंडल आयोग लागू होण्यापूर्वी काही राज्य सरकारांनी इतर मागासवर्गीयांना राखीव जागा ठेवलेल्या होत्या.

५.१ काकासाहेब कालेलकर आयोगाची पार्श्वभूमी

२६ जानेवारी १९५० साली भारताचे संविधान अस्तित्वात आले. भारतीय संविधानाच्या ३४०व्या कलमान्वये इतर मागासवर्गीयांना आरक्षण दिले गेले होते. या कलमानुसार इतर मागासलेल्या वर्गांच्या स्थितीचे व त्यांना ज्या अडीअडचणी सोसाव्या लागतात त्यांचे अन्वेषण करणे आणि अशा अडीअडचणी सोडविण्यासाठी राज्याने कोणकोणत्या उपाययोजना कराव्यात त्यासंबंधी व त्या प्रयोजनाकरिता संघराज्याने अथवा कोणत्याही राज्याने कोणती अनुदाने द्यावीत, त्यासंबंधी शिफारशी करणे, याकरिता आयोग नेमण्याची जबाबदारी राष्ट्रपतींवर सोपविण्यात आली.[१]

(१) भारतीय संविधानात 'मागासवर्गीयांसाठी' खास सवलती देण्याबाबतची तरतूद कलम १६(४) यात नमूद केलेली आहे. परंतु, संविधानात कुठेही 'मागासवर्ग' या शब्दाची व्याख्या दिलेली नाही. संविधानाच्या कलम ३४०अन्वये राष्ट्रपतींना आयोग नेमता येतो. या आयोगाने 'सामाजिक व शैक्षणिकदृष्ट्या मागासवर्ग' कोणते आहेत व त्यांच्या उन्नतीकरिता कोणते खास उपाय योजावेत हे सुचवावे, असे नमूद आहे.

संविधानाच्या संबंधित कलमात 'जात' असा शब्द नसून 'वर्ग' (Class) अशा शब्दाचा उल्लेख केलेला आहे. त्यामुळे 'वर्ग' म्हणजे नेमके काय? आणि 'सामाजिक व मागासलेपणा' म्हणजे काय? या दोन्ही गोष्टी आयोगाला निश्चित कराव्या लागतात व हे वर्ग कोणते आहेत, ते नमूद करावे लागते. या प्रश्नांवर उच्च व सर्वोच्च न्यायालयांनी खूप चर्चा करून त्यांचे अर्थ लावलेले आहेत. घटनासमितीद्वारा निर्मित संविधानात १५ (४) हे कलम नव्हते. सर्वोच्च न्यायालयाच्या एका निर्णयाने मागासवर्गांसाठी केलेल्या खास तरतुदी रद्द ठरल्या तेव्हा १५ (४) हे जादा कलम समाविष्ट करावे लागले. त्यासाठी संविधानात पहिली दुरुस्ती १९५१ साली करण्यात आली. ही दुरुस्ती करताना 'सामाजिक

व शैक्षणिक मागासलेपणा' या शब्दाबरोबर 'आर्थिक मागासलेपणा' असा शब्दप्रयोग करावा, अशी के. टी. शहा यांनी सूचना केली होती; याची संसदेमध्ये खूप चर्चा झाली. त्यावर खुलासा करताना तत्कालीन कायदेमंत्री डॉ. बाबासाहेब आंबेडकर यांनी म्हटले, "आपल्या समाजात जे वर्ग किंवा समूह सामाजिक व शैक्षणिकदृष्ट्या मागासलेले आहेत, तेच वर्ग आर्थिकदृष्ट्याही मागासलेले आहेत." त्यानंतर प्रधानमंत्री पं. नेहरूंसह सर्वांनी के. टी. शहा यांची सूचना फेटाळून लावली व पहिल्या घटना दुरुस्तीने १५(४) हे कलम अस्तित्वात आले. त्यामुळे सामाजिक व शैक्षणिकदृष्ट्या मागासलेल्या वर्गांना विशेष संरक्षण देण्याचा अधिकार शासनास प्राप्त झाला.[२]

१९५२ साली देशात सार्वत्रिक निवडणुका झाल्या व त्यात काँग्रेस पक्षाला बहुमत प्राप्त झाले. पंडित जवाहरलाल नेहरू देशाचे पहिले प्रधानमंत्री झाले; इतर मागासवर्गीयांची मते मिळविण्यासाठी त्यावेळेस सर्वच राजकीय पक्षांनी आपआपल्या जाहीरनाम्यात 'मागासवर्गीय आयोग' नेमण्याचे आश्वासन दिले होते. सत्ताधारी काँग्रेस पक्षानेसुद्धा असे आश्वासन दिले होते. परंतु, प्रधानमंत्री झालेल्या नेहरूंना इतर मागासवर्गीयांसाठी आयोग नेमण्याचा विसर पडला. डॉ. बाबासाहेब आंबेडकरांनी या विषयासंबंधी अनेकदा विचारणा केली. सरकार स्थापन होऊन एक वर्ष झाले तरीसुद्धा नेहरू सरकार मागासवर्गीय आयोग नेमत नाही, असे चित्र स्पष्ट होऊ लागताच डॉ. बाबासाहेब आंबेडकरांनी आपल्या कायदेमंत्री पदाचा राजीनामा दिला. या राजीनाम्याची कारणमीमांसा डॉ.बाबासाहेब आंबेडकरांनी राजीनामा पत्रात पुढीलप्रमाणे नमूद केली आहे -

"I will now refer to another matter that had dissatisfied me with the Government. It relates to the treatment accorded to the BACKWORD CLASSES and SCHEDULD CASTE; I was very sorry that the constitution did not embody anti safeguards for the BACKWARD CLASSES, it was left to be done by the executive Government on the basis of the recommendation of a commission to be appointed by the president more than a year has been elapsed since we passed the constitution, but the Government has not even through of appointing the Commission."[३]

डॉ. बाबासाहेब आंबेडकरांच्या या राजीनाम्यामुळे देशभरात एकच खळबळ उडाली व त्यामुळे नेहरू सरकार शुद्धीवर आले व या सरकारने मागासवर्गीय आयोग नेमण्याची घोषणा केली. राष्ट्रपतींच्या आज्ञेने व घटनेच्या ३४० व्या कलमान्वये २९ जानेवारी १९५३ साली काकासाहेब कालेलकर यांच्या अध्यक्षतेखाली पहिला 'मागासवर्गीय आयोग' नियुक्त करण्यात आला. त्या आयोगामध्ये पुढील सदस्यांचा समावेश होता.

तक्ता क्र.७ . कालेलकर आयोग सभासद

अ. क्र.	सभासदाचे नाव	पदनाम
१)	श्री. काकासाहेब कालेलकर (एम. पी.)	अध्यक्ष
२)	श्री. अरुणनाक्षू डी.	सचिव
३)	श्री. नारायण सादोबा काजोरकर (एम. पी.)	सदस्य
४)	श्री. भिक्का भाई (एम. पी.)	सदस्य
५)	श्री. शिवदयाल सिंग चौरसिया	सदस्य
६)	श्री. राजेश्वर पटेल (एम. पी.)	सदस्य
७)	श्री. अब्दुल कय्याम अन्सारी (एम. एल. ए.) (बिहार)	सदस्य
८)	श्री. टी. मरिआप्पा (एम. एल. ए.) (म्हैसूर)	सदस्य
९)	श्री. लाला जगन्नाथ	सदस्य
१०)	श्री. आत्मासिंग नामधारी (एम. पी.)	सदस्य
११)	श्री. एन. आर. एम. स्वामी (एम. पी.)	सदस्य

दुर्दैवाची गोष्ट अशी की, काकासाहेब कालेलकर आयोगातील एक सदस्य श्री. आत्मासिंग नामधारी यांचा ७ जानेवारी १९५४ साली मृत्यू झाला होता. त्यामुळे त्यांच्याजागी श्री. अनुप सिंग (एम.पी.) यांची नियुक्ती २७ फेब्रुवारी १९५४ रोजी करण्यात आली होती. अन्य पदावर नियुक्ती झाल्याने श्री. लाला जगन्नाथ यांनी आयोगाच्या सदस्य पदाचा राजीनामा दिला होता आणि त्यांच्या जागेवर श्री.पी.जी.शहा यांची नियुक्ती २ ऑगस्ट १९५४ रोजी करण्यात आली होती.[४]

राष्ट्रीय स्तरांवर मागासवर्गीयांचा अभ्यास करण्यासाठी काकासाहेब कालेलकर आयोग सर्वप्रथम नेमण्यात आला होता. काकासाहेब कालेलकर आयोगाने देशातील २३९९ मागास जाती व जमातींची यादी तयार केली होती. त्यांची लोकसंख्या १९५१ सालच्या जनगणनेनुसार ११.५ कोटी एवढी होती; तसेच १९६१ सालच्या जनगणनेनुसार जातीनिहाय इतर मागासवर्गीयांची लोकसंख्या निश्चित करण्याची शिफारस केली होती; यावरून इतर मागासवर्गीय जातीच्या लोकसंख्येत तफावत असलेली दिसून येते. या आयोगाने वेगवेगळ्या प्रश्नांचा अभ्यास करण्यासाठी तसेच त्या संदर्भात राज्य शासनाचे

व सर्वसामान्य जनतेचे मत जाणून घेण्यासाठी १८२ प्रश्नांची एक प्रश्नावली तयार केलेली होती. या आयोगाने देशव्यापी दौराही केला. विभिन्न जातींची माहिती तसेच ९३० मागासवर्गीय समुदायांची लोकसंख्यासंबंधी माहिती मिळविली. एकत्रित झालेल्या माहितीचे संकलन व छाननी करून, सामाजिक तसेच शैक्षणिक दृष्टिकोनातून मागासवर्गीयांची ओळख होण्याच्या दृष्टीने काही निकष मानले. ते निकष पुढीलप्रमाणे होते -

१) हिंदू समाजातील परंपरागत जाती व्यवस्थेतील कनिष्ठ स्तरावरील सामाजिक दर्जा.

२) या कनिष्ठ दर्जाच्या जातीतील बहुसंख्य लोकांमध्ये असलेला शिक्षणाचा अभाव.

३) सरकारी नोकरीमधील अपुरे किंवा नगण्य प्रतिनिधित्व.

४) व्यापार उद्योग क्षेत्रातील प्रतिनिधित्वाचा अभाव.

वरील प्रकारची माहिती संकलित करून काकासाहेब कालेलकर आयोगाने देशभरातील २३९९ इतर मागासवर्गीय जातींची एकच यादी तयार केलेली होती. या यादीची छाननी करून त्यांपैकी ८३७ जातींचा समावेश 'अति मागास वर्ग' या गटामध्ये करण्यात आला होता.[५] या आयोगाने सामाजिक व शैक्षणिकदृष्ट्या मागासलेले वर्ग कोणते आहेत त्यांची पाहणी करून, त्यानुसार यादी तयार करण्याची आवश्यकता होती. परंतु, आयोगाने कोणकोणत्या निकषांच्या आधारावर २३९९ मागासवर्गीयांची यादी तयार केली, याचा उल्लेख अहवालात करण्यात आला नव्हता. केंद्रीय शिक्षण खात्याने शैक्षणिकदृष्ट्या मागासवर्गीयांना अनुदान देण्याची व्यवस्था केली होती व १९४९ साली राज्य शासनाने केलेल्या शिफारशींच्या आधारे मागासवर्गीयांची यादी तयार केलेली होती; त्या आधारावर आयोगाने मागासवर्गीयांची यादी तयार केली होती.

काकासाहेब कालेलकर आयोगाने सामाजिक व शैक्षणिकदृष्ट्या मागासलेपणाचे निकष ठरविले; म्हणजेच मागासलेल्या जातीत सर्वाधिक मागास कोणाला म्हणावे, असे सांगून इतर मागासवर्गात पोटभेद निर्माण केला होता; इतर मागासवर्गांमध्ये समाविष्ट केलेल्या सर्वच जाती सामाजिक, शैक्षणिक व आर्थिकदृष्ट्या एका पातळीवर नाहीत. तुलनात्मकदृष्ट्या काही जाती इतरांपेक्षा पुढारलेल्या किंवा सुस्थितीत आहेत.

मागासवर्गीयांच्या विकासासाठी या आयोगाने संकलित केलेली माहितीची व्यापकता खूप होती. यामध्ये जमीन सुधारणा, ग्रामीण अर्थव्यवस्थेची फेररचना, भूदान आंदोलन, पशूधन विकास, मत्स्यपालन, दुग्ध उत्पादन, मधमाश्यापालन, प्रौढ साक्षरता, ग्रामीण कुटीर उद्योगांचा विकास, ग्रामीण भागातील निवास, आरोग्य, विद्यापीठीय शिक्षण,

मागासवर्गीयांना सरकारी सेवेमधील प्रतिनिधित्व, इत्यादी विचार केला गेला होता.

वरील सर्व बाबींचा विचार करून काकासाहेब कालेलकर आयोगाने आपला अहवाल दि. ३० मे १९५५ साली राष्ट्रपतींना सादर केला. या अहवालात त्यांनी काही उल्लेखनीय शिफारशी केल्या, त्यातील काही महत्त्वाच्या शिफारशी खालीलप्रमाणे आहेत -

१) १९६१च्या जनगणनेनुसार जातीनिहाय मागासवर्गीयांची लोकसंख्या निश्चित करणे.

२) हिंदू समाजामधील पारंपरिक जाती व्यवस्थेतील सामाजिक मागासलेपणा निश्चित करणे.

३) सर्व तांत्रिक व व्यावसायिक शिक्षण संस्थेमध्ये मागासवर्गीयांसाठी ७० टक्के जागा राखीव ठेवण्यात याव्यात.

४) सर्वच स्त्रियांचा मागासवर्गीयांमध्ये समावेश करण्यात यावा.

५) मागासवर्गीयांसाठी सरकारी नोकऱ्यांमध्ये खालीलप्रमाणे राखीव जागा असाव्यात -

- वर्ग १ - २५ टक्के जागा.
- वर्ग २ - ३३ टक्के जागा.
- वर्ग ३ व वर्ग ४ - ४० टक्के जागा.[६]

काकासाहेब कालेलकर आयोगाने इतर मागासवर्गीयांसाठी खूप व्यापक प्रमाणात सुधारणा सुचविल्या होत्या. इतर मागासवर्गीयांना सर्व तांत्रिक व व्यावसायिक, शैक्षणिक संस्थांमध्ये ७० टक्के जागा राखीव ठेवाव्यात. सरकारी व निमसरकारी नोकऱ्यांत प्रथम वर्गात २५ टक्के, द्वितीय वर्गात ३३ टक्के, तृतीय वर्गात आणि चतुर्थ वर्गात ४० टक्के किमान राखीव जागा ठेवाव्यात.

काकासाहेब कालेलकर आयोगाचे वैशिष्ट्य असे की, या आयोगाच्या अहवालाबाबत सर्व सदस्यांमध्ये एकमत नव्हते कारण या आयोगाच्या अहवालाबाबत सदस्यांमध्ये तीन गट पडले होते. या गटामधील पहिला गट 'मागासलेपणा' हे जातीशी जोडले जावे या मताचा होता; तर दुसऱ्या गटातील एस. डी. चौरसिया हे प्रमुख होते व त्यांनी आपल्या ६७ पानी टिपा टिपणीमध्ये 'मागासलेपण हे जातीशीच जोडले जावे' असे मत प्रदर्शित केले होते; तर तिसरा गट टी. मरीआप्पा यांचा होता व त्यांनी 'इतर मागासवर्गीयांच्या यादीमध्ये काही जातींचा समावेश करण्यात यावा,' असे मत नोंदविले होते.[७] या आयोगाच्या अहवालाबाबत सर्वांत महत्त्वाचे म्हणजे या आयोगाचे अध्यक्ष काकासाहेब कालेलकर यांनी व आयोगाच्या सदस्यांनी वेगवेगळ्या मुद्द्यांवर केलेले भिन्न-भिन्न मतप्रदर्शनाचे टिप्पण या अहवालासोबत जोडलेले नव्हते. बहुमताच्या शिफारशीवर

सही केलेली होती. परंतु, अध्यक्ष म्हणून अहवाल सादर करताना काकासाहेब कालेलकर यांनी सोबत ३० पानी पत्र लिहीले आणि पत्रात जवळजवळ सर्वच शिफारशींना स्पष्टपणे विरोध दर्शवला होता. त्यांचे पत्र आणि त्यांनीच सही केलेल्या शिफारशी या दोन्ही गोष्टी एकाचवेळी एकाच व्यक्तीने कशा सादर केल्या याचे कोणालाही त्यावेळेस आश्चर्य वाटले नव्हते.

कालेलकरांनी अहवाल सादर केल्यानंतर त्यांनी स्वत:च छेद देणाऱ्या ३० पानी पत्रात असे मत प्रदर्शित केले होते की, आधीच्या मतांचा मी जेव्हा नव्याने या सर्व शिफारशींचा विचार करू लागलो त्या वेळी माझ्या असे लक्षात आले की, त्यातील सर्वच शिफारशींमुळे विशेष सवलती मागासवर्गीयांना मिळणार असून, उच्चवर्गातील गरीब व पात्र व्यक्ती त्यापासून पूर्णपणे वंचित राहणार आहेत. तसेच देशातील मुस्लीम व ख्रिश्चन लोकांवर त्यांचा अत्यंत वाईट परिणाम होईल. जातीच्या निकषाऐवजी अन्य निकष स्वीकारून हा प्रश्न समाधानकारकपणे सोडविला जाऊ शकेल. सबब हाच की, अहवाल अमलात आणू नये.[८] काकासाहेब कालेलकर आयोगाने हिंदू धर्मातील इतर मागासवर्गीयांची यादी तयार केलेली होती. परंतु, इतर धर्मातील इतर मागासवर्गीय जातींचा आपल्या यादीमध्ये समावेश केलेला नव्हता.

काकासाहेब कालेलकर अहवालात असे नमूद केले होते की, सामाजिक मागासलेपण निश्चित करताना आम्ही 'जात' या घटकास टाळण्याचा खूप प्रयत्न केला; पण भारतीय समाजात जात या घटकाकडे दुर्लक्ष करता येत नाही; तसे करणे म्हणजे जीवनातील वास्तवता नाकारणे होय. आज कोणतीही व्यक्ती कोणत्याही प्रकाराचा व्यवसाय करू शकते.[९] काकासाहेब कालेलकर आयोगाने शैक्षणिक व सामाजिक मागासलेपण निश्चित करताना असे लक्षात आले की, भारतीय समाजात 'जात' या घटकाकडे दुर्लक्ष करता येत नाही; तसे करणे म्हणजे जीवनातील वास्तव नाकारणे होय. आयोगाच्या अध्यक्षांनी व तीन सदस्यांनी 'जात' हा मागासलेपणाचा निकष असू नये; आर्थिक निकष असावा, असे सुचविले होते व जातीच्या आधारावर राखीव जागा ठेवण्यास विरोध केला होता.

काकासाहेब कालेलकर आयोगाने इतर मागासवर्गीयांची यादी केंद्रीय शिक्षण खात्याने व राज्यशासनाने केलेल्या शिफारशीच्या आधारे केलेली होती. शिक्षण खात्याने ही यादी सादर करताना फार आकलन शक्तीचा वापर केलेला नव्हता. या यादीत फक्त शैक्षणिक मागासवर्गीयांचा समावेश होता. काकासाहेब कालेलकर आयोगाने एकत्रितरीत्या साक्षरतेच्या आधारे शिक्षण खात्याच्या यादीत सुधारणा केली होती. तथापि, वस्तुस्थिती अशी होती, आयोगाने व्यापक स्वरूपात अन्य शैक्षणिक मागासवर्गीयांची यादी स्वीकारलेली होती व ही यादी स्वीकारताना कोणत्याही प्रकारचे निरीक्षण न करता,

कोणत्याही प्रकारचा निकष न लावता स्वीकारलेली होती, असे दिसून येते. 'शिक्षणात जे मागासलेले आहेत त्यांच्या मागासलेपणास ते स्वत:च जबाबदार आहेत; त्यांचा त्रास इतरांना देणे योग्य नाही. शिक्षणासाठी त्यांचे त्यांनीच प्रयत्न करावेत, समाजाला त्रास नको, त्यांना नोकऱ्यांत राखीव जागा देऊ नयेत. वरच्या वर्गाच्या नोकऱ्यांत त्यांनी वरिष्ठांच्या चांगुलपणावर विसंबून राहावे.' अशी विधाने या आयोगाचे सदस्य असलेल्या नेत्यांनी त्यांच्या पत्रात केलेली होती.[१०] कालेलकर आयोगाने सामाजिक व शैक्षणिकदृष्ट्या मागासलेल्या वर्गाचे वर्गीकरण करण्याचे निश्चित मापदंड सुचविले नाहीत व वस्तुनिष्ठ निकष निश्चित करण्यासाठी पुरेसा अभ्यास केला नव्हता. काकासाहेब कालेलकर आयोगाने सर्व जाती-धर्मातील स्त्रियांना मागासवर्गीय समजण्यात यावे व त्यांना आरक्षण देण्याची शिफारस केलेली होती.

५.२ तत्कालीन केंद्र सरकार आणि काकासाहेब कालेलकर आयोग

कालेलकर आयोगाच्या अहवालाची तपासणी केल्यानंतर तत्कालीन सरकारने, भारतीय संविधानातील कलम ३४० (३) नुसार ३ सप्टेंबर १९५६ साली संसदेत माहीतीसाठी प्रस्ताव ठेवला. या प्रस्तावावरील चर्चेचा विषय असा होता की, सामाजिक व शैक्षणिक मागासलेपण असणाऱ्या वर्गांची ओळख होण्याकरिता, जे निकष शोधण्याच्या अपेक्षेने काकासाहेब कालेलकर आयोग नेमला होता. त्या अपेक्षा सदर आयोगाने पूर्ण केलेल्या नाहीत; तर तो पूर्णपणे अपयशी ठरलेला आहे; कारण आयोगाच्या सदस्यांमध्येच एकवाक्यता नव्हती व स्वत: आयोगाचे अध्यक्षांनी सर्वच शिफारशींना स्पष्टपणे विरोध केला होता. यानंतर मागासलेल्या वर्गांची ओळख होण्यासाठी जाती व्यतिरिक्त अन्य गोष्टीही कारणीभूत आहेत. त्या शोधण्याकरिता पुन्हा पडताळणी होणे आवश्यक आहे. या कारणावरून तत्कालीन सरकारने ७ मार्च १९५९ साली राज्यांच्या प्रतिनिधींच्या बैठकीमध्ये विचार-विनिमय केला गेला. गृह मंत्रालयाने आयोजित केलेल्या राज्य सरकारांच्या अधिकाऱ्यांच्या बैठकीमध्ये या आयोगाचा पुन्हा विचार-विनिमय झाला. त्या बैठकीतही एकमत होऊ शकले नाही. काकासाहेब कालेलकर आयोगाने सादर केलेल्या अहवालाचा अभ्यास केल्यानंतर सरकारने १९५६ साली संसदेच्या दोन्ही सभागृह सदस्यांच्या प्रतिक्रिया जाणून घेण्यासाठी सादर केला. संसदेत झालेल्या चर्चेत इतर मागासवर्गीयांच्या योग्य वर्गीकरणाची आवश्यकता आहे, असे प्रतिपादन करून या आयोगाचा अहवाल फेटाळण्यात आला.

या आयोगाच्या अहवालावर एकमत होत नसल्याने शेवटी असा निर्णय घेण्यात आला की, मागासवर्गीयांची देशपातळीवर कोणतीही यादी बनविण्यात येऊ नये;

याचबरोबर अनुसूचित जाती, अनुसूचित जमातीं व्यतिरिक्त मागासवर्गीयांसाठी केंद्रीय सेवांमध्ये कोणतेही आरक्षण ठेवता येणार नाही. परिणामी १४ ऑगस्ट १९६१ साली गृह मंत्रालयाने, सर्व राज्य सरकारांना कळविले की, केंद्र सरकारला 'मागासवर्गीयांचा गट' निश्चित करण्याचा अधिकार असल्याने, मागासवर्गीयांची यादी तयार करण्याकरिता संविधानातील कलम ३३८ (३) नुसार आयोगाने जरी काही समूहांची गणना केली; तरी संविधानातील कलम १५ व १६ नुसार राज्य सरकारांना देखील अशी यादी अथवा सूची करण्याची मुभा दिलेली आहे; असे असल्याने त्या सूचीवर राज्य सरकार कायम राहू शकते कारण केंद्र सरकारने बनविलेली मागासवर्गीयांची यादी ही अखिल भारतीय पातळीवर व्यावहारिक होत नाही; तसेच भारत सरकारचा विचार आहे की, राज्य सरकारांनी मागासवर्गीयांची व्याख्या किंवा यादी करण्याचा अधिकार आहे. केंद्र सरकारने असे म्हणून या आयोगाच्या शिफारशी लागू करण्यापासून आपले अंग काढून घेतले. त्यानंतर १० राज्य सरकारांनी १५ आयोग किंवा समित्या स्थापन केल्या. या आयोगांनी 'मागासलेपणा'चे निकष ठरविले. मागासवर्गात कोणत्या जातींचा समावेश करावा, त्यांना शिक्षणात आणि नोकऱ्यांमध्ये किती जागा राखीव ठेवाव्यात, या संबंधित राज्यांनी निर्णयही घेतले.[११]

५.३ भारतातील विविध घटक राज्यांनी स्थापन केलेले आयोग व समित्या

कालेलकर आयोगाच्या शिफारशीवरून केंद्रसरकारने राज्यांना पत्र पाठवून असे कळविले की, आपापल्याच राज्यातील मागासवर्ग ठरवावेत त्यानुसार आंध्र प्रदेश, बिहार, गुजरात, कर्नाटक, केरळ, जम्मू-काश्मीर, महाराष्ट्र वगैरे राज्यात मागास जाती आयोगाची स्थापना करण्यात आली होती. त्यांच्या मंडळामध्ये मागासवर्गीयांचे प्रतिनिधी जवळ जवळ नसल्यासारखेच होते. त्यामुळे न्यायधीशांनी सतत या प्रक्रियेमध्ये अडचणी निर्माण करण्याचा प्रयत्न केला. 'काकासाहेब कालेलकर मागासवर्गीय आयोग' या आयोगाने तयार केलेली मागासवर्गीयांची यादी, तत्कालीन केंद्र सरकारातील मागासवर्गीयांबद्दल असलेली उदासीनता, अशा सर्व कारणाने या आयोगाने केलेल्या शिफारशी एकंदरीत गुंडाळून टाकण्यासाठी केंद्र सरकारने याबाबतची असणारी आपली जबाबदारी राज्य सरकारवर टाकली. त्यामुळे विविध राज्यांनी आपल्या कार्यक्षेत्रात असणाऱ्या मागासवर्गीयांची यादी तयार करण्याकरिता आयोग व समित्या नेमल्या. त्या त्या राज्यांचे आयोग व समित्या खालीलप्रमाणे आहेत.

५.३.१ आंध्र प्रदेश

आंध्र प्रदेश सरकारने अनुसूचित जातींची निश्चिती न करता १९६३ साली १३९ जातींना इतर मागासवर्गीय म्हणून घोषित केले. त्यांच्यासाठी शासकीय नोकऱ्यांमध्ये व शैक्षणिक संस्थांमध्ये २५ टक्के आरक्षण देण्याचे आदेश दिले. त्यावेळेस अनुसूचित जातींची निश्चिती न केल्यामुळे या आदेशाच्या विरोधात आंध्र प्रदेश उच्च न्यायालयात दावा दाखल करण्यात आला होता. त्यानंतर राज्य सरकारने विविध समित्या नेमून १९६४ साली मागासवर्गीय जातींची यादी घोषित केली. या समित्यांनी मागासवर्गीय जातींचे निकष लावले होते. ते निकष खालीलप्रमाणे होते -

१) निवासाचे ठिकाण.

२) शैक्षणिक मागासलेपणा.

३) दारिद्र्य.

४) राहणीमानातील मागासलेपणा.

५) व्यवसायातील अनिश्चितता.

६) जाती व्यवस्थेतील कनिष्ठतेचा दर्जा.

वरील निकषांनुसार उपसमितीने १९६६ साली ११२ जाती इतर मागास जाती म्हणून घोषित केल्या त्यांच्यासाठी २० टक्के आरक्षण देण्याची केलेली शिफारस ही राज्य सरकारने स्वीकारलेली होती.[१२]

५.३.१.१ मनोहर प्रसाद आयोग

१९६६ साली आंध्र प्रदेश सरकारने ११२ जातींचा इतर मागासवर्गांच्या यादीत समावेश केला व त्यांच्यासाठी सरकारी नोकऱ्यात तसेच शैक्षणिक संस्थांमध्ये २० टक्के आरक्षण ठेवण्याचा आदेश जारी केला. या आदेशाला आव्हान देणाऱ्या अनेक याचिका उच्च न्यायालयात दाखल करण्यात आल्या. उच्च न्यायालयाने सरकारचा आदेश रद्द ठरविला, इतकेच नव्हे तर सर्वोच्च न्यायालयाने देखील उच्च न्यायालयाचा निर्णय उचलून धरला; न्यायालयाच्या निर्णयास अनुसरून एप्रिल १९६८ साली मागासवर्गीयांच्या अभ्यासासाठी राज्य सरकारने 'मनोहर प्रसाद' यांच्या अध्यक्षतेखाली या आयोगाची स्थापना केली. या आयोगाने १९७० साली आपला अहवाल सादर केला. आयोगाने आरक्षणाच्या बाबतीत खालीलप्रमाणे शिफारस केलेली होती.

तक्ता क्र. ८ : मनोहर प्रसाद आयोगाने आरक्षणासाठी शिफारस केलेल्या इतर मागासवर्गीय जाती

अ. क्र.	मागास वर्ग	व्यावसायिक शिक्षणात व सरकारी नोकऱ्यांमध्ये आरक्षण	
		आयोगाद्वारे केलेली शिफारस	राज्य सरकारद्वारे स्वीकृत
१)	आदिवासी जमाती, विमुक्त जाती	७%	७%
२)	व्यावसायिक समूह	१३%	१०%
३)	हरिजन	१%	१%
४)	इतर वर्ग	९%	७%
	एकूण	३०%	२५%[१३]

या आयोगाच्या अहवालानुसार ९२ जाती 'इतर मागास जातींमध्ये' अंतर्भूत झाल्या होत्या. त्यांच्याकरिता ३० टक्के शासकीय सेवा आणि शैक्षणिक संस्थांमधील पदाकरिता आरक्षणाची शिफारस केली होती. राज्य सरकारच्या आयोगाने केलेल्या या शिफारशींचा स्वीकार करून सर्वच पदांसाठी २५% आरक्षण लागू करण्यात आले.

५.३.१.२ विरप्पा कमिटी (समिती)

आंध्र प्रदेशाच्या सरकारने १९७५ साली 'अगिराम विरप्पा' यांच्या अध्यक्षतेखाली इतर मागासवर्गीयांच्या कल्याणासाठी एक समिती नेमली होती. या समितीने आपला अहवाल १९७७ साली राज्य सरकारकडे सादर केला. सदर समितीने आपल्या अहवालामध्ये इतर मागासवर्गीयांच्या कल्याणार्थ २५ टक्के आरक्षणाची शिफारस केली. त्याच बरोबर इतर शिफारशीही केल्या होत्या; त्यातील काही शिफारशी खालीलप्रमाणे आहेत -

- इयत्ता ६ वी ऐवजी इतर मागासवर्गीय विद्यार्थ्यांना इयत्ता पहिली पासून शिष्यवृत्ती देण्याची व्यवस्था करावी.
- विद्यार्थ्यांच्या शिष्यवृत्तीच्या रकमेत वाढ करण्यात यावी.
- इतर मागासवर्गीयांच्या विद्यार्थ्यांना विभिन्न संस्थांत प्रवेशामध्ये ५ टक्के सूट देण्यात यावी.[१४]

५.३.१.३ मुरलीधरराव आयोग

आंध्र प्रदेश सरकारने फेब्रुवारी १९८२ साली 'मुरलीधरराव' यांच्या अध्यक्षतेखाली तिसरा मागासवर्गीय आयोग नेमला. या आयोगाने आपला अहवाल सप्टेंबर १९८२ साली सरकारकडे सादर केला. या आयोगाने इतर मागासवर्गीयांना ४४ टक्के आरक्षण देण्याची शिफारस केली. त्याचबरोबर १० उपजातींची गणनाही इतर मागासवर्गीयांमध्ये केली. त्यावेळेस काँग्रेस पक्षाच्या सरकारने या आयोगाने केलेल्या शिफारशींची अंमलबजावणी केली नाही. परंतु, १९८६ साली 'तेलगु देशम' सरकारने या अहवालाची अंमलबजावणी केली. आरक्षण केवळ रु. १२०००/- वार्षिक उत्पन्नापेक्षा कमी असणाऱ्या कुटुंबासाठी आरक्षणाचे तत्त्व लागू केले.[१५]

५.३.२ बिहार

बिहार सरकारने १९५१ साली १०९ जातींचा इतर मागासवर्गात समावेश करून एक यादी तयार केली. १४ ऑगस्ट १९६१ साली केंद्रीय गृह खात्याने राज्य शासनास काकासाहेब कालेलकर आयोगाच्या शिफारशी स्वीकारण्याच्या सूचना दिल्या होत्या; मात्र, राज्य शासनाने त्या शिफारशी फेटाळून लावल्या व १९५१ साली मागासवर्गाची राज्य शासनाने जी यादी तयार केली होती त्याच्याच आधारे आपला कारभार चालू ठेवला. बालाजी खटल्यात १९६४ साली पाटणा उच्च न्यायालयाने मागासवर्गीयांसाठी जातीचा निकष लावल्याबद्दल सरकारने केलेली १०९ जातींची यादी अवैध ठरविली.[१६]

५.३.२.१ मुंगेरीलाल आयोग

बिहार राज्य शासनाने जून १९७१ साली मागासवर्गाचा अभ्यास करण्यासाठी मुंगेरीलाल यांच्या अध्यक्षतेखाली या आयोगाची स्थापना केली. मुंगेरीलाल आयोगाने आपला अहवाल फेब्रुवारी १९७६ साली राज्य शासनाला सादर केला. कालेलकर आयोगाने निश्चित केलेल्या इतर मागासवर्गीयांची माहिती संकलित करून सामाजिक, शैक्षणिक तसेच आर्थिकदृष्ट्या मागास असलेल्या १२८ जातींचा मागास वर्गात समावेश केला; त्यांपैकी ९४ जातींचा 'अति मागासवर्गात' समावेश केला. मुंगेरीलाल आयोगाने केलेल्या शिफारशींपैकी काही मुख्य शिफारशी खालीलप्रमाणे आहेत -

- इतर मागासवर्गीय विद्यार्थ्यांना सरकारी नोकऱ्यांमध्ये २० टक्के आरक्षण तसेच स्त्रियांना आणि आर्थिकदृष्ट्या दुर्बल घटकांसाठी ३ टक्के आरक्षण असावे.
- इतर मागासवर्गीय विद्यार्थ्यांसाठी अभियांत्रिकी, वैद्यकीय आणि इतर व्यावसायिक संस्थांमध्ये २४ टक्के आरक्षण असावे.
- इतर मागासवर्गीय विद्यार्थी वर्गास शैक्षणिक सवलती द्याव्यात.

मुंगेरीलाल आयोगाने वरीलप्रमाणे केलेल्या शिफारशी राज्य शासनाने १९७८ साली स्वीकारल्या. परंतु, त्यामुळे मागासवर्गीय व बिगर मागासवर्गीयांमध्ये कमालीचा असंतोष पसरला; परिणामी या आयोगानी केलेल्या शिफारशींची पूर्णपणे अंमलबजावणी होऊ शकली नाही.[१७]

५.३.३ गुजरात

महाराष्ट्र राज्याबरोबरच १९६० साली निर्माण झालेल्या गुजरात राज्यामध्ये आजपर्यंत एकूण दोन मागासवर्गीय आयोग नेमले; या आयोगाने सुचविलेल्या शिफारशी खालीलप्रमाणे आहेत -

५.३.३.१ बक्षी आयोग

गुजरात राज्य सरकारने १९७२मध्ये निवृत्त न्यायाधीश आणि कायदा आयोगाचे अध्यक्ष ए. आर. बक्षी यांच्या अध्यक्षतेखाली ऑगस्ट १९७२ साली मागासवर्गीयांच्या अभ्यासासाठी एक आयोग नेमला होता. या आयोगाने फेब्रुवारी १९७६ साली आपला अहवाल राज्य सरकारला सादर केला. या आयोगाने सामाजिक व शैक्षणिकदृष्ट्या मागास असलेल्या ८२ जाती-जमातींचा समावेश केला. त्यांच्या विकासाकरिता त्यांनी काही शिफारशी देखील सुचविल्या होत्या. त्यामधील प्रमुख शिफारशी खालीलप्रमाणे आहेत.

- वैद्यकीय, अभियांत्रिकी आणि इतर व्यावसायिकसंस्थेमध्ये शैक्षणिक प्रवेशासाठी इतर मागासवर्गीय विद्यार्थ्यांकरिता १० टक्के आरक्षण -
- सर्व शासकीय नोकऱ्यांमधील वर्ग ३ व वर्ग ४ पदाकरिता इतर मागासवर्गीय लोकांकरिता १० टक्के आरक्षण.
- सर्व प्रकारच्या सरकारी नोकऱ्यात वर्ग १ व वर्ग २ तसेच स्थानिक संस्था व सार्वजनिक क्षेत्रामधील नोकरीतील पदाकरिता ५ टक्के आरक्षण.
- प्रशिक्षणासह उत्पादन केंद्रात १० टक्के आरक्षण.
- ज्या विद्यार्थ्यांच्या पालकांचे वार्षिक उत्पन्न रु. ४,८००/- पेक्षा कमी असणाऱ्या गटातील इतर मागासवर्गीय विद्यार्थ्यांना शैक्षणिक सवलती भटक्या जाती-जमातीं करिता उत्पन्नाची मार्यादा रु. ७,२००/- पर्यंत वाढविली.[१८]

तत्कालीन जनता पक्षाच्या सरकारने या शिफारशी एप्रिल १९७८ साली स्वीकारून त्याची अंमलबजावणी देखील केली होती.

५.३.३.२ राणे आयोग

गुजरात उच्च न्यायालयाचे निवृत्त न्यायाधीश श्री. सी. व्ही. राणे यांच्या अध्यक्षतेखाली राज्य सरकारने १९८१ साली दुसरा मागासवर्गीय आयोग स्थापन केला.

या आयोगाने गुजरातचा डांग जिल्हा वगळून सर्व जिल्हे फिरून विविध माध्यमांच्या आधारे पुरेपूर माहिती मिळवून आपला अहवाल राज्य सरकारला ऑक्टोबर १९८३ साली सादर केला.

राणे आयोगाने पहिल्यांदा सामाजिक मागासलेपणाचा आधार असणाऱ्या जातींचा मुद्दा नाकारून शैक्षणिक व आर्थिकदृष्ट्या मागास असणाऱ्या वर्गांची यादी तयार केली. या आयोगाने शैक्षणिक आणि सामाजिक मागासलेपणाचा निकष हा केवळ व्यवसायाशी जोडला होता. या कारणास्तव ६३ व्यवसाय हे सामाजिक आणि शैक्षणिक मागासलेपणाशी निगडित आहेत असा निष्कर्ष काढला होता. या आयोगाने शोधलेल्या मागासवर्गीयात भूमिहीन मजूर, छोटे शेतकरी, याचबरोबर शहरी आणि ग्रामीण कारागीर यांचा समावेश केला होता; तसेच ज्या व्यक्ती या ६३ व्यवसायामध्ये काम करून वर्षाला केवळ रु. १,०००/-पर्यंत उत्पन्न मिळवितात त्या व्यक्ती मागासलेपणाच्या कक्षेत अथवा चौकटीत येतात; असा या आयोगाने मागासलेपणाचा निकष ठरविला. त्यांना त्यांच्या लोकसंख्येच्या प्रमाणात आरक्षण असावे. त्याचबरोबर त्यांना शासकीय व निमशासकीय सेवेत प्रवेश करण्यासाठी त्यांच्या वयामध्ये देखील शिथिलता देण्यात यावी; अशी शिफारस केली होती. राज्यामध्ये केवळ ३५.१६ टक्के लोकसंख्या ही शैक्षणिक व सामाजिक मागासलेली आहे; हे या आयोगाने शोधून काढले. त्याचबरोबर त्यांच्या विकासाकरिता केवळ २८ टक्के आरक्षण ठेवले जावे, अशी शिफारस केलेली होती. यामुळे बक्षी आयोगाने दिलेल्या आरक्षणामध्ये केवळ १८ टक्के आरक्षणाची मर्यादा वाढविलेली होती.

या आयोगाचा अहवाल १९८५ साली सरकारला प्राप्त झाला. असे असले तरी, गुजरात सरकारने जानेवारी १९८५ साली इतर मागासवर्गीयांना २८ टक्के आरक्षण देऊ केले होते. परंतु, हा अहवाल स्वीकारत असताना 'व्यवसाय' हा निकष न मानता 'जात' हा निकष मानून आरक्षणाची अंमलबजावणी करण्यात आली.[११]

५.३.४ हरियाणा

हरियाणा सरकारने १९६७ साली शैक्षणिक व व्यवसायाच्या निकषांनुसार असलेल्या मागासलेल्या वर्गाची यादी घोषित केली, यानुसार त्यांना सरकारी नोकऱ्यांमध्ये १० टक्के, व्यवसायाभिमुख व तंत्रशिक्षण संस्थांमध्ये २ टक्के आरक्षण याचबरोबर काही सवलती जाहीर केल्या. त्या खालीलप्रमाणे होत्या -

- मागासवर्गीयांचे उत्पन्न कितीही असले तरीही ते नोकरीमधील प्रवेशाकरिता आरक्षणासाठी पात्र असेल.
- वर्ग ३ व वर्ग ४ या पदांकरिता त्यांच्यासाठी आरक्षण असेल.

- शालेय विद्यार्थ्यांना मिळणाऱ्या शिष्यवृत्तीसाठी त्यांची वार्षिक उत्पन्नाची मर्यादा ही रु. १८००/- वरून ती रु. ४०००/- पर्यंत वाढविण्यात आली.[२०]

५.३.५ हिमाचल प्रदेश

हिमालच प्रदेश सरकारने १९७० साली आर्थिक मागासलेपण व व्यवसायावर आधारित सामाजिक दर्जा त्याचबरोबर 'जात' हा निकष मानून मागासवर्गाची वर्गवारी केली होती. हिमाचल प्रदेशामध्ये राहणाऱ्या कुटुंबाचे वार्षिक उत्पन्न रु. ६०००/- पेक्षा कमी असणाऱ्यांना मागासवर्गीय वर्गवारीमध्ये घेऊन त्यांना खालील सुविधा व सवलती दिल्या -

- प्राथमिक, माध्यमिक व उच्च माध्यमिक स्तरांवर शिक्षण घेणाऱ्या विद्यार्थ्यांना विद्यावेतन.
- शिक्षण शुल्कामध्ये परतावा.
- बिनव्याजी कर्ज सुविधा.
- नोकरीच्या सरळ सेवाभरतीमध्ये २ टक्के आरक्षण तसेच शासकीय सेवेमधील वर्ग ३ व वर्ग ४ मधील पदाकरिता पदोन्नती.

असे असले तरी, मंडल आयोगाच्या शिफारशीनुसार १९९३ साली आरक्षणामध्ये बदल करण्यात आला. सद्य:परिस्थितीत तेथील अनुसूचित जाती, जमाती व इतर मागावर्गीयांकरिता अनुक्रमे २५ टक्के, ५ टक्के, २० टक्के असे आरक्षण देण्यात आले आहे.[२१]

५.३.६ जम्मू आणि काश्मीर

जम्मू आणि काश्मीर सरकार व न्याय व्यवस्थेच्या दरम्यान आरक्षण धोरणाबाबत खूपच मतभेद आहेत. १९५६ साली सरकारने एक नागरी सेवेबाबत कायदा पास केला, त्यानुसार मागासवर्गीयांना शासकीय नोकऱ्यांमध्ये आरक्षण मिळत असे. या नंतर जम्मू आणि काश्मीरमध्ये एकूण तीन मागासवर्गीय आयोग नेमले गेले, ते खालीलप्रमाणे आहेत-

५.३.६.१ गजेंद्रगडकर आयोग

जम्मू आणि काश्मीर सरकारने ६ नोव्हेंबर १९६७ साली गजेंद्रगडकर यांच्या अध्यक्षतेखाली मागासवर्गीय आयोगाची स्थापना केली. या आयोगाने राज्याच्या विविध विभागातील विकासात्मक योजनांचे मूल्यमापन केले. काही शिफारशी करून राज्याच्या अंतर्गत विकासासाठी सरकार बरोबरच जनतेचा समान सहभाग मिळेल, असे आश्वासनही देऊ केले. शासकीय सेवेमधील आरक्षण धोरणाचे, शासनामधील विविध विभागांचे तसेच विशेष करून अनुसूचित जाती संबंधित आर्थिक, शैक्षणिक व सामाजिक

मागासलेल्या जाती, वर्ग आणि समूहातील कार्यशीलता या सर्वांचे मूल्यमापन केले. डिसेंबर १९६८ साली गजेंद्रगडकर आयोगाने उच्च अधिकारी असणारी समिती नेमून (१) वार्षिक उत्पन्नावर आधारित आर्थिक मागासलेपण (२) व्यवसाय व व्यवसायाशी संबंधित (३) राज्याचे कायमचे रहिवासी (४) विद्यार्थी संख्या (५) हिंदू समूहातील जाती, या निकषांचा आधार घेऊन इतर मागासवर्गीयांची यादी तयार करण्यासाठी समिती नेमण्यात यावी; अशी शिफारस केली होती.[२२]

५.३.६.२ वझीर समिती

गजेंद्रगडकर आयोगाच्या शिफारशीवरून जम्मू आणि काश्मीर सरकारने जे. एन. वझीर यांच्या अध्यक्षतेखाली फेब्रुवारी १९६९ साली एका समितीची नेमणूक केली; या समितीने नोव्हेंबर १९६९ साली आपला अहवाल सादर केला. या अहवालातील शिफारशीवरून तत्कालीन सरकारने १९७० साली अनुसूचित जाती व मागासवर्गीयांच्या राज्य सरकारमधील सेवेकरिता आरक्षणासाठी कायदा संमत केला. यानुसार, अनुसूचित जातींकरिता ८ टक्के, इतर मागासवर्गीयांकरिता ४२ टक्के (यातील २ टक्के आरक्षण 'लडाख' मध्ये कायम रहिवासी यांच्याकरिता) आरक्षण देऊ केले. सरकारच्या या आदेशाविरुद्ध उच्च न्यायालय व सर्वोच्च न्यायालयामध्ये दावा दाखल केला होता.[२३]

५.३.६.३ आनंद समिती

वरील आदेशाविरुद्ध सर्वोच्च न्यायालयाने दिलेल्या निकालपत्रात १९७० सालच्या कायद्यामध्ये बदल करण्यास सुचविले. तसेच काही प्रश्न उपस्थित केले होते, ते खालीलप्रमाणे आहेत -

१) मागासवर्गीयांकरिता निकष निश्चितीबाबत.

२) मागासवर्गीयांची ओळख व त्यांच्या यादीबाबत.

३) सरकारी सेवेच्या प्रत्येक क्षेत्रातील आरक्षणाचे मूल्यांकन या संबंधी असणारे प्रश्न.

४) मागासवर्ग व त्यांच्या फायद्याकरिता देऊ करीत असलेल्या संरक्षणार्थ सूचना.

वरीलप्रमाणे मुद्यांचा विचार करून सर्वोच्च न्यायालयाच्या निकालाच्या अधीन राहून जम्मू-काश्मीर सरकारने 'न्यायमूर्ती डॉ. आदर्श सेन आनंद' यांच्या अध्यक्षतेखाली ऑगस्ट १९७६ साली एक मागासवर्गीय समिती नेमण्यात आली. या समितीने या पूर्वीच्या 'वझीर समिती' ने ज्या सहा वर्गवारीच्या आधाराने मागासवर्गीयांची वर्गवारी घोषित केली होती. त्यांचा आनंद समितीने पूर्ण विचार करून व्यापक अशा केवळ दोन वर्गवारी केल्या त्या म्हणजे-

१) दुबळा आणि वंचित वर्ग.

२) मागास क्षेत्रातील रहिवासी.

या समितीने आपला अहवाल सप्टेंबर १९७७ साली सादर केला. या समितीने राज्यातील मागासवर्गीयांसाठी खालीलप्रमाणे शिफारशी केल्या-

१) सर्व सरकारी विभागामध्ये ४२ टक्के आरक्षण.

२) सर्व तांत्रिक व व्यावसायिक संस्थांमध्ये ४२ टक्के आरक्षण.

३) वार्षिक ३ हजार पेक्षा कमी उत्पन्न गटातील मागासवर्गीय विद्यार्थ्यांना शिष्यवृत्ती. या शिफारशींची अंमलबजावणी १९९३ सालच्या मंडल आयोगापर्यंत चालू राहिली होती.[२४]

५.३.७ कर्नाटक

भारतातील सर्व राज्यात सर्वाधिक 'मागासवर्गीय आयोग' नेमले जाणारे तसेच शासनाच्या आदेशापुढे जाऊन मागासवर्गीयांचे कल्याण करण्यासाठी सर्वांपेक्षा अधिक आरक्षण (७३ टक्के) असणारे राज्य म्हणून कर्नाटकचा लौकिक आहे. या राज्याच्या आरक्षणाचा इतिहास आहे. विसाव्या शतकाच्या सुरुवातीच्या काळात कोल्हापूर संस्थानचे 'राजर्षि शाहू महाराज' यांनी आरक्षणाचे तत्त्व लागू केल्यानंतर १९१६मध्ये राज्याच्या सेवेमध्ये गरज आहे अशा जातींना प्रतिनिधित्व करण्यासाठी म्हैसूर प्रांतातील राजाने आज्ञा केली होती. या राज्यामध्ये नेमलेले मागासवर्गीय आयोग खालीलप्रमाणे आहेत.

५.३.७.१ मिल्लर समिती

म्हैसूर सरकारने ऑगस्ट १९१८ साली 'सर डब्ल्यू. सी. मिल्लर' यांच्या अध्यक्षतेखाली एक समिती स्थापन केली. या समिती मार्फत ब्राह्मण, अँग्लो इंडियन्स आणि ख्रिश्चन व्यतिरिक्त असणाऱ्या वर्गातील लोकांच्या समस्यांची पाहणी केली. सार्वजनिक क्षेत्रात असणाऱ्या भरतीच्या नियमांमध्ये बदल, मागासवर्गीयांच्या उच्च व व्यावसायिक शिक्षणाकरिता प्रोत्साहन यासाठी विशेष सुविधा, सार्वजनिक क्षेत्रामधील कार्यक्षमता व सामाजिक दर्जा यामध्ये वाढ व्हावी यासारख्या प्रश्नांची सोडवणूक करण्याकरिता ही समिती नेमण्यात आली होती. या समितीने आपला अहवाल जुलै १९९१ साली सादर केला. या समितीची मागासवर्गीयांची संकल्पना तसेच तिच्या शिफारशी म्हैसूर सरकारने स्वीकारलेल्या होत्या.[२५]

५.३.७.२ नागन्ना गौडा समिती

मुंबई, मद्रास, म्हैसूर, हैदराबाद व कुर्ग या पाच राज्यांपासून १९५६ साली कन्नड भाषिक लोकांचे कर्नाटक हे नवे राज्य अस्तित्वात आले. राज्य शासनाने मागासवर्गीयांची

नवी यादी जुन्या यादीच्या आधारावर तयार केलेली होती व १९५९ साली म्हैसूर उच्च न्यायालयाने ही नवी यादी रद्द ठरविली. याचा परिणाम असा झाला की, १९६० साली मागासवर्गीयांचा अभ्यास करण्यासाठी राज्य शासनाकडून डॉ. आर. नागन्ना गौडा यांच्या अध्यक्षतेखाली एक समिती स्थापन करण्यात आली. या समितीने आपला अहवाल १९६१ साली सरकारकडे सादर केला. या समितीने खालीलप्रमाणे दोन महत्त्वपूर्ण शिफारशी केल्या -

१) तांत्रिक व व्यावसायिक शिक्षण संस्थांमध्ये ५० टक्के आरक्षण.

२) सरकारी नोकऱ्यांमध्ये ४५ टक्के आरक्षणाची शिफारस केली होती.

या समितीनुसार 'मुस्लीम' हे देखील संविधानातील कलम १५(४) मधील यादीमध्ये अंतर्भूत होतात. याचवेळेस 'लिंगायत' समाजास मागासवर्गीय जातींमधून वगळण्यात आल्याने या बाबतच्या सरकारच्या आदेशाविरुद्ध सर्वोच्च न्यायालयामध्ये आव्हान देण्यात आले. या शिफारशीवर आधारित १९६१च्या सरकारी आदेशाला सर्वोच्च न्यायालयाने (बालाजी प्रकरण, १९६३) रद्द ठरविण्यात आले.[२६]

५.३.७.३ हवनूर आयोग

आरक्षणाची पुनर्मांडणी करण्यासाठी लोकांनी राज्यशासनाला मागणी केली. या मागाणीस अनुसरून 'एल. जी. हवनूर' यांच्या अध्यक्षतेखाली राज्य शासनाने ऑगस्ट १९७२ साली मागासवर्गासाठी एका आयोगाची स्थापना केली. या आयोगाने आपला विस्तृत अहवाल १९७५ साली सरकारकडे सादर केला. या आयोगाने आपल्या अहवालात तिन्ही वर्गांसाठी वेगवेगळ्या आरक्षणाची तरतूद खालीलप्रमाणे केली -

तक्ता क्र.९ : हवनूर आयोगाने केलेली आरक्षणाची तरतूद

अ. क्र.	वर्गवारी	लोकसंख्येची टक्केवारी	आरक्षणाची तरतूद (टक्के)
१)	मागास समूह	१९.२०%	१६%
२)	मागास जाती	१४.४७%	१०%
३)	मागास जमाती	८.००%	६%
	एकूण	४१.६७%	३२%[२७]

हवनूर आयोगाने मागास समूह, मागास जाती आणि मागास जमाती या तीन वर्गांत मागासवर्गीयांची विभागणी केली. १६(४) कलमान्वये हवनूर आयोगाने वरील तीन

वर्गवारीकरिता आरक्षणाची तरतूद केली. या आयोगाने लिंगायत, मुस्लीम आणि ख्रिश्चन यांचा मागासवर्गीयांमध्ये समावेश न करता त्यांना धार्मिक अल्पसंख्याकांच्या यादीमध्ये समाविष्ट केले. यामुळे संविधानातील अल्पसंख्याकांचे कल्याण या तरतुदीनुसार त्यांना वेगळे फायदे मिळत होते. याचबरोबर सार्वजनिक सेवेमध्ये मुस्लीम समाजाचे पुरेसे प्रतिनिधित्व नसल्याने तो एक वेगळा धार्मिक अल्पसंख्याक समूह असला तरीही या आयोगाने मुस्लिमांना ६ टक्क्यांपेक्षा अधिक आरक्षण देऊ नये. अशी शिफारस केली होती. वरील मागासवर्गीयांची वर्गवारी आयोगाने केवळ 'शिक्षण' हा एकच निकष मानून केलेली होती. राज्यातील ४२ टक्के लोकसंख्या ही शिक्षणाच्या चाचणीमध्ये मागास ठरली असली, तरीसुद्धा सामाजिकदृष्ट्या मागास आधिक आहे; असे मत व्यक्त करून म्हैसूर उच्च न्यायालयामध्ये विश्वनाथ प्रकरणाने आव्हान दिले.[२८]

४ मार्च १९७७ साली तत्कालीन मुख्यमंत्री डी देवराज अर्स यांनी 'विशेष मागास वर्ग' म्हणून नवीन वर्ग घोषित केला. यामध्ये ब्राह्मण, लिंगायत, शीख, जैन आणि इतर समाजातील गरीब आणि कनिष्ठ व्यवसायावर आधारलेल्या या वर्गासाठी ज्या कुटुंबाचे वार्षिक उत्पन्न रु. ८०००/- पेक्षा कमी आहे. अशा कुटुंबातील व्यक्तींना ५ टक्के नोकरीतील आरक्षण देऊ केले. परंतु, या आरक्षण पद्धतीला १९७८ साली एकाचवेळी २५२ जणांनी म्हैसूर उच्च न्यायालयामध्ये आव्हान दिले.[२९]

हवनूर आयोगाने मागासवर्गाच्या विकासासाठी स्वतंत्र वित्तीय महामंडळ स्थापन करण्याचीही शिफारस केली. आयोगाच्या शिफारशीनुसार राज्य शासनाने सरकारी नोकऱ्यात तसेच शैक्षणिक संस्थांमधील आरक्षण खालीलप्रमाणे ठेवले -

तक्ता क्र.१० : हवनूर आयोगाने शैक्षणिक संस्था व सरकारी नोकऱ्यांमध्ये केलेली आरक्षणाची तरतूद

अ. क्र.		मागास जातींची नावे शैक्षणिक संस्था	आरक्षणाची टक्केवारी सरकारी नोकरी
१)	अनुसूचित जाती	१५%	१५%
२)	अनुसूचित जमाती	३%	३%
३)	मागास समूह	२०%	१८%
४)	मागास जाती	१०%	१०%
५)	मागास जमाती	५%	५%
६)	विशेष समूह	१५%	१५%
	एकूण	६८%	६६%[३०]

वरील तक्त्यावरून असे दिसून येते की, कर्नाटक सरकारने आदेश देताना मागासवर्गीयांमध्ये एक नवीन विशेष वर्गाचा समावेश केला होता. या विशेष वर्गाला १५% आरक्षण दिले गेले. नंतर हवनूर आयोगाने सरकारी नोकऱ्यात व शैक्षणिक संस्थांमध्ये मागासवर्गीय समूहांना १६% आरक्षणाची शिफारस केलेली होती. त्यात कर्नाटक सरकारने क्रमश: १८% आणि २०% एवढी वाढ केली होती.

५.३.७.४ व्यंकटेश स्वामी आयोग

कर्नाटक राज्य विरुद्ध के. सी. वसंतकुमार यांच्यातील १९८५ सालच्या दाव्याचा निकाल देताना सर्वोच्च न्यायालयाने कर्नाटक राज्य सरकारला आदेश दिला की, राज्यातील इतर मागासवर्ग यांची पुनर्निश्चिती करण्यात यावी. या निकालास अनुसरून कर्नाटक राज्य सरकारने निवृत्त न्यायाधीश 'टी. व्यंकटेश स्वामी' यांच्या अध्यक्षेतेखाली 'मागासवर्ग आयोग' नेमण्यात आला. या आयोगाने माध्यमिक शाळेतील मुलांचा सखोल अभ्यास करून शैक्षणिक मागासलेपणाचा शोध घेतला. या आयोगाने राज्याची ३३ टक्के लोकसंख्या ही इतर मागासवर्गांमध्ये अंतर्भूत होते, असा निष्कर्ष काढला. त्याचबरोबर राजकीय आणि आर्थिक सक्षम असलेल्या 'लिंगा' आणि इतर ३५ जातींना इतर मागासवर्गातून वगळून त्यांची नवीन इतर मागासवर्गीयांची यादी तयार केली. या नवीन इतर मागासवर्गीयांच्या घटकांना २७ टक्के आरक्षण देण्याची शिफारस केली.

या आयोगाच्या शिफारशींमुळे 'वोक्का लिंगा' आणि इतर जाती ज्या इतर मागासवर्गीयांमधून वगळण्यात आल्या होत्या त्यांनी संघटन करून अनेक वेळा 'बंद' पुकारले, जनता पक्ष सरकारवर दबाव आणून अखेर कर्नाटक राज्य सरकारकडून हा अहवाल ७ ऑक्टोबर १९८६ साली रद्द ठरविण्यात आला. आरक्षणाचे नवीन धोरण स्वीकारून इतर मागासवर्गीयांचे पाच वर्ग तयार केले.[३१]

५.३.७.५ चिण्णाप्पा रेड्डी आयोग

कर्नाटक राज्य सरकारकडून १९९० साली 'चिण्णाप्पा रेड्डी' यांच्या अध्यक्षतेखाली तिसरा 'मागासवर्गीय आयोग' नेमण्यात आला. या आयोगाने सामाजिक व शैक्षणिक मागासलेपण असलेल्यांच्या यादीमध्ये रोजंदारीवर काम करणारे लोक, एक एकरापेक्षा कमी मालकी असलेले शेतमजूर, ज्यांचे दोन पेक्षा कमी हातमाग आहेत असे विणकरी, बांधकामावरील मजूर, रिक्षा आणि सायकल रिक्षाचालक, कारखान्यातील, दुकानातील, रस्त्याच्या कामावरील (पर्यवेक्षक व व्यवस्थापक वर्ग सोडून) सुतार, सोनार, लोहार, रंगारी, झाडू कामगार की जे रोजंदारीवर काम करतात अशा सर्वांचा आरक्षणात समावेश करण्यात आला. ज्यांचे पालक सरकारी व निमसरकारी नोकरीमध्ये, वर्ग-१ व वर्ग-२

अशा पदावरील अधिकारी डॉक्टर, इंजिनिअर तसेच वकील यासारख्या प्रतिष्ठित व्यक्तींना संविधानातील १५(४) किंवा १६(४) च्या कलमानुसार त्यांना आरक्षण देण्यात येऊ नये, अशीही शिफारस केली.

चिण्णाप्पा रेड्डी आयोगाच्या अहवालावरून कर्नाटक सरकारने २५ जुलै १९९४ साली इतर मागासवर्गांकरिता ५७ टक्के आरक्षण लागू केले होते. यामुळे एकूण ८० टक्के आरक्षण लागू करून राज्यांमध्ये आरक्षण जास्तीत जास्त देऊ करण्यामध्ये या राज्याने आघाडी घेतली होती. या कारणास्तव ऑगस्ट १९९४ रोजी सर्वोच्च न्यायालयामध्ये दावा दाखल झाला होता. यानंतर ऑक्टोबर १९९४ साली कर्नाटक राज्य सरकारने ७३ टक्के आरक्षणाचा कायदा केला.[३२]

५.३.८ केरळ

भारतास स्वातंत्र्य मिळाले तेव्हा केरळ, त्रावणकोर, कोचीन व मलबार ही दोन संस्थाने मिळून एक राज्य होते. संस्थाने विलीन झाल्यावर त्रावणकोर-कोचीन व मलबार मिळून १ नोव्हेंबर १९५६ रोजी केरळ राज्य अस्तित्वात आले. केरळ सरकारने मागासवर्गाच्या विकासासाठी ३ समित्या व एका आयोगाची स्थापना केली होती.

५.३.८.१ शिवनाथन आयोग

केरळ सरकारने पहिला 'मागासवर्गीय आयोग' जून १९६१ साली 'बी. के. शिवनाथन' यांच्या अध्यक्षतेखाली नेमण्यात आला. या आयोगाने मागासवर्गीयांचा शोध घेऊन त्यांच्या जीवनमानात सुधारणा करण्यासाठी कोणत्या उपाययोजना आखता येतील, याचा अभ्यास केला. या आयोगाने आपला अहवाल ऑक्टोबर १९६३मध्ये सरकारकडे सादर केला. या आयोगाने आपल्या अहवालामध्ये ज्या मुख्य शिफारशी केल्या होत्या, त्या खालीलप्रमाणे आहेत -

१) इतर मागासवर्गीय विद्यार्थ्यांसाठी तांत्रिक व व्यावसायिक महाविद्यालयांमध्ये ४० टक्के आरक्षण आणि अनुसूचित जाती व अनुसूचित जमातींच्या विद्यार्थ्यांकरिता १० टक्के आरक्षण असावे.

२) सरकारी नोकऱ्यांमध्ये याच पद्धतीने आरक्षण असावे.

३) मागासवर्ग समूहाच्या पुनर्वर्गीकरणासाठी विशेषतज्ज्ञ समितीची नियुक्ती करण्यात यावी.

या आयोगाच्या अहवालावरून केरळ राज्य सरकारने २५ टक्के आरक्षण मागासवर्गांकरिता लागू केले होते. या निर्णयाविरुद्ध केरळ उच्च न्यायालयातील एका विभागीय शाखेत एका न्यायाधीशापुढे जॅकॉब मॅथ्यू विरुद्ध केरळ राज्य या प्रकरणात

मुस्लीम ईझ्वा (Ezhava) आणि रोमन कॅथॉलिकांना सामाजिक आणि शैक्षणिक मागासवर्गाच्या आधारे आरक्षण तरतुदीचे समर्थन केले.[३३]

५.३.८.२ पिल्लाई आयोग

संविधानाच्या कलम १५(४) आधारे शैक्षणिक मागासवर्गीयांसाठी उच्च न्यायालयाने राज्य शासनास दिलेल्या आदेशाचा मान राखून जुलै १९६४ साली 'जी. कुमार पिल्लाई' यांच्या अध्यक्षतेखाली एका आयोगाची स्थापना केली. या आयोगाने डिसेंबर १९६५ साली आपला अहवाल राज्य शासनास सादर केला. त्यातील मुख्य शिफारशी खालीलप्रमाणे होत्या -

१) मागासवर्गात ९१ जातींचा समावेश असून, ज्या कुटुंबाचे वार्षिक उत्पन्न रु. ४,२००/- पेक्षा कमी आहे फक्त अशांनाच आरक्षण फायदा मिळाला पाहिजे.

२) इतर मागासवर्गीयांना तांत्रिक व व्यावसायिक शिक्षण संस्थांमध्ये २५ टक्के आरक्षण असावे.

राज्य शासनाने वार्षिक उत्पन्नाची मर्यादा रु. ४,२००/- वरून रु. ६,०००/- पर्यंत वाढविली तसेच सरकारी नोकऱ्यांत ४० टक्के आरक्षणाची व्यवस्था केली गेली.[३४]

५.३.८.३ दामोदरन आयोग

केरळ उच्च न्यायालयाने एका याचिकेच्या संदर्भात दिलेल्या आदेशानुसार मागासवर्गीयांबाबत वेळोवेळी फेर आढावा घेण्यात यावा. त्यास अनुसरून ऑक्टोबर १९६७ साली एम. पी. दामोदरन यांच्या अध्यक्षतेखाली मागासवर्गीयांसाठी या आयोगाची नेमणूक करण्यात आली. या आयोगाने जून १९७० साली आपला अहवाल सादर केला. मात्र, हा अहवाल स्वीकारण्यास केरळ राज्य सरकारने ८ पेक्षा जास्त वर्षे लावली. परिणामी या अहवालाची सयुक्तिकता संपुष्टात येऊन अहवाल कालबाह्य ठरू लागला, या वेळी काही बदल घडले. त्या आधारे इतर मागासवर्गांचे ८ गटात विभाजन करून पुढीलप्रमाणे ४० टक्के आरक्षण देण्यात आले. हे आरक्षण खालीलप्रमाणे आहे -

तक्ता क्र.११ : दामोदरन आयोगानुसार आरक्षणाची शिफारस केलेल्या जाती

अ. क्र.	जातीचे नाव	चतुर्थ श्रेणीसाठी आरक्षण	चतुर्थ श्रेणी व्यतिरिक्त आरक्षण
१)	ईझ्वा	१०%	१४%
२)	मुस्लीम	१०%	१२%
३)	लॅटिन कॅथॉलिक व आंग्ल भारतीय	४%	४%
४)	नादार	१%	१%
५)	ख्रिश्चन धर्म स्वीकारलेल्या अनुसूचित जाती	२%	१%
६)	अंसारी, कम्मार, विश्वकर्मा इत्यादींसारखा २२ समुदाय	२%	३%
७)	किवर समुदाय	२%	१%
८)	इतर मागास वर्ग	८%	४%
	एकूण	४०%	४०% [३५]

दामोदरन आयोगाने सामाजिक मागासलेपणासाठी अनुसरून असणाऱ्या घटकांचा शोध घेऊन त्यांनी ज्या शिफारशी सुचविलेल्या होत्या त्या वादातीत ठरल्या होत्या. 'ईझ्वा' आणि 'नायर' यांच्यामध्ये राजकीय वरदहस्तामुळे हा वाद विशेष करून होता. केरळ राज्य सरकारने 'प्रशासन सुधारणा समिती' नेमली. या समितीने शैक्षणिक, आर्थिक सरकारी सेवेमधील सहभाग व ऐतिहासिक कारणाने आलेले सामाजिक मागासलेपण अशा चार चाचण्या याशिवाय कुटुंबाचे वार्षिक उत्पन्न इत्यादींचा विचार केला. तसेच पिल्लाई आयोगामधील त्रुटी शोधल्या त्याचबरोबर 'ईझ्वा' हीसुद्धा इतर मागासवर्गीय जातींमध्ये समाविष्ट आहे, हे मान्य करून या समितीने ईझ्वा, मुस्लीम इतर मागासवर्ग आणि इतर अशा मागासवर्गीय समूहांना शासकीय सेवेमध्ये ४० टक्के आरक्षणाची सोय असावी, अशी शिफारस केली.[३६]

५.३.९ मध्य प्रदेश

भारतातील 'मध्य प्रदेश' हे एकमेव राज्य आहे की, ज्याने काकासाहेब कालेलकर आयोगानंतर केंद्र सरकारने, इतर मागासवर्गीयांची निश्चिती करण्याची आपली जबाबदारी राज्य सरकारांच्यावर टाकली असली तरीही, या राज्यांनी १९८० सालापर्यंत इतर मागासवर्गीयांची निश्चिती करण्यासाठी तसेच त्यांच्या कल्याणाकरिता एखादाही कृतिशील कार्यक्रम आखण्यात कोणत्याही प्रकारचा आयोग नेमला नव्हता.

५.३.९.१ महाजन आयोग

मध्य प्रदेश सरकारने मागासवर्गीयांची यादी निश्चिती करण्याकरिता व त्यांच्या उत्थानाकरिता कृतिशील कार्यक्रम आखण्यासाठी नोव्हेंबर १९८० साली 'रामजी महाजन' यांच्या अध्यक्षतेखाली आयोग नेमला. या आयोगाने आपला अहवाल १९८४ साली सरकारला सादर केला. या आयोगाने मागासवर्गीयांची यादी निश्चित करून २५४ जाती-उपजातींना मागासवर्गीय म्हणून घोषित केले. त्यांच्या उन्नतीकरिता शैक्षणिक संस्थेमध्ये तसेच शासकीय नोकऱ्यांमध्ये ३५ टक्के आरक्षणाबरोबरच वसतिगृहाच्या सुविधा देखील पुरविण्यात याव्यात, अशी शिफारस केली. ज्या विद्यार्थ्यांचे पालक उत्पन्नकर भरतात आणि ज्यांच्या मालकीची १० एकर पेक्षा जास्त जमीन आहे अशा विद्यार्थ्यांना आरक्षण योजनेचा फायदा देण्यात येऊ नये, अशी शिफारस केलेली होती. महाजन आयोगाने शिफारस केलेल्या ३५ टक्के आरक्षणामध्ये १० टक्के आरक्षण कमी करून २५ टक्के आरक्षणाची सोय लागू केली जाईल अशी राज्यसरकारने घोषणा केली.[३७]

५.३.१० महाराष्ट्र

भाषावार प्रांतरचनेनुसार जुन्या मुंबई राज्याचे विभाजन होऊन १९६० साली महाराष्ट्र राज्य उदयास आले. सरकारने नोव्हेंबर १९६१ साली 'बी. डी. देशमुख' यांच्या अध्यक्षतेखाली 'मागासवर्गीय आयोग' नेमण्यात आला. या आयोगाने आपला अहवाल १९६४ साली राज्य सरकारकडे सादर केला. या आयोगाने मागासवर्गीयांची चार विभागात खालीलप्रमाणे वर्गवारी केली होती -

तक्ता क्र.१२ : बी. डी. देशमुख आयोगाने आरक्षणासाठी शिफारशी केलेल्या जाती

अ. क्र.	जातीचे नाव	आरक्षणाची टक्केवारी
१)	अनुसूचित जाती आणि नव बौद्ध	१३%
२)	अनुसूचित जमाती	७%
३)	विमुक्त जाती आणि भटक्या जमाती	४%
४)	इतर मागासवर्ग	१०% [३८]

या मागासवर्गीयांना शैक्षणिक संस्था आणि सरकारी नोकऱ्यातील पदांकरिता राज्यातील त्यांच्या लोकसंख्येच्या प्रमाणात प्रतिनिधित्व देण्यात यावे अशी शिफारस केली होती. या आयोगाच्या शिफारशीवरून पहिल्या तीन वर्गांना त्यांच्या लोकसंख्येच्या प्रमाणानुसार अनुसूचित जातींसाठी १३ टक्के, अनुसूचित जमातींसाठी ७ टक्के, विमुक्त जाती व भटक्या जमातींसाठी ४ टक्के प्रतिनिधित्व देण्याचे मान्य केले. परंतु, चौथ्या वर्गातील इतर मागासवर्गीयांना त्यांची लोकसंख्या ही ५२ टक्के असताना देखील त्यांना केवळ १० टक्के आरक्षणाची शिफारस केली.

महाराष्ट्र सरकारने १९७९ सालापासून बी. डी. देशमुख आयोगाच्या आरक्षणाच्या शिफारशी स्वीकारून अंमलबजावणी केली. यामुळे या आरक्षण पद्धतीनुसार इतर मागासवर्गीयांना महाराष्ट्रात १० टक्के तरी आरक्षण मिळाले; काही कालावधीनंतर इतर मागासवर्गीयांना लोकसंख्येच्या प्रमाणात आरक्षण नाकारण्यासाठी आर्थिक निकषांच्या आधारावर सवलती देण्याचे धोरण शासनाने मान्य केले. मागासवर्गीयांच्या ३४ टक्के आरक्षणाखेरीज ४६ टक्के आरक्षण आर्थिक दुर्बलांसाठी जाहीर केले. यामध्ये सेवानिवृत्त सैनिकांसाठी १५ टक्के, अपंगांसाठी ३ टक्के व आर्थिक दुर्बलांसाठी २८ टक्के आरक्षण लागू करण्यात आले. त्यासाठी कुटुंबाच्या वार्षिक उत्पन्नाची मर्यादा रु. ४,०००/- पर्यंत ठेवण्यात आली.[३९]

महाराष्ट्र शासनाने, आर्थिक निकषांवर मोठ्या प्रमाणात आरक्षण ठेवल्याच्या निर्णयाविरुद्ध १९८७ साली 'शिवाजीराव गरजे' यांनी उच्च न्यायालयात आव्हान दिले. या प्रकरणात उच्च न्यायालयाने शासनाचे ४६ टक्के असणारे आरक्षण अवैध ठरवून, राज्यातील इतर मागासवर्गीयांची लोकसंख्या विचारात घेऊन, त्यांच्यासाठी १० टक्क्यांऐवजी ३१ टक्के आरक्षण ठेवण्याची शिफारसही केली.[४०]

५.३.११ पंजाब

पंजाब राज्य सरकारने १९५१ साली मागासवर्गीयांसाठी एका समितीची नेमणूक केलेली होती. आर्थिक, शैक्षणिक आणि सामाजिक मागासलेपणा हे निकष ठरवून राज्यांमधील केवळ २ टक्के लोकसंख्या ही इतर मागासवर्गीयांची असून त्यांच्यासाठी २ टक्के आरक्षणाची तरतूद केली होती.

५.३.११.१ वृषभान समिती

पंजाब सरकारने आरक्षण धोरणाचे मूल्यमापन करण्यासाठी १९६५ साली वृषभान यांच्या अध्यक्षतेखाली एक समिती नेमली होती. या समितीने आपला अहवाल ऑगस्ट १९६६ साली सादर केला, त्यातील प्रमुख शिफारशी खालीलप्रमाणे होत्या -

१) जास्तीत जास्त मागासवर्गीयांचा समावेश होईल अशा पद्धतीने मागासवर्गीयांची यादी तयार करणे.
२) शैक्षणिक संस्थांमधील आरक्षण २ टक्क्यांवरून ५ टक्के इतके करावे.
३) सरकारी नोकऱ्यांमधील आरक्षण रद्द करावे अशी शिफारस केली. परंतु, सरकारने या समितीच्या शिफारशी डावलून ६३ इतर मागासवर्गीय जातींना सरकारी नोकऱ्यात तसेच शैक्षणिक संस्थांमध्ये ५ टक्के आरक्षण देण्याचे तत्त्व लागू केले.[४१]

५.३.११.२ हरचरण सिंग आयोग

अनुसूचित जाती-जमाती आणि मागासवर्गीय लोकांच्या कल्याणार्थ 'हरचरण सिंग' यांच्या अध्यक्षतेखाली १९७५ - ७६ साली पंजाब विधानसभेत एक आयोग नेमला होता. या आयोगाने पूर्वीच्या इतर मागासवर्गीयांसाठी असणाऱ्या ५ टक्के आरक्षणामध्ये वाढ करून इतर मागासवर्गीयांना १५ टक्के आरक्षणाचे तत्त्व लागू करावे, अशी शिफारस केली होती. परंतु, यापूर्वीच सरकारने २५ टक्के अनुसूचित जातींसाठी आणि २० टक्के सेवानिवृत्त सैनिकांसाठी आरक्षित होते. ५० टक्क्यांपेक्षा जास्त आरक्षण देता येत नसल्यामुळे मागासवर्गांसाठी १५ टक्के आरक्षण देता येऊ शकत नाही, असे सुचविले होते.[४२]

५.३.१२ तमिळनाडू

भारतात स्वातंत्र्यापूर्वी 'महाराष्ट्र' आणि 'तमिळनाडू' राज्यांमध्ये ब्राह्मणेतर चळवळ मोठ्या प्रमाणात सुरू होती. मद्रासमधील शिक्षणक्षेत्रातील विद्यार्थ्यांना विद्यावेतन देण्याच्या हेतूने 'मागास' ही संकल्पना १८९५ साली उदयास आली. त्या साली ३९ जाती 'मागास

जाती' म्हणून ओळखल्या गेल्या होत्या. १९१३ साली त्या १३३ झाल्या तर, १९२० साली १२८ व १९५० साली त्या १५२ झाल्या. केवळ शैक्षणिक सवलती मिळण्यासाठी अनेक जाती मागासवर्गीयांच्या यादीमध्ये आपली जात असावी यासाठी मागणी करत होत्या.

१९२७ साली मद्रास सरकारने राज्यातील सर्व समुदायांना सरकारी नोकऱ्यांमध्ये प्रत्येक वर्गाचा कोटा निश्चित केला होता. ही पद्धती स्वातंत्र्यापर्यंत चालू होती. इतर मागासवर्गीयांच्या प्रचंड दबावामुळे १९४७ साली तमिळनाडू सरकारने त्यांचे प्रतिनिधित्व खालीलप्रमाणे निश्चित केले -

तक्ता क्र.१३ : तमिळनाडू सरकारने प्रत्येक वर्गासाठी निश्चित केलेला कोटा

अ. क्र.	जातीचे नाव	१९४७ मधील आरक्षित कोटा
१)	ब्राह्मणेतर हिंदू	६/१४
२)	ब्राह्मण	२/१४
३)	अनुसूचित जाती दलित वर्ग	२/१४
४)	मुस्लीम	१/१४
५)	आंग्ल भारतीय आणि ख्रिश्चन	१/१४
६)	मागास हिंदू	२/१४ [४३]

मागासवर्गीयांच्या दबावाने तयार झालेली ही योजना सर्वोच्च न्यायालयाने फेटाळून लावली आणि फक्त अनुसूचित जाती व मागासवर्गांनाच आरक्षण दिले गेले पाहिजे अशी भूमिका घेतली. १९५४ सालच्या 'आंध्र प्रदेश' या राज्याची 'तमिळनाडू' पासून विभागणी करण्यात आली. यामुळे आरक्षणामध्ये १६ टक्के अनुसूचित जाती-जमातींसाठी आणि २५ टक्के इतर मागासवर्गांकरिता आरक्षित, असे आदेश दिले गेले.

५.३.१२.१ सत्तानाथन आयोग

तमिळनाडू सरकारने नोव्हेंबर १९६९ साली ए. एन. सत्तानाथन यांच्या अध्यक्षतेखाली मागासवर्गाचा अभ्यास करण्यासाठी शासनाने आयोगाची स्थापना केली. या आयोगाने नोव्हेंबर १९७० साली आपला अहवाल सादर केला, त्यातील प्रमुख शिफारशी खालीलप्रमाणे होत्या -

१) मागासवर्गाची उपलब्ध असलेली यादी व्यवस्थितपणे तयार करणे.

२) मागासवर्गीयांना राज्यातील सरकारी नोकऱ्यांमध्ये ३३ टक्के आरक्षण द्यावे.

३) तांत्रिक व व्यावसायिक संस्थेत मागासवर्गाकरिता ३३ टक्के आरक्षण द्यावे.

४) इतर मागासवर्गीय विद्यार्थ्यांना शैक्षणिक सवलती द्याव्यात.

या आयोगाच्या शिफारशी तसेच के.बालाजी प्रकरणात सर्वोच्च न्यायालयाने दिलेला आदेश, अनुसूचित जाती-जमातींची लोकसंख्या इत्यादी गोष्टींचा विचार करून राज्यसरकारने सर्व पदांसाठी मागासवर्गीयांना ३१ टक्के तसेच अनुसूचित जाती-जमातींना १८ टक्के आरक्षण देण्याची घोषणा केली. शैक्षणिक क्षेत्रातही अनुक्रमे ३१ व १८ टक्के आरक्षण ठेवण्याची घोषणा सरकारने केली. नोव्हेंबर १९८० साली राज्य सरकारने 'इतर मागासवर्गीय' यांचा उल्लेख करून 'जात' हा निकष मानला या बरोबर सामाजिक, आर्थिक व शैक्षणिक मागासलेल्यांसाठी ३१ टक्क्यांवरून ५० टक्क्यांपर्यंत आरक्षणाची तरतूद केली.[४४]

५.३.१२.२ अंबाशंकर आयोग

सर्वोच्च न्यायालयातील दाखल केलेल्या प्रकरणाच्या अंतरिम निकालानंतर राज्य शासनाने 'जे. ए. अंबाशंकर' यांच्या अध्यक्षतेखाली २१ सदस्य संख्या असलेला मागासवर्गीय आयोग १९८२ साली नेमण्यात आला. या आयोगाने मागासवर्गीयांची वर्गवारी व आरक्षणाचे मूल्यमापन करून आपला अहवाल १९८५ साली राज्य शासनाकडे सादर केला. त्यामध्ये सर्वोच्च न्यायालयाच्या आदेशानुसार 'अनुसूचित जाती-जमाती' यांच्याकरिता ५० टक्क्यांपेक्षा अधिक आरक्षण असू नये; याचा विचार करून, पूर्वीचे आरक्षण रद्दबादल ठरवून, यानंतर इतर मागासवर्गीय यांच्यासाठी ५० टक्के आरक्षण राहील यासाठी तमिळनाडू राज्य शासनाने जुलै १९८५ साली एक कायदा संमत केला. या कायद्यास अनुसरून तमिळनाडू राज्यामध्ये इतर मागासवर्गीय, 'अनुसूचित जाती' व 'अनुसूचित जमाती' यांना अनुक्रमे ५०, १९ व १ टक्के असे एकूण ७० टक्के आरक्षणाची तरतूद करून त्यांना संरक्षण देऊ केले.[४५]

५.३.१३ उत्तर प्रदेश

उत्तर प्रदेश तेथील राज्यशासनाने मागासवर्गांचा अभ्यास करण्यासाठी १९७५ साली छेदीलाल सेठी यांच्या अध्यक्षतेखाली एका आयोगाची स्थापना केली.

५.३.१३.१ छेदीलाल सेठी आयोग

'अतिमागासवर्गीय' व 'मागासवर्गीय' यांच्या परिस्थितीची पाहणी करण्याकरिता आणि त्यांच्यामध्ये सुधारणा करण्याकरिता कोणकोणत्या सुविधा देता येतील यासाठी

'छेदीलाल सेठी' यांच्या अध्यक्षतेखाली ऑक्टोबर १९७५ साली 'मागासवर्ग आयोगाची' नेमणूक करण्यात आली. या आयोगाने आपला अहवाल जून १९७७ साली राज्य सरकारला सुपुर्द केला. या आयोगाने मागासवर्गीय जातींची विभागणी तीन गट करून आरक्षणाची शिफारस खालीलप्रमाणे केली -

तक्ता क्र.१४ : छेदीलाल आयोगाने आरक्षणासाठी शिफारस केलेल्या इतर मागासवर्गीय जाती

अ.क्र.	गटातील नाव	आरक्षणाची टक्केवारी
१)	भूमिहीन मजूर, अकुशल कामगार, घरगडी	१७%
२)	लहान शेतकरी	१०%
३)	मुस्लिमातील मागासवर्ग	२.५%
	एकूण	२९.५% [४६]

या आयोगाने गरिबी, निरक्षरता, घरांची परिस्थिती, व्यवसाय, जात, सामाजिक असमानता, शासकीय सेवा, उद्योग आणि व्यापारातील प्रतिनिधित्व यांचा विचार केला. याचबरोबर मागासवर्ग जातींची तीन गटांत विभागणी करून, त्यावर आधारित आरक्षणाची तरतूद केली. या अहवालात पहिल्या गटात ३६ इतर मागासवर्गीय जाती होत्या. ज्यामध्ये लहान शेतकरी यांचा समावेश होता. दुसऱ्या गटात शेतीशी संबंधित जाती यादव, गुजर व कुर्मी इत्यादी जाती; तर तिसऱ्या गटात मुस्लीम समाजातील गरीब असणाऱ्या जातींचा अंतर्भाव होता. तत्कालीन जनता पक्षाच्या सरकारने या शिफारशी स्वीकारून शासकीय नोकऱ्या, तांत्रिक व व्यावसायिक संस्थांमध्ये प्रवेशासाठी १५ टक्के आरक्षण देण्याचा ठरावही मंजूर केला होता. तसेच जे अधिक शिक्षित आणि वरिष्ठ अधिकार पदावर कार्यरत आहेत. त्यांचा मागासवर्गीय जातींमध्ये समावेश करू नये यासाठी त्यांच्या विरोधात आंदोलने झाली होती. या आरक्षणाच्या आदेशाला १९७९ साली लखनौ उच्च न्यायालयाने रद्द केले.[४७]

विविध राज्य सरकारांद्वारे तयार केलेली इतर मागासवर्गीय जातींची यादी व काकासाहेब कालेलकर आयोगाद्वारे तयार केलेली इतर मागासवर्गीय जातींच्या याद्यांमध्ये तुलनात्मकरीत्या अनेक बाबतीत व्यापक स्वरूपात तफावत दिसून येते. ती यादी खालीलप्रमाणे-

तक्ता क्र. १५ : कालेलकर आयोग व राज्य सरकारांनी तयार केलेल्या जातींची यादी

अ.क्र.	राज्य	कालेलकर आयोगाच्या अहवालात समाविष्ट जातींची संख्या	राज्य सरकारांनी तयार केलेली राज्यनिहाय जातींची संख्या
१)	आंध्र प्रदेश	१२४	९५
२)	आसाम	४४	११९
३)	हरियाणा	८८	६४
४)	हिमाचल प्रदेश	२७	४८
५)	कर्नाटक	६४	१८१
६)	केरळ	४८	७६
७)	महाराष्ट्र	३६०	१९६
८)	ओरिसा	१४८	१११ (राज्य सरकारने यादी परत घेतली)
९)	पंजाब	८८	६२
१०)	तमिळनाडू	१५६	१२४
११)	उत्तर प्रदेश	१२०	५६ [४८]

कालेलकर आयोगाने केंद्रीय शिक्षण खात्याने शैक्षणिक मागासवर्गीयांना अनुदान देण्याची व्यवस्था केली होती व केंद्रीय शिक्षण खात्याने ही सूची राज्य शासनाने केलेल्या शिफारशींच्या आधारे केली होती. तसेच उत्तर प्रदेश राज्य सरकारने २१ बिगर हिंदू समुदायाचा इतर मागासवर्गीयांच्या सूचीमध्ये समावेश केला होता व केरळने मुस्लीम, लॅटिन कॅथॉलिक आणि अँग्लो-इंडियन, ख्रिश्चनांमध्ये परावर्तित अनुसूचित जातींसाठी आठ समूहातील तीन समूहांकरिता वेगळे आरक्षण दिले गेले होते. या प्रकारची सूची इतर कोणत्याही राज्याने केलेली नव्हती. त्याचबरोबर काही राज्यांची विमुक्त जमातींची सूची तयार केलेली होती. हरियाणामध्ये ९ विमुक्त जमाती, हिमाचल प्रदेश-७, जम्मू आणि काश्मीर-२, कर्नाटक-६२, मध्य प्रदेश-२१, महाराष्ट्र-१४, ओरिसा-११, तमिळनाडू ७०, पश्चिम बंगाल-२ व दिल्ली-२ अशी विमुक्त जमातींची सूची तयार केलेली होती.[४९]

५.३.१४ इतर आठ घटक राज्ये व केंद्रशासित प्रदेश

आसाम आणि पाँडेचरी यांसारख्या राज्यात व केंद्रशासित प्रदेशांनी शैक्षणिक मागासलेपण दूर करण्यासाठी आरक्षण स्वीकारले होते. परंतु, सरकारी नोकरीतील आरक्षण मात्र स्वीकारलेले नव्हते. राजस्थान, ओरिसा, मेघालय आणि दिल्ली इत्यादी राज्यांनी इतर मागासवर्गीय उमेदवारांना शैक्षणिक संस्थांमध्ये आणि सरकारी नोकऱ्यांमध्ये आरक्षण दिले नव्हते. मात्र, या राज्यांनी व केंद्रशासित प्रदेशांनी इतर मागासवर्गीय विद्यार्थ्यांकरिता शाळेची फी, पुस्तके, दुपारचे जेवण यांसारख्या योजना राबविल्या होत्या. १९६१ साली ओरिसा आणि दिल्ली यांनी जातीच्या आधारावर तयार केलेली यादी रद्द करून, आर्थिक मागासलेपणा या निकषाच्या आधारावर त्यांचा स्वीकार केलेला होता. अंदमान-निकोबार, अरुणाचल प्रदेश, चंदीगढ, दादरा आणि नगर हवेली, गोवा, दीव-दमण आणि लक्षद्वीप, मध्य प्रदेश, मणिपूर, मिझोराम, नागालँड, सिक्कीम, त्रिपुरा आणि पश्चिम बंगाल या राज्य व केंद्रशासित प्रदेशांनी इतर मागासवर्गीयांसंबंधी कोणतीही यादी १९९३ सालापर्यंत तयार केलेली नव्हती.[५०]

१९९३ सालापर्यंत ज्या राज्यसरकारांनी मागासवर्गीय आयोगाची निर्मिती केलेली होती; त्यांचे अनुमान व इतर राज्यातील मागावर्गीय आयोगाचे अनुमान यामध्ये कधीच सारखेपणा नव्हता. समाजामध्ये सामाजिक, आर्थिक आणि सांस्कृतिक समतोल साधला गेलेला नव्हता. परिणामी वर्गीय संघर्षाबरोबरच जातीय संघर्षसुद्धा वाढत गेला व या आधारावर आरक्षण समर्थक व विरोधक यांच्यामध्ये बराच काळ सामाजिक न्याय या मुद्द्यावर अनेक चळवळी झाल्या. या चळवळीमुळे राजकीय व्यवस्था डबघाईलाला आली होती. ज्या राज्य सरकारांनी आरक्षण देऊ केले, त्यांच्यासमोर आरक्षण किती प्रमाणात द्यावयाचे? व किती काळ द्यावयाचे? या धोरणावर एकमत होत नव्हते. यातूनच इतर मागासवर्गीयांची एक पिढी बाहेर पडली तरीदेखील, त्यांना आरक्षणाचा लाभ मंडल आयोगाच्या शिफारशीची अंमलबजावणी होईपर्यंत मिळालेला नव्हता. यामुळे त्यांना शैक्षणिक व सामाजिक प्रगती करता आलेली नव्हती; यावरून असे दिसून येते की, अजूनही इतर मागासवर्गीयांत मोडणाऱ्या काही जातींना आपण आरक्षणाचे लाभधारक आहोत हेसुद्धा माहीत नव्हते. हे माहीत नसल्याकारणाने त्यांची मानसिकता अजूनही आरक्षणाच्या विरोधात आहे.

इतर मागासवर्गीयांबाबत विशेष सहानुभूती असणारी राज्ये म्हणून कर्नाटक व तमिळनाडूचा उल्लेख केला जातो. या राज्यांमध्ये इतर मागासवर्गीयांच्या कल्याणासाठी जे कार्यक्रम हाती घेतले त्यासाठी तमिळनाडू राज्याने ०.२ टक्के व जम्मू काश्मिरमध्ये ०.४७ टक्के रकमेची तरतूद समाजकल्याण खात्याकडे सोपविली जाते. जनतेच्या

कल्याणाच्या योजना राबविण्यास सांगितले जाते. परंतु, इतर मागासवर्गीयांकडे लक्षच दिले जात नाही.[५१]

काकासाहेब कालेलकर आयोगाचा अहवाल सादर झाल्यानंतर केंद्र शासनाने तो अहवाल बाजूला ठेवला त्यानंतर केंद्र शासनाच्या नोकऱ्यांमध्ये इतर मागासवर्गीयांची स्थिती खालीलप्रमाणे होती -

तक्ता क्र.१६ : केंद्र शासनाच्या नोकऱ्यांमध्ये इतर मागासवर्गीयांची स्थिती

अ. क्र.	कर्मचाऱ्यांची श्रेणी	कर्मचाऱ्यांची एकूण संख्या	इतर मागासवर्गीय टक्केवारी
१)	श्रेणी-१	१७४०४३	४.६९
२)	श्रेणी-२	९१२७८६	१०.६३
३)	श्रेणी-३ आणि श्रेणी-४	४८४६४६	२४.४०
४)	इतर सर्व श्रेणी	१५७१४७५	१२.५५[५२]

वरील तक्याआधारे केंद्र शासनाच्या नोकऱ्यांमध्ये इतर मागासवर्गीयांचे प्रमाण प्रथम श्रेणीमध्ये ४.६९टक्के, द्वितीय श्रेणीमध्ये १०.६३टक्के, श्रेणी-३ व श्रेणी-४ २४.४०टक्के, इतर सर्व श्रेणी १२.५५टक्के इतके होते. मंत्रालय, स्वतंत्र शैक्षणिक संस्था व सार्वजनिक उपक्रमांत एकूण १ लाख ७४ हजार २६ अधिकाऱ्यांपैकी इतर मागासवर्गीयांची संख्या ८१६९ असल्याचे नोंदविले गेले. हे प्रमाण ५ ते ५.५० टक्के होते. १९६९ ते १९७८ या दहा वर्षांच्या काळात अखिल भारतीय सनदी सेवेतील आय.ए.एस. १० व आ.पी.एस. मध्ये ६ एवढ्या कमी प्रमाणात इतर मागासवर्गीय उमेदवारांची निवड झाल्याचे दारुण चित्र दिसून येते.[५३]

स्वातंत्र्योत्तर काळात आरक्षण तत्त्वाची अंमलबजावणी झाल्यापासून मंडल आयोगापर्यंत वेळोवेळी केंद्रशासनामार्फत, त्याचबरोबर न्यायालयीन निर्णयामुळे इतर मागासवर्गीयांची उपेक्षा व अवहेलना झालेली दिसून येते. जवळपास सर्व राज्यातील मागासवर्गीय आयोगांनी राज्यातील आदेशानुसार इतर मागासवर्गीयांची यादी तयार करताना आर्थिक निकषांचा आधार घेतलेला होता. यामध्ये जम्मू-काश्मीर या राज्याने व्यवसाय आणि प्रांत रचनेवर विशेष जोर दिला होता. केरळ राज्याने उत्पन्नाची सीमा मानून इतर मागासवर्गीयांची सूची तयार केलेली होती. काही राज्यांनी व्यवसाय, उत्पन्न, शिक्षण व आर्थिक परिस्थिती या इतर बाबींचा देखील विचार केलेला होता. काही राज्यांनी

वैज्ञानिकतेचा आधार घेऊन सक्षम लोकांना आरक्षणापासून वंचित ठेवले होते. अनेकदा असे दिसून येते की, काही राज्य सरकारांनी स्वत:हून नेमण्यात आलेल्या आयोगाकडून केलेल्या शिफारशींकडे फारसे लक्ष न देता जाणीवपूर्वक दुर्लक्ष केले होते. जवळजवळ सर्व राज्यसरकारांनी आरक्षणाचे तत्त्व शिक्षण आणि शासकीय व अशासकीय नोकऱ्यांमध्ये वापरलेले होते. त्याचबरोबर यास अनुसरून असणाऱ्या विद्यार्थ्यांना सोईसवलती, मोफत शिक्षण, मोफत पुस्तके, तांत्रिक शिक्षण, विशेष विद्यावेतन त्याचबरोबर विद्यार्थ्यांना मध्य आहार याप्रकारची तत्त्वे स्वीकारून आरक्षणास बळकटी देण्याचा प्रयत्न केलेला दिसून येतो. काकासाहेब कालेलकर आयोगाचा अहवाल केंद्र सरकारने स्वीकारला नसला तरी भारतीय संविधानाचा स्वीकार केल्यानंतर या प्रकारची राष्ट्रीय पातळीवर सर्वप्रथम पाहणी म्हणून काकासाहेब कालेलकर आयोगाचा अहवाल महत्त्वाचा आहे. त्यानंतर १० राज्यांनी १५ आयोग स्थापन केले व त्यांच्या अभ्यासपूर्ण अहवालामुळे इतर मागासवर्गीयांबाबत अत्यंत मौलिक माहिती प्राप्त झाली.

६ मंडल आयोग : शिफारशी व अंमलबजावणी

प्रस्तावना

भारतात स्वातंत्र्योत्तर कालावधीत शासकीय कार्यामध्येसुद्धा जातिभेद होऊ लागला, हे कटू सत्य आहे. या कारणावरून केंद्र सरकारने आरक्षणासाठी आवश्यक असणाऱ्या इतर मागासवर्गीयांची निश्चिती करण्याच्या कार्यामधून आपली सोईस्कररीत्या सुटका करून घेतली व त्याची जबाबदारी राज्य सरकारांवर टाकली. यामुळे अनेक राज्यांनी आपापल्या अखत्यारीत अनेक आयोग नेमले परंतु ते मागासवर्गीय आयोग वादातीत राहिले; काही आयोगाच्या शिफारशी राज्यांनी स्वीकारल्या तर काहींनी डावलल्या म्हणून अनेक प्रकरणे न्यायप्रविष्ट झाली; तर काही वेळेला उच्च जातींचा समावेश मागासवर्गीयांमध्ये केल्यामुळे न्यायालयात वाद झाले, तर कधी उच्च जातीयांनी आयोगाबाबत कारस्थाने केल्यामुळे आयोगाच्या शिफारशींची अंमलबजावणी होण्यापूर्वी तो संपुष्टात येत असे. काकासाहेब कालेलकर आयोगाच्या शिफारशीनंतर २२ वर्षं या आयोगाच्या अहवालाबाबत कुणीही 'ब्र' सुद्धा काढला नाही. अल्पसंख्य उच्चवर्णीयांचे प्रतिनिधी बहुजनांच्या मतांवर निवडून येत होते व बहुसंख्याकांवर राज्य करीत होते, बहुजनवर्गही त्यांच्याच पाठीशी राहात होता.

६.१ मंडल आयोगाची पार्श्वभूमी

१९७७ साली जनता पक्षाचे सरकार सत्तेवर आले आणि चौधरी चरणसिंग हे गृहमंत्री झाले तेव्हा त्यांना एका फाईलमध्ये नेहरूंचे एक पत्र सापडले; ते पत्र नेहरूंनी १ जून १९६१ रोजी राज्यांच्या मुख्यमंत्र्यांना पाठविले; त्यामध्ये नेहरू म्हणतात की, जातीच्या आधारावर ज्या परंपरेने आरक्षण दिले जात आहे ते आपण सोडायला हवे. आपण जरी 'अनुसूचित जाती' व 'अनुसूचित जमाती' यांना मदत करण्याच्या दृष्टीने

बांधले गेलो आहोत. तो त्यांचा हक्कही आहे. तरीही मी कोणत्याही प्रकारच्या आरक्षणास 'नकार' दर्शवितो यामध्ये विशेष करून नोकऱ्यांमधील आरक्षणास यापुढे जाऊन नेहरू म्हणतात की, खऱ्या अर्थाने त्यांना मदत करण्याचा एक मार्ग आहे, तो म्हणजे त्यांना चांगल्या शिक्षणाची संधी दिली गेली पाहिजे. यामध्ये तांत्रिक शिक्षणाचा देखील समावेश आहे. परंतु, जातीच्या आणि वर्गांच्या आधारावर आरक्षण दिले गेले तर प्रतिभावंत लोकांच्यावर अन्याय होऊन त्यांची उपेक्षा केली जाईल.[१]

१९७७ साली पुन्हा एकदा काकासाहेब कालेलकर आयोगाची चर्चा होऊ लागली. उत्तर भारतातील इतर मागासवर्गीय समाजाचे काही नेते या आयोगावर बोलू लागले. १९७७ साली जनता पक्षाने आपल्या निवडणूक जाहीरनाम्यात इतर मागासवर्गीयांसाठी काकासाहेब कालेलकर आयोगाच्या शिफारशी लागू करण्याचे आश्वासन दिले. त्याला देशातल्या मागासवर्गीय लोकांनी मोठा पाठिंबा दिला होता. यामुळे इतर मागासवर्गीय खासदारही मोठ्या संख्येने निवडून आले. या कारणाने १९७७ साली केंद्रात जनता पक्षाचे सरकार आले. इतकेच नव्हे तर बिहार व उत्तर प्रदेश या राज्यात मुख्यमंत्रीसुद्धा इतर मागासवर्गीय झाले. त्याचवेळी बिहारात 'कर्पुरी ठाकूर' यांनी इतर मागासवर्गीयांना २६ टक्के जागा राखीव ठेवण्याचा निर्णय जाहीर केला व उत्तर प्रदेशातील राम नरेश यादव सरकारने शासकीय नोकऱ्यात १५ टक्के राखीव जागा इतर मागासवर्गीयांना ठेवण्याचा निर्णय घेतला या निर्णयांच्या विरोधात आंदोलनाचा डोंब उसळला. आंदोलनकर्ते हिंसाचाराचा अवलंब करून 'राम नरेश यादव वापस जाओ; वापस जाकर भैंस चराओ'[२] अशा प्रकारच्या जातीवाचक घोषणा दोन्ही मुख्यमंत्र्यांच्याविरुद्ध देत असत; तर दुसऱ्या बाजूने राखीव जागांचे समर्थक काकासाहेब कालेलकर आयोगाची अंमलबजावणी त्वरित करावी, अशी मागणी करीत होते. या वादावर पडदा टाकण्यासाठी घटनेतील ३४० कलमास अनुसरून तत्कालीन प्रधानमंत्री 'मोरारजी देसाई' यांनी २० डिसेंबर १९७८ रोजी लोहियावादी कार्यकर्ते असलेले 'बिंदेश्वरी प्रसाद मंडल' यांच्या अध्यक्षतेखाली 'दुसरा केंद्रीय मागासवर्गीय आयोग' याची नियुक्ती केली, या आयोगाचे सदस्य खालीलप्रमाणे होते -

तक्ता क्र.१७ : मंडल आयोगाचे सभासद

अ.क्र.	सभासदांचे नाव	पदनाम
१)	बिंदेश्वरी प्रसाद मंडल	अध्यक्ष
२)	न्या. आर. आर. भोळे	सदस्य
३)	श्री. दिवाण मोहनलाल	सदस्य
४)	श्री. एल. आर. नाईक	सदस्य
५)	श्री. के सुब्रह्मण्यम	सदस्य
६)	श्री. एस. एस. गिल	सदस्य

वरील सदस्यांपैकी एल. आर. नाईक यांची नियुक्ती दिनबंधू साहू यांच्या ऐवजी करण्यात आली होती. दिनबंधू साहू यांनी ५ नोव्हेंबर १९७९ रोजी प्रकृतीच्या कारणास्तव आयोगाच्या सदस्यत्वाचा राजीनामा दिला होता.[३]

देशातील सामाजिकदृष्ट्या व शैक्षणिकदृष्ट्या मागासवर्गीय असलेले व ज्या मागासवर्गीयांना शासकीय नोकऱ्यांत उचित प्रतिनिधित्व प्राप्त झालेले नाही, त्यांचा शोध घेऊन अशा मागासवर्गीयांच्या उन्नतीसाठी कोणकोणत्या उपाययोजना करता येतील, याचा अभ्यास करण्यासाठी हा आयोग नेमण्यात आला होता. आयोगावर खालीलप्रमाणे कामगिरी सोपविण्यात आली होती -

१) सामाजिकदृष्ट्या व शैक्षणिकदृष्ट्या मागासलेले वर्ग कोणाला म्हणावे, त्यासाठी निकष निश्चित करणे.

२) अशा सामाजिकदृष्ट्या व शैक्षणिकदृष्ट्या मागासलेल्या वर्गांच्या उन्नतीसाठी कोणकोणत्या उपाययोजना कराव्यात; ते सुचविणे.

३) केंद्र व राज्य सरकारच्या नोकऱ्यात अशा मागासवर्गीय नागरिकांना उचित प्रतिनिधित्व मिळाले नसल्यास, त्यांच्यासाठी शासकीय नोकऱ्यांत राखीव जागा ठेवण्याबाबतच्या तरतुदींचा अभ्यास करणे.

४) इतर मागासवर्गीयांचा अभ्यास करताना आयोगाला त्यांच्या सामाजिक परिस्थितीबाबत जी वस्तुस्थिती दिसेल त्याबाबतचे अहवाल राष्ट्रपतींना सादर करणे; व मागासवर्गीयांच्या उन्नतीसाठी आयोगास आवश्यक आणि योग्य वाटतील त्या शिफारशी करणे.

५) आयोग आपल्या उद्दिष्टपूर्तीसाठी योग्य वाटल्यास कोणत्याही स्वरूपात, कोणत्याही प्रकारे केंद्र सरकार, राज्य सरकार, केंद्रशासित प्रदेश, प्राधिकरणे यांच्यामार्फत व्यक्तिगत स्वरूपात सूचना मिळवू शकतो.

६) आयोगांचा अध्यक्ष निश्चित केलेल्या ठिकाणी सदस्यांची बैठक आयोजित करू शकतो.

७) आयोग किंवा उपसमितीवर कोणत्याही राज्यातून दोन मागासवर्गीयांची अतिरिक्त सदस्य म्हणून नियुक्ती करू शकतो.

८) आयोगाचे मुख्य कार्यालय दिल्ली असेल हे निश्चित करण्यात आले.

९) आयोगाने आपला अहवाल राष्ट्रपतींना ३१ डिसेंबर १९७९ पर्यंत सादर केला पाहिजे.[४]

प्रधानमंत्र्याच्या हस्ते आयोगाच्या कार्याचे उद्‌घाटन झाल्यानंतर आयोगाने तत्काळ दिल्ली विद्यापीठाच्या मानवशास्त्र विभागाच्या सहकार्याने या विषयावर दोन दिवसांचा

परिसंवाद आयोजित केला होता. त्यानंतर सामाजिक व शैक्षणिक मागासलेपणाचे निकष ठरविण्यास साहाय्यभूत ठरू शकेल अशी प्रश्नावली, प्राधिकरणे, संघटना, संशोधनसंस्था, केंद्र सरकार, राज्य सरकारे त्यातील प्रत्येक खाते व खाते प्रमुखाकडे पाठवून, तिची उत्तरे मागविली. समाजात काम करणाऱ्या स्वयंसेवी संघटना, जाती संघटना व सर्वच जनतेसाठी सर्व भाषेतील वर्तमान पत्रातून एक प्रश्नावली प्रसिद्ध करून, त्यावर सर्वांची मते मागविली. या प्रश्नावलीत सामाजिकदृष्ट्या व शैक्षणिकदृष्ट्या मागासलेल्या वर्गासंबंधी त्यांची मते काय आहेत? आपल्या समाजव्यवस्थेत जातीचे स्थान काय? शारीरिक श्रमाचे काम करणारे लोक कोण आहेत? त्यांना किती उत्पन्न मिळते? या सारखे ८१ प्रश्न त्यात होते. ती प्रश्नावली १ लक्ष ११ हजार ८७२ लोकांनी भरून पाठविली होती.[५] केंद्र सरकारच्या सचिवालयाकडे व त्यांच्या उपविभागाकडे एक प्रश्नावली पाठवून ज्या अधिकाऱ्यांच्या व कर्मचाऱ्यांच्या वडिलांचे व आजोबांचे प्राथमिक शिक्षणापुढे शिक्षण झाले नव्हते; त्या अधिकारी-कर्मचाऱ्यांची जातीनिहाय यादी तयार करून, त्यांची एकूण संस्थेत किती टक्केवारी आहे; ते विचारून तशी यादी प्राप्त केली.

देशातील ४०६ जिल्ह्यांपैकी ४०५ जिल्ह्यातील दोन खेडे व एक शहर निवडून त्यांची १०० टक्के नमुना पाहणी केली त्यासाठी प्रत्येक कुटुंबाकडून ५१ प्रश्नांची प्रश्नावली भरून घेण्यात आली. जनतेला प्रत्यक्ष भेटी दिल्या. १७१ औपचारिक बैठका घेतल्या; त्यात विविध स्तरातील नागरिकांचा समावेश होता. या दौऱ्यात २६३८ स्वयंसेवी संघटनांची निवेदने स्वीकारली. सद्य:स्थिती व समस्या जवळून समजून घेतल्या, त्या लोकांशी प्रत्यक्ष चर्चा करून व दौऱ्याचा तारीख-वार वृत्तांत तयार केला.[६]

आयोगाने साक्षी देण्यासाठी खासदार, आमदार व नागरिकांना आव्हान केले होते. त्या आव्हानास प्रतिसाद म्हणून ६ व्या लोकसभेच्या ५० खासदारांनी व ७व्या लोकसभेच्या ४७ खासदारांनी आयोगासमोर साक्षी दिल्या. याखेरीज आयोगाने बोलावलेल्या बैठकीस १५७ खासदार उपस्थित राहिले.[७] आयोगाने सामाजिक व शैक्षणिक सर्वेक्षण करण्यासाठी प्रसिद्ध समाजशास्त्रज्ञ प्रा.एम.एन.श्रीनिवास यांच्या अध्यक्षतेखाली १५ समाजशास्त्रज्ञांची एक समिती तयार केली व त्या समितीने सर्वेक्षणासाठी एक रूपरेषा ठरविली. १८९१ व १९३१ सालच्या शिरगणतीच्या अहवालाची तपासणी करून त्यानुसार जातीगत धंदे व नंतरच्या ४० वर्षांत जातीतील बदलाचा मागोवा घेतला.[८]

मागासलेपणाची वस्तुनिष्ठ व शास्त्रशुद्ध कसोटी शोधून काढण्याची जबाबदारी आयोगावर सोपविण्यात आली होती. यामुळे, कालेलकर आयोगामधील सामाजिक व शैक्षणिक मागासलेपण ठरविण्यासंबंधी आलेल्या त्रुटी विचारात घेऊन मागासलेपणाची निश्चिती करण्यासाठी, डॉ.जी.एस.घुर्ये, के.एम.पण्णीकर, जे.आर.कांबळे,

एम.एन.श्रीनिवास, एम.एस.राव, सडोल्फ व होवर, डॉ.रजनी कोठारी, डॉ.जे.एस. हरन, आर.एल.हाईग्र ज्युनियर, अनिल भट्ट, न्या. के. सुब्बाराव अशा व्यक्तींच्या संशोधन ग्रंथांचा अभ्यासपूर्ण संदर्भ घेण्यात आला.[९] मंडल आयोगाने सामाजिक व शैक्षणिक सर्वेक्षण करण्यासाठी प्रसिद्ध समाजशास्त्रज्ञ प्रा.एम.एन.श्रीनिवास यांच्या अध्यक्षतेखाली १५ समाजशास्त्रज्ञांची १८८१ ते १९३१ सालच्या जनगणनेच्या अहवालाची तपासणी करून त्यानुसार जातीगत व्यवसाय व नंतरच्या ४० वर्षांत जातीतील बदलाचा मागोवा घेण्यात आला होता. या समाजशास्त्रज्ञांच्या तज्ज्ञ समितीने आयोगास बहुमोल सहकार्य केले होते.

अँथ्रापॉलॉजिकल सर्व्हे ऑफ इंडिया या कोलकाता येथील संस्थेने देशातील काही राज्यात जाऊन गाववार पाहणी केली. त्याचा उपयोग आयोगाने आपल्या अहवालात केला तसेच नवी दिल्लीतील इंडियन कौन्सिल ऑफ सोशल सायन्सेस रिसर्च (ICSSR), लेबर ब्युरो व इन्स्टिट्यूट ऑफ इकॉनॉमिक ग्रोथ या संस्थेकडून आयोगाने माहिती घेतली. सेंट्रल स्टॅटिस्टिक इन्स्टिट्यूट व स्टेट स्टॅटिस्टिक डिपार्टमेंटची मदत घेतली. त्याची एक 'संशोधन नियोजन समिती' स्थापन करून त्या समितीचे मार्गदर्शन घेतले. मुंबईतील 'टाटा इन्स्टिट्यूट ऑफ सोशल सायन्सेस' या संस्थेकडून आरक्षण व उत्तर-दक्षिण राज्ये असा अभ्यास करून, आरक्षणाचा मागोवा घेण्यात आला; या अभ्यासात तमिळनाडू, कर्नाटक, उत्तर प्रदेश व बिहार या राज्यांचा समावेश करण्यात आला होता. गेल्या २० वर्षांत देशात अनेक राज्यात राखीव जागांच्या प्रश्नावरून उच्च न्यायालयात व सर्वोच्च न्यायालयात जे खटले दाखल झाले होते त्याचा अभ्यास करण्यासाठी 'दिल्ली लॉ इन्स्टिट्यूट ऑफ इंडिया' या संस्थेवर जबाबदारी टाकण्यात आली होती. या संस्थेने सादर केलेल्या अहवालावर आयोगाने महत्त्वपूर्व अभ्यास केला.[१०]

मंडल आयोगाने मिळविलेल्या आकडेवारीवरून खालील तक्ता तयार झालेला होता.

तक्ता क्र.१८ : मंडल आयोगाने मिळविलेली आकडेवारी

अ. क्र.	नोकऱ्यांची श्रेणी	एकूण नोकऱ्या	दलित आदिवासींना मिळालेल्या नोकऱ्या (लोकसंख्या २२.५%)	ओबीसींना मिळालेला नोकऱ्या (लोकसंख्या५२%)	उच्चजातीयांना मिळालेल्या नोकऱ्या
१)	श्रेणी-१	१७४०२६ (१००%)	९८९१ (५.६८%)	८१६९ (४.६९%)	१५५९६६ (८९.६%)
२)	श्रेणी-२	९१२९२५ (१००%)	१६५९८२ (१८.९८%)	९७०६३ (१०.६३%)	६४९८८० (७१.१८%)
३)	श्रेणी-३ व ४	४८४६८७ (१००%)	११२८२ (२४.४%)	९१९७५ (१९.९८%)	२७४४३० (५६.६२%)
	एकूण	१५७१६३८ (१००%)	२९४१५५ (१८.७२%)	१९७२०७ (१२.५५%)	१०८०२७६ (८६.७३%)

वरील तक्यावरून स्पष्ट होते की, इतर मागासवर्गीयांना नोकऱ्या कोणामुळे मिळत नाहीत हे दिसून येते. तसेच ५२ टक्के लोकसंख्या असलेल्या इतर मागासवर्गीय जातींना फक्त १२.५५ टक्के नोकऱ्या मिळालेल्या आहेत आणि ज्या उच्च जातीयांची लोकसंख्या फक्त १७.५ टक्के आहे. त्यांनी एकूण नोकऱ्यांपैकी ७० टक्के नोकऱ्या बळकाविलेल्या आहेत. केवळ नोकऱ्याच नाहीत तर देशातील शेती, कारखानदारी, व्यापार यांवरसुद्धा वर्चस्व आहे. राष्ट्रीयकृत बँका व भारतीय जीवन बीमा निगम यांमध्ये एका विशिष्ट उच्चजातीयांचीच मक्तेदारी निर्माण झालेली दिसून येते. देशाच्या आर्थिक नाड्या ज्या मूठभर कारखानदारांच्या हातात आहे ते सर्व उच्चजातीचे आहेत या कारखानदारांच्या यादीत एकही मुसलमान, ओबीसी, दलित व आदिवासी नाही.

अशा प्रकारे प्राप्त झालेल्या माहितीचे व्यवस्थितपणे वर्गीकरण करून त्याचे विश्लेषण निष्कर्षासाठी उपयोगात आणण्यात आले. त्यासाठी संगणकाचे साहाय्य मोठ्या प्रमाणात घेण्यात आले.

भारतात आज बहुसंख्य लोक निरक्षर आहेत त्याचप्रमाणे गरीब व मागासवर्गीय देखील आहेत. त्यामुळे प्रत्येकास आपल्या जीवनाचा दर्जा सुधारण्यासाठी अधिक सावध राहिले पाहिजे; उदाहरणार्थ, १९७७-७८ साली वार्षिक दरडोईखर्च ९९१ रु. होता व त्याचवेळी शहरी व ग्रामीण भागातील दारिद्र्यरेषा वार्षिक अनुक्रमे ९०० रु. व ७८० रुपये होती. दारिद्र्यरेषेखालील बहुसंख्य लोक उपासमारीने मरू शकतात; म्हणून आयोगाने सामाजिक, शैक्षणिक मागासलेपणा ठरविण्यासाठी प्रत्यक्ष पाहणी केली.[११]

अशा प्रकारे शक्य त्या साधनांचा उपयोग करून आयोगाने सामाजिक, शैक्षणिक व आर्थिक मागासलेपण निश्चित करण्यासाठी ११ निकष ठरविले, या ११ निकषांना तीन मुख्य शीर्षकात, अर्थात, सामाजिक, शैक्षणिक आणि आर्थिक निकष निश्चित केले गेले.

सामाजिक (प्रत्येकी ३ गुण याप्रमाणे एकूण ३ × ४ = १२ गुण)

१) इतर समाजाकडून ज्यांना सामाजिकदृष्ट्या मागास समजले जाते, अशा जाती किंवा वर्ग.

२) आपल्या उदरनिर्वाहासाठी प्रामुख्याने शारीरिक श्रमावर अवलंबून राहणाऱ्या जाती किंवा वर्ग.

३) ज्या जाती व वर्गातील राज्य सरासरीपेक्षा २५ टक्के अधिक महिला व १० टक्के अधिक पुरुष ग्रामीण भागात १७ वर्षांपेक्षा कमी वयात लग्न करतात आणि राज्य सरासरीपेक्षा शहरात १० टक्के अधिक महिला व ५ टक्के अधिक पुरुष १७ वर्षांपूर्वी लग्न करतात.

४) अशा जाती वा वर्ग, ज्यामधील राज्यातील सरासरीपेक्षा २५ टक्क्यांहून अधिक महिला श्रमाची कामे करतात.

शैक्षणिक (प्रत्येकी २ गुण याप्रमाणे एकूण २ × ३ = ६ गुण)

१) अशा जाती किंवा वर्ग, ज्यामधील शाळेत कधीही दाखल झाले नाहीत, अशा ५ ते १५ वयोगटांतील मुलांचे प्रमाण राज्याच्या सरासरीपेक्षा २५ टक्के अधिक आहे.

२) अशा जाती किंवा वर्ग, ज्यामधील शाळा सोडणाऱ्या ५ ते १५ वयोगटातील विद्यार्थ्यांचे प्रमाण राज्यातील सरासरीपेक्षा २५ टक्क्यांनी जास्त आहे.

३) अशा जाती किंवा वर्ग, ज्यांच्यामध्ये शालान्त परीक्षा पास झालेल्यांचे प्रमाण राज्य सरासरीपेक्षा २५ टक्क्यांपेक्षा कमी आहे.

आर्थिक (प्रत्येकी १ गुण याप्रमाणे एकूण १ × ४ = ४ गुण)

१) अशा जाती वा वर्ग, ज्या कुटुंबातील संपत्ती राज्याच्या सरासरीपेक्षा २५ टक्क्यांपेक्षा कमी आहे.

२) अशा जाती वा वर्ग, ज्यांच्यामधील कच्च्या घरात राहणाऱ्यांची संख्या राज्यातील सरासरीपेक्षा २५ टक्के अधिक आहे.

३) अशा जाती किंवा वर्ग, पिण्याचे पाणी अर्धा किलोमीटरपेक्षा जास्त अंतरावरून आणावे लागते अशा कुटुंबाची संख्या ५० टक्क्यांपेक्षा जास्त आहे.

४) अशा जाती वा वर्ग ज्यामध्ये उपरोक्त कर्ज घेणाऱ्या कुटुंबांची संख्या राज्याच्या सरासरीपेक्षा २५ टक्के अधिक आहे.

वरील तीन विभागांना समान महत्त्व नाही, त्यामुळे प्रत्येक विभागातील निकषांना वेगवेगळे महत्त्व दिलेले आहे. सर्व सामाजिक निकषांमधील प्रत्येक निकषाला ३ गुण, शैक्षणिक निकषांमधील प्रत्येक निकषाला २ गुण आणि आर्थिक निकषांमधील प्रत्येक निकषाला १ गुण देऊन समान महत्त्व देण्यात आले आहे.

सामाजिक, शैक्षणिक व आर्थिक अशा तीन विभागांत वरील ११ निकष निश्चित केले. या एकूण निकषांच्या गुणांची बेरीज २२ होते. यांपैकी ११ गुण ज्या जातींना किंवा वर्गांना प्राप्त झाले, त्याचा आयोगाने 'मागासवर्गीयांच्या' यादीत समावेश केला. ११ पेक्षा कमी गुण मिळालेल्या जातींना उच्च म्हणून नव्हे, तर सामाजिक, शैक्षणिक व आर्थिकदृष्ट्या 'प्रगत जाती' म्हणून त्यांना सवलती नाकारल्या गेल्या. या आयोगाच्या अहवालावरून भारतात एकूण ३७४३ जातींना इतर मागासवर्गीयांमध्ये समाविष्ट केले गेले.[१२]

६.२ इतर मागासवर्गीयांची ओळख

सामाजिक व शैक्षणिकदृष्ट्या मागासलेपणा ओळखण्यासाठी ११ निकष लावण्यात आले आहेत तसेच वर्ग, जाती व संप्रदायाच्या संदर्भात केलेल्या परीक्षणात फक्त हिंदू धर्मातील लोकांनाच मागासवर्गीय समजण्यात आलेले आहे; कारण वरील विवेचनात फक्त जातीला प्राधान्य देण्यात आले आहे आणि इतर धर्मांपेक्षा हिंदू धर्मात जातीला विशेष प्राधान्य देण्यात आलेले आहे. त्याच्या छाननीसाठी स्वीकारण्यात आलेले निकष, लावलेल्या कसोट्या या वेगवेगळ्या स्वरूपात देण्यात आलेल्या आहेत. जातीच्या संदर्भात मंडल आयोगाच्या अहवालात सविस्तर विवेचन करण्यात आलेले आहे. सर्वोच्च न्यायालयाने एका निकालपत्रात म्हटले आहे की, 'जाती हा एक नागरिकांचा वर्ग आहे ही गोष्ट विसरता कामा नये.' जर जात पूर्णपणे सामाजिक व शैक्षणिकदृष्ट्या मागासलेली असेल तर त्यास घटनेच्या कलम १५ (४) नुसार आरक्षण दिले जाऊ शकते. पुढे एका जातीला नेहमी एक वर्ग या स्वरूपात ओळखले जाऊ लागले. देशात बहुसंख्य जाती अशा आहेत की, ज्या सामाजिक व शैक्षणिकदृष्ट्या मागास आहेत; असे नुसते म्हणून काही फायदा नाही.[१३] आयोगाने सर्वेक्षण करताना काही गावे निवडली. त्या विशिष्ट गावात काही मागास जातींची स्थिती तुलनात्मकदृष्ट्या चांगली आढळल्याने त्या मागास जाती आयोगाच्या अहवालात नाहीत.

मंडल आयोगाच्या मते, ग्रामीण भागातील उत्पादन संबंधीची मूलभूत फेररचना करणे, सर्व राज्य सरकारांनी जमीन विषयक प्रगतीशील कायदे, कमाल जमीन धारण

कायदा लागू केल्यामुळे भविष्यात उपलब्ध होणाऱ्या शिल्लक जमिनी, अनुसूचित जाती-जमातींप्रमाणे इतर मागासवर्गीयांतील भूमिहीनांना दिल्या पाहिजेत. तसेच कर्नाटक, केरळ व पश्चिम बंगालसारख्या राज्यांनी इतर मागासवर्गीयांसाठी उत्कृष्ट कार्य केल्याचा उल्लेख मंडल आयोगाने आपल्या अहवालात केला होता. तथापि, अहवालात हे मान्य करण्यात आलेले आहे की, पाहणी करताना त्या मागास जातींविषयी संपूर्ण तपशील मिळू न शकल्याने या चुका राहिल्या आहेत. उदाहरणार्थ, महाराष्ट्रातील गोवारी, तमिळनाडूतील बडागेर, गुजरामधील धोबी, बिहारमधील कसेरा व राजस्थानातील कुंभार या जातींचा समावेश नाही. आयोगाने अशी शिफारस केली आहे की, सर्व परिस्थितींची पाहणी करून अशा जातींचाही समावेश करण्यात यावा. काही जाती नावातील साम्यामुळे तर काही जातींची राज्यनिहाय वेगळी नावे असल्याने या जाती सुटल्या. याही जातींचा समावेश करावा असे आयोगाने आपल्या शिफारशीत म्हटले आहे.[१४]

सामाजिक व शैक्षणिक स्वरूपात मागासवर्गीयांच्या राज्यवार संदर्भात पुढीलप्रमाणे स्पष्टीकरण दिले जाऊ शकते- सामाजिक व शैक्षणिक क्षेत्रात प्रत्येक जिल्ह्यातील दोन गावे व एका शहराची निवड करण्यात आलेली होती व ज्यामुळे सामाजिक व शैक्षणिक मागासलेपणासाठी व्यापक स्वरूपात निकष लावता येईल तथापि हा निकष प्रत्येक जातीचे वर्णन देण्यात यशस्वी होऊ शकला नाही. आयोगाच्या उद्दिष्टपूर्तीसाठी काहीही करून सामाजिक व शैक्षणिक मागासांची एक यादी तयार करणे आवश्यक होते. मात्र, योग्य निकषांचा अभाव होता. आयोगाने हलका व्यवसाय करणाऱ्यांचा सामाजिक मागासांच्या यादीत समावेश केला. अशा प्रकारे आयोगाने राज्य आणि केंद्रशासित प्रदेशांसाठी वेगवेगळी यादी तयार केली. त्याचा मुख्य स्रोत खालीलप्रमाणे होता-

१) सामाजिक, शैक्षणिक क्षेत्र सर्वेक्षण.

२) १९६१ सालचा जणगणना अहवाल.

३) सर्व देशांचा व्यापक दौरा करून उपलब्ध झालेली माहिती.

४) वेगवेगळ्या राज्य सरकारांनी तयार केलेली इतर मागासवर्गीयांची यादी.[१५]

६.३ बिगर हिंदू समाजातील इतर मागासवर्गीय

हिंदू धर्माखेरीज इतर धर्मातही सामाजिक व शैक्षणिक मागासलेपणा आहे यात मुळीच शंका नाही. हिंदू धर्माखेरीज इतर धर्मातही वेगवेगळ्या क्षेत्रात मागासलेपणा आहे. मुस्लीम, शीख, ख्रिश्चन इत्यादी धर्मात देखील जातीव्यवस्था आढळून येते. दलित जातीतून या धर्मात गेलेल्यांची सामाजिक व शैक्षणिक अवस्था हिंदू दलितांपेक्षा वेगळी नाही. हिंदू धर्मातील अस्पृश्यतेच्या कलंकापासून मुक्त होण्यासाठी इतर धर्मात दलित

स्वेच्छेने गेले तर काहींचे सक्तीने, प्रलोभनाने, फसवून धर्मांतर करण्यात आलेले असले तरी त्यांच्या मागासलेपणात त्यामुळे फरक पडला नाही.[१६]

मुस्लीम धर्मातील सय्यद आणि शेख हे हिंदू धर्मातील ब्राह्मणांप्रमाणे मानले जातात. तसेच पठाण व मोगल हे क्षत्रियांप्रमाणे मानले जातात. त्यामुळे त्यांचा मागासवर्गात समावेश नाही असेच ख्रिश्चन धर्मातील सिरियन ख्रिश्चन, उच्च जातीतून गेलेले हे स्वत:ला श्रेष्ठ समजतात तर दलितांमधून ख्रिश्चन झालेल्यांना हलके समजतात. बिगर हिंदू धर्मातील मागासवर्गीयांस ५२ टक्के धरण्यात आलेले आहे. हरिजन ख्रिश्चनांना श्रीमंत ख्रिश्चनांपुढे बोलताना डोक्याची टोपी काढावी लागते. डायरियन आणि बुलाया गिरिजाघरच्या सदस्यांना धार्मिकविधी एकत्रितरीत्या करता येत नाही. हा भेदभाव त्यानंतरच्या पिढ्या देखील संपुष्टात आणू शकलेल्या नाहीत.

आयोगाने बिगर हिंदू समाजातील इतर मागासवर्गीयांची ओळख निश्चित करण्यासाठी एका महत्त्वपूर्ण तडजोडीनंतर खालील सूत्र स्वीकारण्यात आले.

१) हिंदू धर्मातून इतर धर्मात धर्मांतरित झालेले सर्व अस्पृश्य.
२) वंशपरंपरेने व्यवसाय करणारे की ज्यांचा समावेश हिंदू धर्मातील मागासवर्गीयांत करण्यात आलेला आहे; यामध्ये धोबी, तेली, ठीमर, न्हावी, गूजर, कुंभार, लोहार, शिंपी, बठई इत्यादींचा समावेश होतो.[१७]

६.४ इतर मागासवर्गीयांची अंदाजे लोकसंख्या

भारतातील लोकसंख्येची जातीनिहाय जनगणना ब्रिटिशांनी १८८१ साली सर्वप्रथम केली व १९३१ साली झालेली जनगणना ही अशा प्रकारची शेवटची जनगणना होती. १८८१ ते १९३१ सालापर्यंत जातीनिहाय लोकसंख्या वाढीचा वेग जवळजवळ सारखाच होता व त्या आधारे इतर मागासवर्गांची टक्केवारी निश्चित करण्यात आली, ती ५२ टक्के एवढी होती. बिगर हिंदू समाजात देखील इतर मागासवर्गांचे हेच प्रमाण धरून सर्व मागास जाती व वर्गांची लोकसंख्या ५२ टक्के मानण्यात आली होती. वरील प्रमाणाच्या आधारे आयोगाने १९३१ सालच्या खानेसुमारीच्या आधारे जातीनिहाय व धार्मिक प्रतिनिधित्वाचा तपशील तयार केला व त्याची विभागणी खालीलप्रमाणे पाच प्रकारे करण्यात आली.

१) अनुसूचित जाती तसेच अनुसूचित जमाती.
२) अहिंदू संप्रदाय धार्मिक वर्ग इत्यादी.
३) समृद्ध हिंदू जाती तसेच संप्रदाय.
४) हिंदू मागास जाती तसेच संप्रदाय.
५) बिगर हिंदू मागास समूह.[१८]

आयोगाद्वारे स्वीकारण्यात आलेल्या व्यापक स्वरूपातील माहिती व अभ्यासाचे परिणाम खालीलप्रमाणे दिले गेले आहेत. जाती तसेच धार्मिक समूहांच्या आधारावर भारतीय लोकसंख्येचे टक्केवारीत विवरण.

तक्ता क्र.१९ : जाती व धर्मानुसार भारतीय लोकसंख्येची टक्केवारी

अ. क्र.	जाती/धर्माचे नाव	एकूण लोकसंख्येची टक्केवारी
(१)	अनुसूचित जाती व अनुसूचित जमाती	
क - १	अनुसूचित जाती	१५.०५
क - २	अनुसूचित जमाती	७.५१
	‘क’ एकूण	२२.५६
(२)	बिगर हिंदू संप्रदाय, धार्मिक समूह इत्यादी	
ख - १	मुस्लीम (अनुसूचित जमाती सोडून)	११.१९
ख - २	ख्रिश्चन (अनुसूचित जमाती सोडून)	२.१६
ख - ३	शीख (अनुसूचित जाती/जमाती सोडून)	१.६७
ख - ४	बौद्ध (अनुसूचित जमाती सोडून)	०.६७
ख - ५	जैन	०.४७
	‘ख’ एकूण	१६.१६
(३)	प्रगत हिंदू जाती व संप्रदाय	
ग - १	ब्राह्मण (भूमीहार सहित)	५.५२
ग - २	राजपूत	३.९०
ग - ३	मराठा	२.२१
ग - ४	जाट	१.००
ग - ५	वैश्य, बनिया, इत्यादी	१.८८
ग - ६	कायस्थ	१.०७

अ. क्र.	जाती/धर्माचे नाव	एकूण लोकसंख्येची टक्केवारी
ग - ७	इतर प्रगत हिंदू जाती व समूह	२.००
	'ग' एकूण	१७.५८
	'क', 'ख', 'ग' ची एकूण बेरीज	५६.३०
	हिंदू मागास जाती व संप्रदाय	
	इतर मागासवर्गात येणाऱ्या जाती	४३.७०
	बिगर हिंदू मागासवर्ग	
	बिगर हिंदू मागासवर्गीय	८.४०
एकूण		५२.१०[१९]

हिंदूंच्या एकूण लोकसंख्येतून इतर मागासवर्गीयांची संख्या वजा करून मागासवर्गीय हिंदूंची लोकसंख्या किती आहे हे काढता येते. अशा प्रकारे हिंदू व बिगर हिंदू मागासवर्गीयांची लोकसंख्या ५२ टक्के (५२.१०) होती.

एकंदरीत 'बिंदेश्वरी प्रसाद मंडल' हे लोहियावादी कार्यकर्ते असल्यामुळेच त्यांच्या वैचारिक भूमिकेवर 'डॉ. राम मनोहर लोहिया' यांच्या विचारांची, विशेषत: त्यांच्या जाती नीतीची गडद छाया पडलेली आढळून येते. डॉ. राम मनोहर लोहिया यांच्या मते, 'आधी योग्यता व नंतर संधी' या विचारावरही ते तीव्र प्रहार करतात. अनेकवेळा माणसाला आधी संधी द्यावी लागते व मगच त्याच्यातील योग्यता, गुणवत्ता व अनुभवांमध्ये वाढ होत जाते. त्यामुळे 'आधी योग्यता नंतर संधी' याऐवजी 'आधी संधी व नंतर योग्यता' असा उलट प्रकार केला गेला पाहिजे म्हणून 'सौ में होंगे पिछडे साठ' हे घोषवाक्य समोर ठेवून दलित व इतर मागासवर्गीयांना ६० टक्के राखीव जागा देऊन विशेष संधी देण्याच्या या तत्त्वांचे इमानदारीने पालन केले पाहिजे असे डॉ. राम मनोहर लोहिया यांचे मत होते.[२०] 'मंडल आयोग' देखील या निष्कर्षापर्यंत येऊन पोहोचला की, एकूण लोकसंख्येचे प्रमाण १५ टक्के असतानाही एकूण सत्ता स्थानांपैकी ८५ टक्के उच्चवर्णीयांनीच बळकाविली आहे. यामुळे या आयोगाने सत्तेच्या, अधिकाराच्या आणि विकासाच्या प्रक्रियेत मागे असलेल्यांसाठी त्यांना विकासाच्या प्रक्रियेत सामावून घेण्यासाठी अनेक शिफारशी केल्या.[२१]

मंडल आयोगाने इतर मागासवर्गीय ठरविण्यासाठी काही अटी निश्चित केल्या होत्या. त्यानुसार सामाजिक व शैक्षणिकदृष्ट्या इतर मागासवर्गीयांची व्याप्ती ठरविण्यासाठी निश्चित स्वरूपाचे निकष ठरविणे, सामाजिक व शैक्षणिकदृष्ट्या इतर मागसावर्गीय लोकांच्या प्रगतीसाठी शिफारशी करणे, इतर मागसावर्गीयातील लोकांना सार्वजनिक क्षेत्रात तसेच केंद्र व राज्य सरकारी नोकऱ्यांत पुरेसे प्रतिनिधित्व आहे किंवा नाही, हे पाहणे; आयोगाने केंद्र सरकार, राज्य सरकार, केंद्रशासित प्रदेश व प्राधिकरणे यांच्यामार्फत व्यक्तिगत स्वरूपात सूचना प्राप्त करणे, कोणत्याही राज्यातून आयोग व उपसमितीवर दोन मागासवर्गीयांची अतिरिक्त सदस्य म्हणून निवड करणे या अटीच्या आधारावर इतर मागसावर्गीयांची यादी तयार केलेले होती. मंडल आयोगाने सामाजिक, शैक्षणिक व आर्थिक निकषांव्यतिरिक्त 'जात' हाच प्राथमिक निकष मानून इतर मागासवर्गीयांना आरक्षण देणे योग्य आहे; कारण अलाहाबाद उच्च न्यायालयाने १९७९ साली छोटेलाल यांच्या खटल्यात असा निर्णय दिला की, 'जातसुद्धा एक वर्गच आहे आणि असा वर्ग जर सामाजिक व शैक्षणिकदृष्ट्या मागासलेला असेल तर अशा जातींसाठी विशेष राखीव जागांच्या तरतुदी करणे संविधानाशी सुसंगत आहे.' उच्च न्यायालयाच्या या निर्णयानुसार जातीच्या आधारावर आरक्षण देण्यात यावे अशी मंडल आयोगाने शिफारस केली होती.

६.५ मंडल आयोगाच्या शिफारशी

लोकशाहीत न्यायाच्यादृष्टीने प्रत्येक व्यक्तीला आणि समाज घटकालाही या देशाच्या सत्तेत वाटा मिळणे, हा 'न्याय हक्क' आहे. या देशातील सुमारे ५२ टक्के जनतेचा असा हक्क कोणत्याही परिस्थितीत डावलला जात असेल, तर त्यात सुधारणा करण्याचे उपाय आयोगाने योजणे आवश्यक आहे. मंडल आयोगाने ज्या शिफारशी केल्या आहेत त्या केवळ तत्कालिक सुधारणा करण्यापुरत्या मर्यादित स्वरूपाच्या नसून, त्या व्यापक स्वरूपात समाज परिवर्तनाच्या प्रक्रियेला चालना देणाऱ्या आहेत, मंडल आयोगाने सामाजिक व शैक्षणिक मागासलेपण निश्चित करताना 'जात' हा घटक मानावा लागतो, असे सुचविले. इतर मागासलेले वर्ग निश्चित करताना 'जात' हा प्राथमिक घटक धरणे बरोबर आहे, हे उच्च न्यायालयानेसुद्धा अनेक वेळा मान्य केले आहे आणि जात जर शैक्षणिक व सामाजिक मागासलेली असेल तर ती संपूर्ण 'जात' सामाजिक व शैक्षणिकदृष्ट्या मागासलेला 'वर्ग' म्हणून निश्चित करता येऊ शकतो. त्या जातीतील ठरावीक काही व्यक्ती सर्वसाधारण सरासरीच्या वरच्या पातळीत असल्या तरी त्या जातीसाठी आरक्षण ठेवणे योग्य आहे, असे आयोगाचे मत होते. हा मूलभूत उद्देश मनात ठेवून त्याची रचना केली आहे; असे नमूद करून, त्यांना विकासाच्या प्रक्रियेत सामावून घेण्यासाठी खालील शिफारशी केल्या.

६.५.१ शैक्षणिक शिफारशी

१) फी - माफी, मोफत पुस्तके आणि कपडे, दुपारचे जेवण, विशेष वसतिगृहे आणि शिष्यवृत्ती अशा प्रकारच्या विविध सवलती राज्य सरकारे इतर मागासवर्गीय विद्यार्थ्यांना देत असले, तरी त्या पुरेशा नाहीत. अशा विद्यार्थ्यांकरिता खरी आवश्यकता आहे, योग्य शैक्षणिक वातावरण तयार करून गांभीर्याने आणि उद्देशपूर्ण शिक्षण घेण्यास प्रोत्साहन देण्यासाठी योजना बनविणे.

२) सांस्कृतिक वातावरण सुधारणे ही अतिशय मंदगतीची प्रक्रिया आहे. अशा मुलांना कृत्रिम तयार केलेल्या उच्च सांस्कृतिक वातावरणात वाढविणे देशाच्या आर्थिक आवाक्याबाहेरचे काम आहे. हा प्रश्न मर्यादित आणि निश्चित प्रकारे हाताळण्याच्या दोन प्रकारांच्या शिफारशी केलेल्या आहेत.

३) पहिली म्हणजे इतर मागासवर्गीय समाजाची संख्या जास्त असलेल्या निवडक भागात निश्चित आणि कालबद्ध असा प्रौढ-शिक्षणाचा कार्यक्रम हाती घ्यायला हवा. हा मुद्दा त्यांच्या प्रेरणा मिळण्याच्या शिक्षणाच्या दृष्टीने योग्य लक्ष देईल दुसरी म्हणजे अशा विद्यार्थ्यांना गंभीरपणे शिक्षण घेण्याच्या दृष्टीने त्याचबरोबर अशा भागांमध्ये इतर मागासवर्गीय विद्यार्थ्यांना आकर्षित करण्यासाठी सर्व सुविधांनी युक्त यामध्ये भोजनासहित सर्व सोई मोफत असाव्यात.

४) उच्च शिक्षणाच्या प्रवेशामध्ये राखीव जागांच्या तरतुदींची अंमलबजावणी करीत असता अशा जागांवर घेण्यात येणाऱ्या विद्यार्थ्यांना उच्चशिक्षणाचे सर्व फायदे मिळतील, याची खात्री करून घ्यायला हवी यासाठी सर्व तांत्रिक आणि व्यावसायिक शिक्षण संस्थांमध्ये अशा विद्यार्थ्यांसाठी खास शिकवणीची व्यवस्था करणे आवश्यक आहे. संबंधित अधिकाऱ्यांनी हेही लक्षात घ्यायला हवे की, राखीव जागांवर आवश्यक तेवढे विद्यार्थी भरल्यानंतरही त्यांची जबाबदारी संपत नाही. वस्तुत:, त्यांची खरी जबाबदारी यानंतरच सुरू होते आणि त्यांनी वरीलप्रमाणे व्यवस्था केली नाही तर, या तरुण पिढीमध्ये नाराजी पसरेल व देशातील निम्न दर्जाचे इंजिनिअर्स, डॉक्टर्स आणि इतर धंदेवाईक तयार होतील.[२२]

६.५.२ नोकरीतील आरक्षणासंबंधी शिफारशी

आरक्षित जागांवर अनुसूचित जाती-जमाती आणि इतर मागासवर्गीयांची मोठ्या प्रमाणावर भरती केल्यास शासकीय सेवांचा दर्जा खालावेल, हा युक्तिवाद एका विशिष्ट मर्यादेपर्यंत ग्राह्य धरता येण्यासारखा आहे. परंतु, गुणवत्तेच्या आधारे निवडण्यात आलेले सर्वच उमेदवार प्रमाणित, कार्यक्षम मन लावून निष्ठापूर्वक काम करणारे आणि समर्पित ठरतात असे म्हणता येते का ? असा प्रश्न उपस्थित केला जातो.

आयोगाने त्यावेळच्या परिस्थितीवर लक्ष केंद्रित करताना म्हटले की, 'सध्या सर्व सरकारी नोकऱ्यांमध्ये उच्च पदांवर खुल्या स्पर्धेतून आलेले लोक बसलेले आहेत. आपल्या नोकरशाहीची सध्याची कामगिरी बघता अशा लोकांनी फारसे भरीव कार्य केले आहे, असे दिसत नाही. अर्थात, आरक्षित जागांवर घेतलेले उमेदवार याहून काही अधिक चांगले करतील, असे गृहीत धरता येत नाही. त्याचबरोबर सामाजिक आणि सांस्कृतिक कमतरतेमुळे कदाचित ते काहीसे कमी कार्यक्षम असण्याचीच शक्यता आहे. परंतु, याची दुसरी बाजू अशी की, अशा लोकांना समाजातील इतर मागासवर्गाच्या अपेक्षा आणि समस्यांची खरीखुरी ओळख होईल. वरिल पदावर असलेल्या सामाजिक कार्यकर्त्यांना आणि धोरणे आखणाऱ्यांना याचा फार उपयोग होईल, हे ही काही थोडे नाही.' असे म्हणून नोकरीतील आरक्षणासंबंधी खालील महत्त्वाच्या शिफारशी केल्या -

१) केंद्र आणि राज्य सरकारांचे सार्वजनिक उद्योग आणि राष्ट्रीयकृत बँका यांनाही वरीलप्रमाणे राखीव जागांची पद्धती पूर्णांशाने लागू करावी.
२) सरकारकडून या ना त्या मार्गाने आर्थिक मदत मिळालेल्या सर्व खाजगी क्षेत्रातील उद्योगांनाही वरीलप्रमाणे राखीव जागांची पद्धत लागू करावी.
३) सर्व विद्यापीठे आणि त्यांच्याशी संलग्न महाविद्यालयांनाही राखीव जागांच्या या योजनेत आणावे.
४) याचबरोबर बऱ्याच शिफारशींच्या योग्य अंमलबजावणीसाठी सध्याचे कायदे-नियम-पद्धती इत्यादींमध्ये बदल करण्यासाठी सरकारने पुरेशा तरतुदी कराव्यात.[२३]

मंडल आयोगाने केलेल्या शिफारशींपैकी काही महत्त्वाच्या शिफारशी खालीलप्रमाणे आहेत -

६.६ मंडल आयोगाच्या इतर महत्त्वाच्या शिफारशी

मंडल आयोगाच्या मते, शासकीय व निमशासकीय शैक्षणिक संस्थेत इतर मागासवर्गीयांसाठी २७ टक्के जागा राखीव ठेवून व सर्व प्रकारची आर्थिक, तांत्रिक मदत करून इतर मागासवर्गीयांना सामाजिक, आर्थिक व राजकीय गुलामगिरीतून सोडविण्याचा प्रयत्न करण्यात यावे, अशी शिफारस केली.

१) सरकारी, निम सरकारी, शासकीय अनुदान घेणाऱ्या खाजगी संस्था, शिक्षण संस्था, बँका इत्यादींमधील नोकऱ्यात इतर मागासवर्गीयांसाठी २७ टक्के जागा आरक्षित ठेवण्यात याव्यात.
२) जे उमेदवार गुणवत्तेच्या आधारे निवडण्यात येतील त्यांचा समावेश या आरक्षण

कोट्यात करण्यात येऊ नये.

३) पदोन्नतीसाठीसुद्धा वरीलप्रमाणे २७ टक्के आरक्षणाचे प्रमाण कायम ठेवण्यात यावे.

४) आरक्षणाच्या जागा शिल्लक राहिल्यास त्या आगामी तीन वर्षांपर्यंत राखून ठेवण्यात याव्यात.

५) नोकरभरतीसाठी अनुसूचित जाती तसेच जमातींप्रमाणे वयाची अट शिथिल करण्यात यावी.

६) बढतीसाठी अनुसूचित जाती व जमातींसाठी जशी रोस्टर पद्धती सुरू आहे त्याचप्रकारच्या पद्धती इतर मागासवर्गांसाठी असावी.

७) इतर मागासवर्गीयांची संख्या अधिक प्रमाणात केंद्रित असणाऱ्या विभागात प्रौढ शिक्षण वर्ग सुरू करण्यात यावेत तसेच या विभागात इतर मागासवर्गीय मुला-मुलींसाठी निवासी शाळा सुरू करण्यात याव्यात.

८) केंद्राच्या व राज्यांच्या तांत्रिक, औद्योगिक व वैज्ञानिक शिक्षण संस्थेत इतर मागासवर्गीयांसाठी २७ टक्के आरक्षण असावे.

९) अनुसूचित जाती व अनुसूचित जमातींच्या भूमिहीनांना ज्याप्रमाणे अतिरिक्त जमिनी दिल्या जातात त्याचप्रमाणे इतर मागासवर्गीयांना अतिरिक्त जमिनींचे वाटप करण्यात यावे.

१०) इतर मागासवर्गीयांच्या सामाजिक, शैक्षणिक व आर्थिक प्रगतीसाठी केंद्र व राज्य सरकारने विकास मंडळे स्थापन करावीत.

११) इतर मागासवर्गीयांच्या कल्याणासाठी वेगळे मंत्रालय किंवा स्वतंत्र खाते केंद्र व राज्य शासनाने निर्माण करावे.

१२) राज्यांनी इतर मागासवर्गीयांसाठी आखलेल्या योजना अनुसूचित जाती व जमातींसाठीच्या योजनांना दिल्या जाणाऱ्या योजनांप्रमाणेच केंद्राने आर्थिक मदत करावी.

१३) या सर्व शिफारशी फक्त २० वर्षांपर्यंत लागू आहेत. त्यानंतर, फेरआढावा घेण्यात यावा.[२४]

६.७ आरक्षणाची योजना

हिंदू आणि बिगर हिंदू इतर मागासवर्गीयांची लोकसंख्या एकूण लोकसंख्येच्या ५२ टक्के आहे. त्यामुळे त्यांच्यासाठी ५२ टक्के आरक्षण असायला हवे होते. परंतु, सर्वोच्च न्यायालयाने दिलेल्या निर्णयानुसार ५० टक्क्यांपेक्षा जास्त आरक्षण असू नये, असे नमूद

केलेले असल्याने अनुसूचित जाती व अनुसूचित जमातींच्यासाठी असलेल्या २२.५ टक्के आरक्षणात २७ टक्के वाढ करावी की ते आरक्षण ५० टक्क्यांपेक्षा जास्त होऊ नये म्हणून आयोगाने २७ टक्के आरक्षणाची शिफारस केली; त्यामुळे एकूण आरक्षण हे ४९.५ टक्के इतके होते. या योजना सर्व सार्वजनिक क्षेत्रातील उद्योगांसाठी तसेच सर्व राष्ट्रीयकृत बँकांत लागू केल्या जातील तसेच ज्या संस्थांना सरकारी अनुदान मिळते तेथेही त्यांची अंमलबजावणी करावी असे आयोगाने स्पष्ट केले आहे.[२५]

मंडल आयोगाचा अहवाल, दिनांक ३० एप्रिल १९८१ रोजी संसदेच्या दोन्ही सभागृहांसमोर मांडण्यात आला. परंतु, तोपर्यंत जनता पक्षाचे सरकार जाऊन काँग्रेसचे सरकार सत्तेवर आले होते. काँग्रेसचे सरकारकडून मंडल आयोगालाही काकासाहेब कालेलकर आयोगाप्रमाणे बासनात गुंडाळून ठेवण्यात आले. १९८१ पासून मंडल आयोग लागू व्हावा म्हणून इतर मागासवर्गीय जनतेने अनेकवेळा आंदोलने केली. परंतु, जनता दलाने १९८९ सालीच्या लोकसभा निवडणुकीत मंडल आयोग लागू करण्याचे आश्वासन दिले होते. यापूर्वी, जनता पक्षाने १९७७ सालच्या निवडणुकीत 'कालेलकर आयोग' लागू करण्याचे आश्वासन दिले परंतु ते पूर्ण होऊ शकले नाही. जनता दलाचे सरकार सत्तेवर आल्यावर व्ही. पी. सिंग प्रधानमंत्री झाले आणि त्यांनी संसदेच्या अधिवेशनात इतर मागासवर्गीयांना नोकऱ्यांमध्ये २७ टक्के राखीव जागा देण्याची घोषणा केली.

प्रधानमंत्र्यांनी वरीलप्रमाणे घोषणा करताच या निर्णया विरोधात 'इंद्रा साहनी' व इतर ३० लोकांनी या निर्णयास सर्वोच्च न्यायालयात आव्हान दिले. भारताचे माजी मुख्य सरन्यायाधीश श्री. सव्यसाची मुखर्जी यांच्या इंग्लंड येथील निधनामुळे भारताचे कार्यकारी मुख्य न्यायाधीश रंगनाथ मिश्रा यांनी मंडल आयोग शिफारस अंमलबजावणीस स्थगन आदेश दिला. तद्नंतरच्या काँग्रेसच्या सरकारने शिफारशी स्वीकारण्यासंबंधात कार्यालयीन निवेदनात बदल करून २५ सप्टेंबर १९९१ रोजी नवीन कार्यलयीन आदेश काढला; प्रथम सर्वोच्च न्यायालयाचे प्रमुख न्यायाधीश श्री. मिश्रा यांच्या अध्यक्षतेखालील पीठाने काही सुनावणी केल्यानंतर मंडल आयोग प्रकरण न्यायमूर्तींच्या विशेष पीठाकडे राखीव जागांसंदर्भात अंतिम निर्णयासाठी सुपुर्द केले गेले. त्यानुसार सुनावणी केल्यानंतर ६ विरुद्ध ३च्या बहुमताने सर्वोच्च न्यायालयाने आपला निर्णय १६ नोव्हेंबर १९९२ रोजी दिला, त्याद्वारे क्रिमिलेअर तत्त्व लागू करण्यात आले; तसेच मंडल आयोगाने निर्धारित केलेल्या इतर मागासवर्गीय जातींची चिकित्सा करण्याचे अधिकार राज्यांना देण्यात आले; आणि शेवटी सप्टेंबर १९९३ सालापासून मंडल आयोग लागू झाला, या सर्व घटना भारताच्या सामाजिक व राजकीय क्षेत्रात अत्यंत क्रांतिकारक ठरलेल्या आहेत.[२६]

मंडल आयोगाच्या प्रकरणात दिलेल्या निर्णयानुसार इतर मागासवर्गीयांमधील उच्च

उत्पन्न गटामध्ये समावेश केलेल्या व्यक्तीस या आरक्षणाचा लाभ मिळणार नाही व ते गरिबांनाच मिळावेत, यासाठी सरकारने काही उपाययोजना किंवा पद्धती विकसित कराव्यात, असेही आदेशात म्हटले. यामुळेच समताधिष्ठित समाज निर्माण व्हावा व उपेक्षित राहिलेल्या, तसेच विकासाच्या संधीपासून वंचित राहिलेल्या व्यक्तींना विकासाच्या मुख्य प्रवाहात आणण्याचा आयोगामार्फत प्रामाणिक प्रयत्न झाला. त्यामुळे केंद्रीय व राज्य पातळीवर 'अनुसूचित जाती', 'अनुसूचित जमाती' व इतर 'मागासवर्गीय जाती' यांना आरक्षण मिळाले.

मंडल आयोगाने केंद्र व राज्यांच्या सरकारी, निमसरकारी, शासकीय अनुदान देणाऱ्या खाजगी संस्था, बँका तसेच पदोन्नतीसाठी केंद्र व राज्यांच्या वैज्ञानिक, तांत्रिक व औद्योगिक शिक्षण संस्थेत इतर मागासवर्गीयांसाठी २७ टक्के आरक्षणाची शिफारस केली होती. या शिफारशी १९९३ सालापासून लागू करण्यात आल्या आहेत. मंडल आयोगाने देशातील बहुसंख्य इतर मागासवर्गीय साक्षर आहेत; त्याचप्रमाणे गरीब व मागासलेले देखील आहेत. त्यामुळे प्रत्येकास जीवनाचा दर्जा सुधारणे अधिक गरजेचे आहे. हे ओळखून या समाजाच्या दुःखावर बोट ठेवून त्यांची परिस्थिती सुधारण्यासाठी विविध उपाय सुचवले, त्यात स्त्रियांना आरक्षणाची शिफारस केलेली नव्हती, असे दिसून येते.

तक्ता क्र.२० : भारतातील राष्ट्रीय व राज्य पातळीवर आरक्षणाची टक्केवारी (१९९५)

अ. क्र.	राज्य	अनुसूचित जाती	अनुसूचित जमाती	इतर मागास वर्गीय	एकूण
१)	भारत	१५	७.५	२७	४९.५
२)	आंध्र प्रदेश	१५	०६	२७	४८
३)	अरुणाचल प्रदेश	१५	४४	०५	५०
४)	आसाम	०१	११	२७	४४
५)	बिहार	०६	०९	२६	५०
६)	गोवा	०२	०१	२७	३०
७)	गुजरात	०७	१४	२७	४८
८)	हरियाणा	१९	--	२०	३९

अ. क्र.	राज्य	अनुसूचित जाती	अनुसूचित जमाती	इतर मागास वर्गीय	एकूण
९)	हिमाचल प्रदेश	२५	०५	२०	५०
१०)	कर्नाटक	१५	०५	५३	७३
११)	केरळ	१०	०१	२७	३८
१२)	मध्य प्रदेश	१४	२३	१३	४०
१३)	महाराष्ट्र	१३	०७	१९	३९
१४)	जम्मू काश्मीर	०९	१३	२७	४९
१५)	मणिपूर	०१	२७	२२	५०
१६)	मेघालय	०१	४४	०५	५०
१७)	मिझोराम	--	४५	०५	५०
१८)	नागालँड	--	--	--	--
१९)	ओरिसा	१५	२३	१२	५०
२०)	पंजाब	२७	--	२३	५०
२१)	राजस्थान	१७	१२	२१	५०
२२)	सिक्कीम	०६	२३	२१	५०
२३)	तमिळनाडू	१९	०१	४९	६९
२४)	त्रिपुरा	१५	२९	०६	५०
२५)	उत्तर प्रदेश	२१	०१	२७	५०
२६)	प. बंगाल	२२	०६	२२	५०
२७)	दिल्ली	१५	७.५	२७	४९.५

केंद्रशासित प्रदेश

अ. क्र.	केंद्रशासित प्रदेश	अनुसूचित जाती	अनुसूचित जमाती	इतर मागास वर्गीय	एकूण
१)	अंदमान-निकोबार	--	१२	३७	४९
२)	चंदीगढ	१४	--	२७	४१
३)	दादरानगर हवेली	१४	४३	०५	५०
४)	दीव-दमण	०२	०१	२७	३०
५)	लक्षद्वीप	०६	४५	--	५१
६)	पाँडेचरी	१६	--	२७	४३ [२७]

छत्तीसगढ, झारखंड व उत्तरांचल या राज्यांच्या आरक्षणाचा समावेश वरील मध्य प्रदेश, बिहार व उत्तरप्रदेश या राज्यांमध्ये आहे; कारण वरील राज्यांची निर्मिती १९९५ सालानंतर झाल्याने त्यांच्या आरक्षणाचा समावेश या राज्यात आहे.

६.७.१ धर्मांतर केलेल्यांना आरक्षण

भारतात झालेले मोठ्या प्रमाणातील धर्मांतर हे जातीप्रथेमुळे निर्माण झालेल्या उच्च-नीचतेला कंटाळून झाले आहे. हिंदू या धर्मामध्ये जाती प्रथा, उच्च-नीचता व अस्पृश्यता अस्तित्वात होती, ती अन्य धर्मात नव्हती; त्यामुळे धर्मांतर झाले, पण दुर्दैवाने धर्मांतर होऊनही सामाजिक दर्जा मात्र सुधारला नाही. उलट, ख्रिश्चन, मुस्लीम, लिंगायत व बौद्ध अशा इतर धर्मातही जातीप्रथा सुरू झाली. धर्मांतर केल्याने जीवनपद्धती बदलली, पण सामाजिक व शैक्षणिक दर्जा सुधारला नाही. माळ्याचा बागवान झाला. शिंप्याचा दर्जी झाला व कोष्ट्याचा अन्सारी झाला; पण दर्जा मात्र तोच राहिला; म्हणून अशा समूहांना आरक्षण देणे भाग पडले.[२८] मंडल आयोगाने शिफारशीत नमूद केलेल्या जातींची नावे मुख्यत: हिंदू धर्मात वापरली जातात, परंतु हीच नावे इतर धर्मातसुद्धा कुठे कुठे वापरली जातात; या नावाने ओळखले जाणारे हिंदू धर्माव्यतिरिक्त इतर मागासवर्गांमध्येही समावेश आहे; या खेरीज, ज्या इतर मागासवर्गीयांनी धर्मांतर करून दुसरा धर्म स्वीकारला आहे, अशा सर्वांचा समावेश इतर मागासवर्गांमध्ये केला आहे इतर धर्मातील इतर मागासवर्ग निश्चित करण्याचे अतिशय मोलाचे काम मंडल आयोगाने केलेले आहे.

मंडल आयोगाने सामाजिक, शैक्षणिक व आर्थिक निकषांआधारे देशातील सर्व

धर्मातील जाती व वर्गाची पाहणी केली. देशात जातींची संख्या प्रचंड आहे, या जातींना वेगवेगळ्या प्रांतात वेगवेगळी नावे आहेत व त्यात पोट जाती आहेत; या जातींचा तपशीलवार अभ्यास करून मंडल आयोगाने देशातील एकूण ३७४३ जातींची यादी तयार करून त्यांचा इतर मागासवर्गात समावेश करावा, अशी शिफारस केलेली आहे; यावरून आयोगाच्या पाहणी अभ्यासाला शास्त्रीय आधार होता हे स्पष्ट होते.

६.७.२ मुस्लीम आरक्षण

मंडल आयोगामुळे १९९३ साली मुस्लीम धर्मातील जवळपास ८० जातींना आरक्षणाचा लाभ मिळाला. याचा अर्थ इतकाच की, मुस्लिमांना धर्माच्या आधारे आरक्षण न देता, या धर्मातही जातीव्यवस्था आहेत हे मान्य करून मुस्लीम मागास जातींना आरक्षण देणे योग्य ठरेल.[२१] हे मान्य करून, मुस्लीम मागास जातींना आरक्षणाची शिफारस केली.

६.७.३ क्रिमिलेअरची अट

मंडल आयोग लागू करण्याचा निर्णय १९९० साली जाहीर केला. या निर्णयाच्या विरोधात इंद्रा साहनी व इतर ३० उच्चवर्णीयांनी कोर्टात याचिका दाखल केली. या खटल्याचा निकाल १९९२ साली लागला. या निकालाद्वारे इतर मागासवर्गीयांना क्रिमिलेअरची अट लागू करण्यात आलेली आहे.

क्रिमिलेअर म्हणजे उच्च उत्पन्न असणारा वर्ग होय. ज्या इतर मागासवर्गीय किंवा भटक्या जाती व जमाती कुटुंबाचे वार्षिक उत्पन्न २ लाखांपेक्षा जास्त आहे (सध्या ६ लाखांपेक्षा जास्त आहे) त्यांना क्रिमिलेअर संबोधले गेले आहे. अशा कुटुंबाना ते इतर मागासवर्गीय जातींमधील असले तरी आरक्षणाचा लाभ मिळणार नाही, असे सांगितले गेले. न्यायालयाचा हा निर्णय भटक्या जाती-जमाती व इतर मागासवर्गीयांचे आरक्षण डावलणाऱ्यांना हातभार लावणारा ठरला. विशेषत: वैद्यकीय व अभियांत्रिकी क्षेत्रात जाणारे इतर मागासवर्गीय विद्यार्थी हे विशेषत्वाने आर्थिकदृष्ट्या सधन कुटुंबातून जात होते, त्यांना या नियमाने प्रतिबंध करण्यात आला आहे.

६.८ मंडल आयोग आणि बुद्धिजीवी वर्ग

बुद्धिजीवी वर्गात विचारवंत, तज्ज्ञ, प्राध्यापक, पत्रकार, शास्त्रज्ञ, वकील व डॉक्टर यांचा प्रामुख्याने समावेश होतो. या खेरीज, प्रशासक, व्यवस्थापक, शिक्षक आणि कारकुनी कामात गुंतलेले कर्मचारी वर्ग यांचाही समावेश होतो. या मंडळींकडे समाजाचे वैचारिक नेतृत्व असते. लोकमतावर प्रभाव पाडण्याची क्षमता असते. त्यांच्या तज्ज्ञतेमुळे त्यांच्या म्हणण्याला तटस्थतेचे, वस्तुनिष्ठपणाचे व नि:स्वार्थीपणाचे परिमाणही लाभलेले

असते; अशा बुद्धिवंतांची मंडल आयोगाच्या संदर्भातील भूमिका काय होती, हे पाहण्यासारखे आहे.

मंडल आयोगाच्या शिफारशींची अंमलबजावणी करण्याचा निर्णय झाल्यापासून सर्व प्रमुख इंग्रजी वृत्तपत्रांनी राखीव जागांना विरोध करण्यावर लक्ष केंद्रित केले. अधूनमधून मंडल आयोगाच्या बाजूनेही लेखन प्रसिद्ध झाले; पण वृत्तपत्रांची संपादकीय, स्फुटे आणि सदरे यामध्ये राखीव जागांना आणि मंडल आयोगाला विरोध करणारे लेखनच झाले. आता देश बुडला, जातीय व यादवीयुद्ध सुरू झाले, अशी ओरड वृत्तपत्रांमधून सुरू झाली. विविध वादग्रस्त विषयांवरील मते ठरविताना सामान्य माणूस वृत्तपत्रांचा आधार घेतो. या पार्श्वभूमीवर वृत्तपत्रांची मंडल आयोग विरोधी भूमिका लक्षणीय ठरते. संशोधन संस्थांमधील शास्त्रज्ञांनी कार्यक्षमता व गुणवत्ता यांची पवित्रताच पुढे करून, राखीव जागांना विरोध केला. राखीव जागांमुळे शास्त्रीय संशोधनाला खीळ पडेल अशी त्यांना काळजी वाटू लागली. दिल्लीकर डॉक्टर संघटनांनीही आपला विरोध नोंदवला. शिकाऊ डॉक्टरांनी पथनाट्ये सादर करून 'राखीव' डॉक्टरांच्या अपात्रतेवर भर दिला.[३०]

प्राध्यापक व विचारवंत वगैरे मंडळींनी मंडल आयोगावर चौफेर हल्ला चढविला. समाजशास्त्रज्ञ त्यात आघाडीवर होते; कारण 'जात' हा मुख्य आक्षेप होता. खुद्द ज्या समाजशास्त्रज्ञांनी आपला मंडल आयोगाशी नाममात्र संबंध होता त्यांनी आम्हाला विश्वासात घेतले नव्हते असे म्हटले; राखीव जागांविषयी १९९० साली बुद्धिजीवी वर्गाने व्यक्त केलेली कडवट प्रतिक्रिया आणि त्यानंतर स्वीकारलेला थंडपणा दोन्ही प्रस्थापित जातीय-वर्गीय हितसंबंधीयांना सोईचेच आहे. मंडल अहवालाच्या मर्यादा आणि राखीव जागांच्या धोरणांच्या मर्यादा लक्षात घेता या अहवालामुळे उच्चवर्णीयांच्या वैचारिक श्रेष्ठत्वाला आणि शिक्षण, प्रशासनावरील मक्तेदारीला धक्का बसण्याची शक्यता निर्माण झाली, हे निर्विवादपणे म्हणता येईल. केवळ मंडल अहवाल अंमलात आणणे हे परिवर्तन ठरणार नव्हते; परंतु, त्याच्या अंमलबजावणीतून परिवर्तनाच्या शक्ती पुढे येणे शक्य होते. अशा परिस्थितीत बुद्धिजीवी वर्गाने मंडल अहवालाला विरोध करून, प्रस्थापित हितसंबंधाचे वैचारिक समर्थन करण्याचा प्रयत्न केला; यावरून बुद्धिजीवी वर्गाकडून परिवर्तनाविषयी सहानुभूती बाळगण्याची अपेक्षा करणे अप्रस्तुत आहे. ही वस्तुस्थिती मंडल आयोगाच्या निमित्ताने एकवार अधोरेखित झाली.

६.९ मंडल आयोग सदस्य श्री. एल. आर. नाईक यांचे असहमती पत्र

श्री. एल. आर. नाईक हे मंडल आयोगाचे एक सदस्य होते. अहवाल तयार केल्यानंतर त्यासंबंधी त्यांनी आपले वेगळे मत मांडून असहमतीपत्र तयार केले. ते पत्र अहवालात समावेश करण्यात आले आहे. त्या पत्रात त्यांनी एका वेगळ्या पण महत्त्वपूर्ण

पैलूकडे लक्ष वेधले आहे.

श्री. एल. आर. नाईक असहमती पत्राच्या सुरुवातीलाच, ''मी हे स्पष्टीकरण अत्यंत अनिच्छेने व खेदाने लिहीत आहे.'' असा खुलासा करून पुढे म्हटले आहे की, ''अहवालात इतर मागासलेल्या वर्गांची जी यादी दिली आहे; त्या सर्व जाती एकाच दर्जाच्या व स्थितीतल्या नाहीत. या यादीतील जातींची 'मध्यवर्ती मागासवर्गीय' व 'दलित मागासवर्गीय (अति मागास)' अशा दोन गटांत विभागणी करणे आवश्यक आहे.'' एल.आर. नाईक यांचे मत असे होते की, इतर मागासवर्गीयांत समावेश केलेल्या काही जाती अधिक मागास आहेत. त्यांनी इतर मागासवर्गीयांची विभागणी करून दलित मागासवर्ग व मध्यम मागासवर्ग असे दोन भाग पाडले. दलित मागासवर्गासाठी १५ टक्के राखीव जागा ठेवाव्यात व मध्यम मागासवर्गासाठी १२ टक्के राखीव जागा ठेवाव्यात असे सुचविले होते, तसे केले नाही तर मध्यम मागासवर्गातील सर्व राखीव जागांचा फायदा घेतील असे त्यांचे मत होते.[३१] नुसत्या दिलेल्या सवलती त्या दुर्दैवी दलित मागासवर्गीयांपर्यंत जाऊन पोहचणार नाहीत. परिणामत: दिलेल्या सवलतींचा उद्देशच साध्य होणार नाही.

त्यांच्या मते, दलित मागासवर्गीयांच्या गटात अशा जातींचा समावेश केला पाहिजे की, ज्या जातींना उच्च जातींबरोबर राहण्याची संधी कधीच मिळालेली नाही. समाजाने कलंकित ठरविलेले व्यवसाय करण्याचे त्यांचा नशिबी आले; ज्या जातीवर 'गुन्हेगार जाती' म्हणून व्यवस्थेने शिक्का मारला; म्हणून भंगी, ढोर, भडभुंजे, कैकाडी, लमाणी, पाथरवट, न्हावी यांसारख्या जातींचा एक गट करावा. मध्यवर्ती मागास जाती म्हणजे शेती करणारे, पशुपालक, शिंपी, कोल्ही, रंगारी, सोनार, लोहार, अशा उच्च जातींबरोबर ज्यांचा संबंध येतो त्या जातींचा वेगळा गट तयार करावा; म्हणजेच मागासलेले व अतिमागासलेले यांच्यात स्पर्धा राहणार नाही व अतिमागासलेल्या या गरजू लोकांना सवलतींचा फायदा मिळेल.

आपल्या समाजात जातियवाद प्रखर स्वरूपात जिवंत आहे. तो काळाबरोबर नवेरूप धारण करतो व टिकून राहतो. राजकीय नेतेसुद्धा जातियवादापासून मुक्त होऊ शकले नाहीत आणि उच्चजाती ज्या प्रकारचा व्यवहार या मागासलेल्या जातींशी करीत आहेत, खरेतर कुणाचीही घृणा न करणे व सर्वांशी प्रेमळपणे वागणे, हे त्यांच्या वर्तनातील आदर्श असायला हवेत. मागासलेपणा विरुद्धची लढाई त्यांनी आपल्या मनामध्ये आधी लढायला हवी आहे, पण तसे घडत नाही. अशा परिस्थितीत या दोन गटांना एकाच वर्गात ठेवले तर त्यांच्यात स्पर्धा निर्माण होईल. त्या स्पर्धेत, 'मोठा मासा लहान माशास गिळून टाकतो' या म्हणीचा प्रत्यय येईल. सर्व सवलती मध्यवर्ती मागासलेल्या जातींच्या वाट्याला जातील आणि दलित मागासलेल्यांची स्थिती जशी आहे तशीच राहील.[३२]

वरील आशयाचे असहमतीपत्र जोडून श्री.एल.आर.नाईक यांनी एका महत्त्वाच्या वस्तुस्थितीवर प्रकाश टाकला आहे. एल.आर. नाईक यांनी उपस्थित केलेला मुद्दा महत्त्वाचा आहे. आयोगाचे अध्यक्ष बी. पी. मंडल यांनी राष्ट्रपतींना आयोगाचा अहवाल सादर करताना लिहिलेल्या पत्रात एल.आर.नाईक यांच्या प्रतिपादनातील मुद्दा लक्षात घेतला आहे. परंतु, सर्वोच्च न्यायालयाच्या निर्णयामुळे इतर मागासवर्गात पुन्हा पोटभेद करणे घटनाबाह्य आहे, असे ठरविले गेले आहे म्हणून एल.आर.नाईक यांच्या मतांशी सहमती व्यक्त करता येत नाही, असे म्हटले होते. तरीही मंडल आयोगाच्या अहवालाने त्यांची रचना स्वीकारलेली नाही; कारण त्यामुळे सवलतीच्या मार्गात काही कायदेशीर अडचणी निर्माण होतील, असे आयोगाला वाटले असावे. १९६१ साली नागन्ना गौडा समितीच्या अहवालाआधारे कर्नाटक सरकारने मागासलेले व अधिक मागासलेले अशी वर्गवारी करून राखीव जागांसंबंधी आदेश काढला होता. न्यायालयाने तो घटनाबाह्य ठरवून रद्द केला. असा पेचप्रसंग पुन्हा उद्भवेल व सर्व मागासलेल्यांच्या सवलती अजूनही दीर्घ काळापर्यंत लांबणीवर पडतील, अशी शंका व भीती मंडल आयोगास वाटली असावी. पण श्री. एल. आर. नाईकांनी उपस्थित केलेला मुद्दा महत्त्वाचा असून, त्याची गंभीरपणे दखल घेतली पाहिजे व निर्माण होणाऱ्या कायदेशीर अडचणी कशाप्रकारे दूर करता येतील याचा विचार केला पाहिजे.[३३]

६.१० समग्र परिवर्तनाची अपेक्षा

आज अस्तित्वात असलेली व्यवस्था बदलणे हे मंडल आयोगाचे अंतिम उद्दिष्ट मानले आहे, कारण सर्वच प्रश्नांचे मूळ प्रचलित व्यवस्थाच आहे; म्हणून मुळावरच घाव घालायला हवा, असे आयोगाचे मत आहे. ग्रामीण भागात सधन शेतकरी, शेतमजुरांना, कारागिरांना व अकुशल कामगारांना व कष्टकऱ्यांना भाडेपट्ट्याने जमिनीचे लहान लहान तुकडे देऊन, राहण्यासाठी जागा देऊन, व्याजाने पैस देऊन त्यांना जवळजवळ वेठबिगार बनवितात व त्यांच्यावर अधिराज्य गाजवितात. सरकारी अधिकारीही उच्च सधन वर्गातीलच असतात. सधन शेतकरी व वरिष्ठ अधिकाऱ्यांतील संबंध हे जात व वर्गीय हितसंबंधामुळे अतूट स्वरूपाचे बनलेले आहेत. हे अधिकारी नेहमी सधन शेतकऱ्यांची बाजू घेतात व समाज जीवनावरील शारीरिक व मानसिकदृष्ट्या सधन शेतकऱ्यांचे गुलाम बनतात. त्यासाठी सध्या अस्तित्वात असलेले उत्पादन संबंध बदलणे, आयोगास आवश्यक वाटते. त्यासाठी नव्याने जमीन सुधारणा कायदे करावेत. जमीन सुधारणेबाबत अनेक कायदे आजही अस्तित्वात आहेत. परंतु, त्यांची काटेकोरपणे अंमलबजावणी होत नाही. कर्नाटक, केरळ व पं. बंगालमध्ये या कायद्यांची अंमलबजावणी योग्य प्रकारे

झाल्यामुळे इतर मागासवर्गीयांना त्यांचा राजकीयदृष्ट्या लाभ झाला आहे; असे नमूद करून औद्योगिक क्षेत्रातील उत्पादन साधनात त्वरित बदल करणे काही कारणामुळे शक्य नसेल तर निदान शेतीच्या क्षेत्रात तरी ते करणे आवश्यक असल्याचे स्पष्ट केले आहे. त्यासाठी शासनाने पुरोगामी कायदे करून त्यांची चोख अंमलबजावणी करणे आवश्यक आहे. पुरोगामी जमीन सुधारणा कायद्याच्या अंमलबजावणीमुळे ग्रामीण भागातील उत्पादन साधनांवर उच्चवर्णीयांची जी मक्तेदारी आहे; त्यावर आघात होईल असे नमूद करून कमाल जमीन धारणा कायद्याअंतर्गत उपलब्ध होणारी जमीन अनुसूचित जाती व जमातींच्या लोकांमध्ये वाटप केली जाते. त्याचा व सरकारी पडीक जमिनीच्या काही भागांचे इतर मागासवर्गीयातील भूमिहीन शेतमजुरांमध्येही वाटप करावे, असे मंडल आयोगाने सूचविले आहे.[३४]

६.११ राजकीय प्रक्रियेतील सहभाग

इतर मागासवर्गीयांचे एकूण लोकसंख्येतील प्रमाण ५२ टक्के आहे. परंतु, केंद्राच्या, राज्याच्या विधिमंडळात त्यांना पुरेसे प्रतिनिधित्व मिळत नाही. आर्थिक दु:स्थिती, असंघटितपणा, राजकीय जाणिवांचा व आकांक्षाचा अभाव यामुळे गावात ते सरपंचसुद्धा होऊ शकत नाहीत. त्यासाठी आयोगाने इतर मागासवर्गीयांसाठी राजकीय क्षेत्रात राखीव मतदार संघाची शिफारस घेतली आहे. अशा राखीव मतदार संघाची व्यवस्था केली तरच देशाच्या राजकारणातील इतर मागासवर्गीय जनतेचा सहभाग वाढेल, व देशातील विधिमंडळे खऱ्या अर्थाने प्रातिनिधिक बनतील.

महात्मा फुले यांनी आरक्षणाचा सिद्धान्त सांगताना असे म्हटले होते की, ''जसे माणसाचे रूप असते, तशीच प्रतिमा आरशात दिसते.'' त्याचप्रमाणे समाजाच्या सर्वस्तरातील सामाजिक गटाचे प्रतिबिंब देशाच्या विधिमंडळात पडायला हवे. राखीव मतदार संघाची तरतूद केल्याने हे घडेल; इतर मागासवर्गीयांना देशाच्या सत्तेत आणि प्रतिष्ठेत वाटा मिळाल्याशिवाय व्यवस्था परिवर्तनाची प्रक्रिया गतिमान होऊ शकणार नाही, असे मंडल आयोगाला वाटते.[३५]

वरील सर्व क्रिया-प्रतिक्रियांनी मंडल आयोगावर काळे ढग आले आणि असंघटित असलेल्या इतर मागासवर्गाने आपली शक्ती दाखविली नाही; परंतु, हे राष्ट्रीय मोर्चाच्या सरकारने लक्षात घेऊनच मंडल आयोगाची अंमलबजावणी करण्याचा ऐतिहासिक निर्णय घेतला, तो वाखाणण्याजोगा आहे. राष्ट्रीय मोर्चाच्या सरकारने एक शिफारस अंमलात आणण्याचा निर्णय जाहीर केला. तीच शिफारस अंमलात आणण्याकरिता देशात रणकंदन झाले. मंडल आयोगाच्या इतर शिफारशी कागदावरच ठेवण्याचा प्रयत्न उच्च जातीय अधिकारी व मंत्री करतील म्हणून सर्व ओबीसी जातींनी संघटित होऊन आपल्या हक्कांची

मागणी सतत करीत राहिली पाहिजे. २७ टक्केच काय, जातीच्या प्रमाणात ५२% आरक्षण मिळविण्यासाठी आपली संघटनशक्ती पणाला लावली तरच राजकीय शक्ती आपला वाटा देण्यास तयार होतील.

याबाबत डॉ. बाबासाहेब आंबेडकरांसारख्या द्रष्ट्या नेत्यास भविष्यातील घडामोडींची जाणीव होती म्हणूनच संविधान ३४० वे कलम घालून आपल्या शेवटच्या भाषणात बजावले होते की, ''आपण आज राजकीय समानता निर्माण करीत आहोत; पण त्याचबरोबर आपल्या समाजातील सामाजिक आणि आर्थिक विषमताही शिल्लक आहे. या दोहोंमधील आंतर्विरोध जर आम्ही नष्ट केला नाही, तर जे लोक सामाजिक आणि आर्थिक विषमतेने पिचले गेले आहे तेच लोक मोठ्या प्रयासाने आम्ही निर्माण केलेली राजकीय लोकशाही उद्ध्वस्त करतील.''[३६] मंडल आयोगाने आपला अहवाल १९८०ला सादर केला. मात्र, काँग्रेस पक्षाने त्यावेळेस त्यावर अंमलबजावणी केली नाही. दहा वर्षे संसदेत वारंवार या मुद्यावरून गोंधळ झाला; परंतु, काँग्रेस पक्षाने संसदेत या अहवालावर चर्चा करण्यास स्पष्ट नकार दिला होता. १९८९ साली जनता पक्षाचे सरकार आले. व्ही. पी. सिंग प्रधानमंत्री झाले आणि संसदेच्या चालू अधिवेशनात इतर मागासवर्गीयांना नोकऱ्यांमध्ये २७ टक्के राखीव जागा देण्याची घोषणा केली. १९९२ सालच्या सर्वोच्च न्यायालयाचा क्रिमिलेअर लागू करण्याच्या निर्णयाद्वारे १९९३ सालापासून मंडल आयोग लागू झाला.

७ ओबीसी आरक्षणाची सद्य:स्थिती

प्रस्तावना

२६ जानेवारी १९५० रोजी भारतीय संविधानाचा स्वीकार करण्यात आला. संविधानाच्या लिखित प्रतिज्ञापत्रातच शपथ घेतलेली आहे की, 'सामाजिक, आर्थिक व राजकीय न्याय, विचार, अभिव्यक्ती व उपासना यांचे स्वातंत्र्य, दर्जाची व संधीची समानता प्रस्थापित करण्यासाठी वचनबद्ध आहोत.' भारतातील जातीव्यवस्थेमुळे काही जातींच्या लोकांना, शिक्षण, व्यवसाय आणि अनेक मानवी हक्कांपासून वंचित रहावे लागले. पर्यायाने हा समाज मागासलेला म्हणून ओळखला जातो. या समाजास विकासप्रत गेलेल्या समाजाबरोबर आणण्यासाठी संविधानात १५(४) व ३४० या कलमांची तरतूद करण्यात आलेली आहे. या तरतुदीनुसार देशातील 'सामाजिक व शैक्षणिकदृष्ट्या मागासलेले वर्ग' कोणकोणते आहेत, त्यांचा शोध घेऊन, त्यांच्या अडीअडचणी कोणत्या आहेत, अशा लोकांच्या उन्नतीकरिता कोणत्या उपाययोजना करता येतील, याचा अभ्यास करण्यासाठी राष्ट्रपतींवर आयोग नेमण्याची जबाबदारी सोपविण्यात आलेली होती.

भारतीय संविधानातील ३४० व्या कलमांतर्गत करण्यात आलेल्या तरतुदीनुसार केंद्र शासनाने 'काकासाहेब कालेलकर आयोग' व 'मंडल आयोग' असे दोन आयोग नियुक्त केले. या आयोगांनी मागासलेपणा ठरविण्यासाठी निकष निश्चित करून इतर मागासवर्गीयांच्या प्रगतीसाठी व्यापक सुधारणांची शिफारस केलेली होती. काकासाहेब कालेलकर आयोगाच्या सदस्यांत एकमत नव्हते. ज्या कसोट्या लावण्यात आल्या होत्या त्यामध्ये त्रुटी होत्या, सरकारने नकारात्मक भूमिका घेतल्यामुळे त्यांच्या शिफारशींवर चर्चा न होताच तो गुंडाळून ठेवण्यात आला. इतर मागासवर्गीयांच्या संदर्भात कालेलकर आयोगाच्या अहवालातील उणिवा दूर करण्यासाठी मंडल आयोगाने अथक परिश्रम

घेऊन अभ्यासपूर्वक निरीक्षण केले तसेच सामाजिक, शैक्षणिक व आर्थिक न्याय देण्याच्या उद्देशाने व्यापक आणि हितकारक अशा अनेक शिफारशी आपल्या अहवालात केल्या. इतर मागासवर्गीयांची लोकसंख्या ५२% आहे. परंतु, सर्वोच्च न्यायालयाच्या निर्णयामुळे २७ टक्के आरक्षण देण्यात आले. वर्तमान स्थितीत ज्यांच्याकडे जगण्याचे सामर्थ्य अधिक आहे. त्यांची उन्नती वेगाने होत आहे, त्या तुलनेत जे दुर्बल आहेत ते मात्र विकासाच्या मुख्य प्रवाहापासून अलिप्त व शेकडो मैल दूर आहेत. अशा परिघाबाहेरील समाज घटकांचा विकास घडवून आणण्यासाठी, सामाजिक न्याय व समता प्रस्थापित करण्यासाठी त्यांना आरक्षणाद्वारे संरक्षण देणे गरजेचे आहे. तेव्हा आरक्षणाला विरोध न करता सर्वांनी स्वीकार करणे हे व्यक्ती, समाज व राष्ट्रहिताच्या दृष्टीने महत्त्वपूर्ण आहे.

भारतीय संविधानातील आरक्षणाच्या तरतुदींच्या अनुषंगाने स्वातंत्र्योत्तर काळात निर्माण झालेल्या काळात आरक्षणासंबंधी काकासाहेब कालेलकर आयोग व मंडल आयोग यांची निर्मिती विशेष रूपाने करण्यात आलेली होती. भारतात बहुजन समाजाची संख्या ७५ टक्के इतकी आहे. त्यांपैकी इतर मागासवर्गीय समाज हा ५२ टक्के इतका आहे. याचाच अर्थ असा की, लोकसंख्येत ५२ टक्के इतका मोठा असणारा इतर मागासवर्ग हजारो वर्षे ज्ञान, संपत्ती व अधिकार यापासून वंचित होता. भारत स्वतंत्र झाला त्यावेळेस शिक्षण क्षेत्र, आर्थिक सत्ता, जमीनदारी, सांस्कृतिक केंद्रे, धार्मिक सत्ता, प्रशासकीय सत्ता व शासन व्यवस्था या सर्व सत्ता १५ टक्के उच्चवर्णीयांच्या हातात होत्या. अशा विषम समाजामध्ये समानता प्रस्थापित करणे, हे शासनाचे आद्य कर्तव्य होते; त्यामुळेच संविधानात आरक्षणाची तरतूद करण्यात आली. दलित व इतर मागासवर्गीय समाजाला शिक्षणाची व नोकरीची संधी उपलब्ध करून देणे फार महत्त्वाचे होते; त्यातूनच आरक्षणाची तरतूद करण्याकरिता काकासाहेब कालेलकर आयोग व मंडल आयोगाची निर्मिती करण्यात आलेली होती; म्हणजेच आरक्षण हे सामाजिक, शैक्षणिक व आर्थिकदृष्ट्या मागे पडलेल्या समाजाला इतरांच्या बरोबरीने येण्यासाठी उपलब्ध करून दिलेली विशेष संधी होय, असे दिसून येते.

काकासाहेब कालेलकर आयोगाने २३९९ जातींचा इतर मागासवर्गीयांत समावेश केला व त्यांना तांत्रिक व व्यावसायिक शिक्षणात ७० टक्के, शासकीय व निमशासकीय नोकऱ्यांमध्ये प्रथम वर्गात २५ टक्के, द्वितीय वर्गात ३३ टक्के व तृतीय आणि चतुर्थ वर्गात ४० टक्के आरक्षण ठेवण्यात यावे अशी शिफारस केली होती. आयोगाचे अध्यक्ष व सदस्यांमध्ये असलेल्या मतभेदांमुळे व केंद्र सरकारच्या नकारात्मक भूमिकेमुळे या आयोगाचा अहवाल स्वीकारण्यात आलेला नव्हता. परंतु, काकासाहेब कालेलकर आयोगाचा अहवाल स्वीकारला गेला असता तर आज कदाचित चित्र वेगळे दिसले असते; तसेच मंडल आयोगाने इतर मागासवर्ग म्हणून ३७४३ जाती निश्चित केल्या.

त्यांची एकूण लोकसंख्येपैकी ५२ टक्के लोकसंख्या आहे. न्याय म्हणून विचार करायचा झाला तर त्यांच्यासाठी ५२ टक्के आरक्षण ठेवायला हवे; परंतु, सर्वोच्च न्यायालयाच्या या संबंधीच्या निर्णयामुळे ५०% पेक्षा अधिक आरक्षण ठेवता येत नसल्यामुळे २७ टक्के आरक्षण लागू केले. त्यामुळे मंडल आयोगाने मागासवर्गीय म्हणून निर्धारित केलेल्या ३७४३ जातींपैकी फक्त १२०० जातीच या आरक्षणाचा लाभ घेत असल्याचे दिसून येते.

आरक्षणाचे क्रांतिकारक महत्त्व उच्चवर्णीयांना जेवढे समजले, तेवढे आरक्षणाचा लाभ घेणाऱ्या बहुजनांना समजले नाही. यामुळे उच्चवर्णीयांकडून आरक्षणास विरोध करताना गुणवत्ता ढासळते, गुणवंतांवर अन्याय होतो, असा प्रचार केला जातो. हा प्रचार खरा वाटल्याने आरक्षणाचा लाभार्थी बहुजनही आरक्षणाच्या विरोधात बोलू लागतो. उच्चवर्णीयांची विषमतावादी वर्णव्यवस्था व जातीव्यवस्था या आरक्षणामुळे मोडून निघते, हे बहुजन वर्गाच्या लक्षात आलेले नाही त्यामुळे आरक्षण धोरणाचा वापर करून सत्तेत भागीदार होण्याचे प्रयत्न बहुजनांनी जाणीवपूर्वक केले नाहीत.

आरक्षण बहुजन वर्गासाठी फार महत्त्वाचे आहे; कारण या आरक्षणामुळे सत्तेच्या केंद्राकडे जाता येते; म्हणूनच आरक्षणाची अंमलबजावणी व्यवस्थितपणे व्हावी यासाठी इतर मागासवर्गीय नेते, कार्यकर्ते, कर्मचारी संघटना, प्रशासकीय अधिकारी यांनी कटाक्ष बाळगला पाहिजे. आरक्षणाच्या विरोधात न्यायपालिकासुद्धा सक्रिय झालेली आहे. त्याबाबतही जागरूक राहिले पाहिजे. अनुसूचित जाती, अनुसूचित जमाती व इतर मागासवर्ग यांच्या कल्याणाचे आदेश काढण्याबाबत अक्षम्य चालढकल, टाळाटाळ केली जाते. मात्र, अनुसूचित जाती, अनुसूचित जमाती व इतर मागासवर्ग यांच्या विरोधात आदेश ताबडतोब निर्गमित केले जातात व तातडीने अंमलबजावणी केली जाते. यावर इतर मागासवर्ग कर्मचारी संघटना आणि कार्यकर्त्यांनी जागरूक राहून आक्षेप घेतले पाहिजेत. आरक्षणाच्या अंमलबजावणीला विरोध करणाऱ्या राजकीय, न्यायालयीन, प्रशासकीय व प्रसार माध्यमांच्या संघर्षांना त्या त्या पातळ्यांवर तोंड देण्यात सज्ज राहण्याची गरज आहे.

लोकशाहीच्या चार आधार स्तंभांमध्ये कार्यकारीमंडळे, कायदेमंडळे, न्यायमंडळे व प्रसारमाध्यमे यांचा समावेश होतो. कार्यकारी मंडळातील प्रशासन व्यवस्था व राजकीय व्यवस्था एकमेकांच्या आधाराने कार्य करत असते. जरी यातील राजकीय सत्ता मागासवर्गीयांच्या हातात आली आणि प्रशासकीय सत्ता ही मागासवर्गीय विरोधी असेल, तर मागासवर्गीय नेत्यांनी कितीही मागासवर्गीयांच्या हिताचे निर्णय घेतले, तरी त्याची अंमलबजावणी होणार नाही. प्रसारमाध्यमे ही उच्चवर्णीयांच्या हातात असतील तर मागासवर्गीय नेत्यांचे विकृत चित्र आणि चरित्र लोकांच्या मनामध्ये निर्माण झाल्याशिवाय

राहणार नाही आणि न्यायपालिका ही मागासवर्गीय विरोधी असेल तर मागासवर्गीय नेत्यांनी घेतलेले निर्णय हे असे वैधानिक आहेत, असे निर्णय ही न्यायपालिका देईल. याचा अर्थ, राजकीय सत्ता ही सार्वभौम सत्ता नाही; म्हणून राजकीय सत्ता, प्रशासकीय सत्ता, न्यायसत्ता आणि प्रसार माध्यमांची सत्ता या सत्तांवर मागासवर्गीयांनी स्वत:चा अधिकार प्राप्त केला गेला पाहिजे आणि या सत्ता ताब्यात घेण्याचा राजमार्ग म्हणजे 'आरक्षण' होय. आरक्षण हा फक्त शिक्षण आणि नोकरी मिळविण्यासाठीच नव्हे तर सत्तेत सहभागी होण्यासाठी आहे; म्हणून आरक्षणाच्या जागा मिळविणे हे अंतिम साध्य नाही, तर आरक्षण जागांच्याआधारे विविध प्रकारच्या सत्ता केंद्रांवर अधिकार प्रस्थापित करणे, हे मागासवर्गीयांसाठी गरजेचे आहे.

काकासाहेब कालेलकर आयोग व मंडल आयोग यांच्या शिफारशींचे अध्ययन करताना असे दिसून येते की, आरक्षणामुळे थोडीफार समता निर्माण झालेली आहे. हजारो वर्षे अन्याय, विषमता, जातिभेद सहन करणाऱ्या जाती समूहाला भारतीय संविधानाने संधीची, समानतेची, न्यायाची हमी दिलेली आहे. त्यामुळे अत्यंत सहजपणे त्यांना देशाबद्दल आत्मीयता वाटून त्यांच्या मनात 'राष्ट्रीय एकात्मता' वाढीस लागलेली आहे. बऱ्याच वेळेला, दलित-इतर मागासवर्गातील अनेक तथाकथित पुढारी, 'आरक्षण भिक नव्हे, अधिकार आहे', 'आरक्षणाला विरोध करणाऱ्यांना धडा शिकवू' अशा घोषणा करताना दिसून येतात; यावरून असे दिसून येते की, आरक्षण हे साध्य नाही, साधन आहे.

मंडल आयोगाने सामाजिक व शैक्षणिक सर्वेक्षण करण्यासाठी प्रसिद्ध समाजशास्त्रज्ञ प्रा.एम.एन.श्रीनिवास यांच्या अध्यक्षतेखाली १५ समाजशास्त्रज्ञांची १८८१ ते १९३१ सालच्या जनगणेच्या अहवालाची तपासणी करून त्यानुसार जातीगत व्यवसाय व नंतरच्या ४० वर्षांत जातीतील बदलाचा मागोवा घेण्यात आला होता. या समाजशास्त्रज्ञांच्या तज्ज्ञ समितीने आयोगास बहुमोल सहकार्य केले होते. परंतु, मंडल आयोग लागू करण्याची घोषणा करताच हेच समाजशास्त्रज्ञ मंडल आयोगावर चौफेर हल्ला चढविण्यात आघाडीवर होते. खुद्द या समाजशास्त्रज्ञांनी आपला मंडल आयोगाशी नाममात्र संबंध होता, आम्हाला विश्वासात घेतले नव्हते असे म्हटले होते. त्या प्रा.एम.एन.श्रीनिवास, रॉय-बर्गन आणि योगेंद्र सिंह यांनी गेल्या दहा वर्षांत असे हात झटकले नव्हते. आयोगाने निर्माण केलेल्या सरकारी समित्यांमध्ये तज्ज्ञ म्हणून संबंध ठेवायचा आणि पुढे तो नाकारायचा, तब्बल दहा वर्षांनी या प्रकारचा अभूतपूर्व अनुभव होता. प्रा.एम.एन. श्रीनिवास आणि डॉ.पी.आर. दुभाषी यांसारख्या समाजशास्त्रज्ञांनी यापुढेही जाऊन तीन प्रमुख मुद्दे उपस्थित केले - १) जातीच्या आधारे आरक्षण केल्याने जाती-जातीं मधील संघर्ष तीव्र होईल आणि ऐक्याला तडा जाईल. २) राखीव जागांमुळे प्रशासनातील गुणवत्तेच्या, निकषाला तडा

जाईल कार्यक्षमता खालावेल व सर्वच प्रशासकीय कर्मचारी निष्काळजीपणाने वागू लागतील. ३) मागासलेपणाचा प्रश्न मुख्यत: दारिद्र्यविरोधी कार्यक्रमांनीच सोडविणे इष्ट होईल. श्रीनिवास यांच्या मते, व्यक्तीचा मागासलेपणा ठरविणाऱ्या वस्तुनिष्ठ निकषांची आवश्यकता आहे[१], यावरून श्रीनिवास यांची मंडल आयोग विरोधी भूमिका दिसून येते.

मंडल आयोगाने एक महत्त्वाचे कार्य केले, ते म्हणजे १९६१ सालानंतर देशातील इतर मागासवर्गीयांसाठी उत्तर-दक्षिण राज्यांनी राखीव जागांची अंमलबजावणी केली होती. या मागासवर्गीयांवर राखीव जागांचा काय परिणाम झाला याचा एक अभ्यास टाटा इन्स्टिटच्यूट ऑफ सोशल सायन्सेस यांच्यामार्फत करून घेतला. त्यातूनच इतर मागासजातींना 'मागास' म्हणण्यात यावे, असा मंडल आयोगाचा निष्कर्ष निघाला होता.[२]

काकासाहेब कालेलकर आयोगाचा अहवाल सादर झाल्यानंतर केंद्र शासनाने तो अहवाल बाजूला सारला, त्यानंतर केंद्र शासनाच्या नोकऱ्यांमध्ये इतर मागासवर्गीय यांची स्थिती खालीलप्रमाणे होती -

तक्ता क्र.२१ : केंद्र शासनाच्या नोकऱ्यांमध्ये इतर मागासवर्गीयांची स्थिती

अ. क्र.	कर्मचाऱ्यांची श्रेणी	कर्मचाऱ्यांची एकूण संख्या	इतर मागासवर्गीय टक्केवारी
१)	श्रेणी-१	१७४०४३	४.६९
२)	श्रेणी-२	९१२७८६	१०.६३
३)	श्रेणी-३ आणि श्रेणी-४	४८४६४६	२४.४०
४)	इतर सर्व श्रेणी	१५७१४७५	१२.५[३]

वरील तक्त्याआधारे केंद्र शासनाच्या नोकऱ्यांमध्ये इतर मागासवर्गीयांचे प्रमाण प्रथम श्रेणीमध्ये ४.६९टक्के, द्वितीय श्रेणीमध्ये १०.६३ टक्के, श्रेणी-३ व श्रेणी-४ २४.४० टक्के, इतर सर्व श्रेणी १२.५५ टक्के, इतके होते. मंत्रालय, स्वतंत्र शैक्षणिक संस्था व सार्वजनिक उपक्रमात एकूण १ लाख ७४ हजार २६ अधिकाऱ्यांपैकी इतर मागासवर्गीयांची संख्या ८१६९ असल्याचे नोंदविले गेले. हे प्रमाण ५ ते ५.५० टक्के होते. १९६९ ते १९७८ या दहा वर्षांच्या काळात अखिल भारतीय सनदी सेवेतील आय.ए.एस. १० व आय.पी.एस. मध्ये ६ इतर मागासवर्गीय उमेदवारांची निवड झालेली होती, असे दारुण चित्र होते.

७.१ राजकीय पक्ष आणि मंडल आयोग

भारतातील सर्वच राजकीय पक्ष भांडवली रचनेचे अपत्य असल्याने मंडल आयोगास विरोध जवळपास त्यातूनच उद्‌भवलेला आहे.

७.१.१ काँग्रेस पक्ष

मंडल आयोग दहा वर्षांपर्यंत काँग्रसने बासनात गुंडाळून ठेवला होता, त्यामुळे त्यास पाठिंबा देणे अवघड झाले होते. काँग्रेसमधील बहुतेक दलित नेते पी. शिवशंकर, शंकरानंद, योगेंद्र मकवाना, इंद्रजित यादव, मीराकुमारी, जनार्दन पुजारी व दोन मुख्यमंत्री बंगारप्पा व शरद पवार यांनी जाहीर पाठिंबा दिला होता तर वसंत साठे, विठ्ठलराव गाडगीळ, अनिल शर्मा, दिनेश सिंग, मणिशंकर अय्यर यांनी कडाडून विरोध केला. या प्रश्नावरून काँग्रेसमध्ये उघडउघड फूट पडून, आपला पक्ष दुभंगणार हे जाणून राजीव गाधींनी आर्थिक निकषांवर राखीव जागा ठेवाव्यात, हा मुद्दा पुढे केला. यानंतर सद्‌भावना यात्रा काढून ख्रिश्चन व मुस्लीम धर्मगटांना आरक्षण द्यावे, अशी मागणी केली. एकंदरीत सत्तेच्या राजकारणासाठी सोईच्या भूमिका घेणे हे मध्यवर्ती सूत्र काँग्रेसचे राहीले होते त्यामुळे काँग्रेसने मंडल अहवाल डावलला हे स्पष्ट होते.[४]

७.१.२ भारतीय जनता पक्ष

१९८९ सालापूर्वी संसदेत भाजप पक्षाचे फक्त दोन खासदार होते. १९८९च्या निवडणुकीत त्यांचे ८६ खासदार संसदेत निवडून आले. यांपैकी १६ खासदार मागासवर्गीय होते. या पक्षाने मंडल आयोगाबाबत राष्ट्रीय व प्रांतीय अशी भिन्न-भिन्न भूमिका घेतली. मंडल आयोगावर चर्चा होऊ न देता दिल्लीला राज्याचा दर्जा देण्यात यावा या प्रश्नावरच जास्त जोर देण्यात आला. या पक्षाचे बालेकिल्ले असलेल्या हिमाचल प्रदेश, राजस्थान, गुजरात, उत्तरप्रदेश आणि बिहार या विभागांत आरक्षणाला विरोध झाला. कल्याणकारी धोरणापेक्षा जातीद्वेषाच्या घोषणेद्वारेच सत्ता काबीज करण्याची व्यूहरचना या पक्षाने केली. काँग्रेसला पर्याय फक्त भाजपच असू शकतो, हे सिद्ध करण्यासाठी प्रारंभी मंडल आयोगाला विरोध केला नंतर ही मानसिकता मजबूत करण्यासाठी 'सोमनाथपूर ते समस्तीपूर' रथयात्रा काढली.

महाराष्ट्रात मात्र बंजारा जातीची पार्श्वभूमी असलेल्या श्री. गोपीनाथ मुंडे यांनी वास्तवतेचे भान ठेवून मंडल आयोगाच्या समर्थनाची भूमिका घेतली; कारण शिवसेनेमागे असलेल्या इतर मागासवर्गीय जातींचे लोक आपल्या भूमिकेमुळे येत्या निवडणुकीत भाजपाच्या मागे राहतील या उद्देशाने मंडल आयोगास अनुकूल मते दिली; पण ज्या पक्षाने पद्धतशीरपणे जातीय तणावाचे रूपांतर धार्मिक तणावात करून विखुरलेल्या हिंदू

मतास अल्पसंख्याक आणि मुस्लिमद्वेष्टे बनविले. हे दुटप्पी धोरण इतर मागासवर्गांनी ओळखले पाहिजे. मंडल आयोगाच्या अंमलबजावणीतून व्ही. पी. सिंग यांची 'वोट बँक' निर्माण होईल हे लक्षात घेऊन भाजपाने त्याला प्रत्युत्तर म्हणून 'युवकोंको काम, किसानोंको दाम, अयोध्या में राम', हे नारे लावून मतदारांच्या मनात गोंधळ निर्माण केला पण खरा राम भाकरीत आहे, हे कळण्यापासून इतर मागासवर्गीयांना दूर ठेवले.[५]

७.१.३ जनता दल

१९८९ साली जनता दलाचे सरकार केंद्रात सत्तेवर आले व व्ही. पी. सिंग प्रधानमंत्री झाले. या वेळी इतर मागासवर्गीय आयोगाच्या शिफारशींचे उघडपणे व ठामपणे पुरस्कार करणारा प्रधानमंत्री व्ही. पी. सिंग यांच्यारूपाने प्रथमच देशाला लाभला. त्यांनी मंडल आयोगाच्या अंमलबजावणीसाठी 'मंत्रीमंडळ समिती' बनविली. काही दिवस या समितीचे अध्यक्ष ते स्वत:च होते, त्यानंतर समितीच्या अध्यक्षपदाची जबाबदारी उपप्रधानमंत्री 'देवीलाल' यांचेवर टाकण्यात आली. काही कालावधीतच देवीलाल यांनी मंडल आयोग अंमलबजावणीच्या मंत्रीमंडळ समितीच्या अध्यक्षपदाचा राजीनामा दिला; कारण ते जातीय आधारावरील राखीव जागांना विरोध करून आर्थिक निकषांचा पुरस्कार करणारे होते. त्यापद्धतीने 'चंद्रशेखर' देखील समाजवादी म्हणून वावरले असले तरी, तेदेखील मंडल आयोगाच्या विरोधाचीच भूमिका घेत होते.[६]

७.१.४ कम्युनिस्ट पक्ष

शोषित, उपेक्षितांचे संघटन करून, समतावादी समाज रचनेचा विचार मांडणाऱ्या पक्षातील सोमनाथ चटर्जी व खा.योगेंद्र झा या कम्युनिस्ट पक्षाच्या नेत्यांनी मंडल आयोगाला संसदेत विरोध दर्शविला. निवडणुकीत, जाहीरनाम्यात मंडल आयोग अंमलबजावणीचे आश्वासन देऊनही हा पक्ष अलिप्त होता. शेवटी कुरकुरत का होईना, या पक्षाने पाठिंबा दिला.[७]

७.१.५ दलित पँथर, रिपब्लिकन पक्ष व बहुजन समाज पक्ष

मागासवर्गाचे हितसंबंधाचे रक्षण करणाऱ्या प्रमुख गटांमध्ये दलित पँथर, रिपब्लिकन पक्ष आणि बहुजन समाज पक्ष यांचा प्रामुख्याने उल्लेख करावा लागेल. डॉ. बाबासाहेब आंबेडकरांनंतर हे सर्व गट फुटीरता, दुही व व्यक्तीद्वेषांमुळे एकसंघ राहू शकले नाहीत. १९७२ साली निवडणुकीचे हिशोब न करता क्रांतीचे ध्येय समोर ठेवून दलित पँथरची स्थापना झाली कम्युनिस्टांना विरोध करीत, डॉ. बाबासाहेब आंबेडकरांचा विचार ग्रामीण भागात पोहचविण्याचे कार्य करणाऱ्या पँथरला वलयांकित नेतृत्वाची भुरळ पाडली व

तिचे तुकडे पडत गेले. महाराष्ट्रात रिपब्लिकन पक्षाचे अनेक गट तयार झाले, त्यामध्ये महत्त्वाचे प्रकाश आंबेडकर विरोधात रामदास आठवले विरोधी रा. सू. गवई असा त्रिकोण तयार झाला. एका रिपब्लिकन पक्षाने जनता दलाचे तर दुसऱ्याने काँग्रेसचे शेपूट धरून राजकारण करायचे ठरवले. परिणामी काँग्रेस बरोबरच्या रिपब्लिकन गटाने मंडल आयोगाबाबत मौन स्वीकारले; तर जनता दलासोबतच्या रिपब्लिकन गटाने मंडल आयोगाचे समर्थन केले. उत्तरेत कांशीराम यांनी 'बहुजन समाज पक्ष' या नावाने शोषितांचे संघटन सुरू केले. परंतु, महाराष्ट्रीयन नेते कांशीरामांना आपला नेता मानावयास तयार नव्हेत; अशा या वेगळेपणामुळे त्यांच्या विचारांचे खच्चीकरण झाले. कोणत्यातरी पक्षाच्या आधाराने वाढणाऱ्या पक्षाला त्या पक्षाच्या मताशी सहमतच रहावे लागते. हाच प्रकार या पक्षाबाबतीत झाला.[८]

७.१.६ शिवसेना

महाराष्ट्रात शिवसेना मंडल प्रश्नावर रान उठवेल असे प्रारंभी भासत होते, कारण या पक्षात सर्वसाधारण गटातील तरुण पिढी मोठ्या प्रमाणावर आहे, पण प्रत्यक्षात बाळासाहेब ठाकरे यांच्या वृत्तपत्रीय निवेदनापलीकडे फारसे काहीही घडले नाही. सेनेचे वरिष्ठ नेतृत्व ब्राह्मणी असले तरी अनुयायी बहुजन व मागासवर्गातील आहेत; आपण विरोध केला तर अशा अनुयायांचा वर्ग काँग्रेसकडे झुकेल या भीतीपोटी शिवसेनेने मंडल आयोगाच्या विरोधात मोघम भूमिका घेणेच पसंत केले.[९]

भारत हा अनेक जाती-जमातींचा देश असून मंडल प्रश्नावरून समर्थक आणि विरोधक अशा दोन शक्ती शह-काटशहाचे राजकारण करण्यासाठी पुढे सरसावलेल्या या पक्षामध्ये देखील मंडल आयोग विरोधी मत असलेले दिसून येते. आपली विचारसरणी आरक्षण विरोधी आहे, असे छातीठोकपणे कोणताही पक्ष सांगताना दिसत नाही. याविरोधी वातावरणास मात्र त्यांनी प्रोत्साहित केले होते. यातून एक मात्र घडत आहे आरक्षणावरून जातीचा मुद्दा वारंवार चर्चेस येतो आहे.

७.२ मंडल आयोग व इतर मागासवर्गीयांचे राजकारण

इतर मागासवर्गीयांच्या बाबतीत विचार करताना दोन गोष्टी लक्षात ठेवायला पाहिजे. एक म्हणजे त्यांच्या वर्गांचाही विचार करायला पाहिजे आणि दुसरा त्यांच्या जातींचाही विचार करायला पाहिजे; कारण एकच परिणाम घेऊन आपण विचार करायला लागलो, तर गडबड होण्याची शक्यता आहे; कारण या जाती एका वेळेला जातीत आणि वर्गातही विभागलेल्या आहेत. इतर मागास हा जो वर्ग आहे तो आर्थिक स्तरावर असला, तरी सामाजिक स्तरावर तो प्रतिष्ठित आहे. इतर मागासवर्गीयांना अनुसूचित जातींपेक्षा

थोड्याफार प्रमाणात वरचा सामाजिक दर्जा लाभलेला आहे. त्यांच्याही लक्षात आले की, आपल्याखाली काही इंचावर असलेल्या अनुसूचित जाती-जमाती यांना विकासाची साधने आरक्षणामुळे खुली होतात तर आपल्यासाठी का नाहीत? कारण दोघांचा जातीयस्तर वेगळा असला तरी आर्थिकस्तर सारखाच आहे. त्यांनाही असे वाटायला लागले की, या सोई-सवलतींसाठी आपणही लढायला पाहिजे. मंडल आयोगानंतर या सगळ्या लढाया टोकदार झालेल्या आपल्याला दिसून येतात. संपूर्ण देशात या लढाया ठिकठिकाणी निर्माण झाल्या आणि या लढायांमधून काही इतर मागासवर्गीय नेते तयार झाले. 'ओबीसी नेते' हा शब्द मंडल आयोगानंतर आला. त्यापूर्वी तो शब्द खूप कमी प्रमाणात वापरला जात होता.

बिहार, उत्तर प्रदेश या राज्यांमध्ये ओबीसी आरक्षणाला मोठ्या प्रमाणावर विरोध झाला आणि तिथे मोठ्या प्रमाणात ओबीसी नेतृत्वही तयार झाले. हे ओबीसी नेते कुठून तयार होत आहेत? हा महत्त्वाचा प्रश्न आहे. बहुतेक सर्व ओबीसी नेते भाजपाच्या पोटातून जन्माला येत आहेत, हे आपल्याला स्पष्टपणे जाणवेल उदाहरणार्थ, उमा भारती, कल्याणसिंग, शिवराज चौहान, नरेंद्र मोदी व गोपीनाथ मुंडे हे कोठून जन्माला आले आहेत? ते सर्वच नेते भाजपाच्या पोटातून जन्माला आलेले आहेत; तर काही नेते इतर राजकीय पक्षातून जन्माला आले आहे. उदाहरणार्थ, अशोक गेहलोत, लालूप्रसाद यादव, नितीश कुमार, शरद यादव, इत्यादी अशी अनेक नावे सांगता येतात. अर्थातच, काही अपवाद वगळून स्वाभाविकच आपल्या जातीच्या विकासाच्या कल्पनांबरोबरच आपण ज्या पक्षातून जन्माला आलो त्या पक्षाची सूत्र मान्य करणे, त्या पक्षाची संस्कृती मान्य करणे, ही बंधनेही या सर्व ओबीसी नेत्यांवर आलेली आहेत, ती त्यांनी पाळली आहेत.

भाजपला जे मोठ्या प्रमाणात यश प्राप्त झाले त्याचे कारण हिंदुत्व घेऊन लढणारे ओबीसी आहेत. बहुतेक राज्यांत भाजपचा पाया ओबीसी आहे. ओबीसींचा जो मतदार होता तो भाजपाने प्रथम आपल्याकडे वळविला. तो वळवताना त्यांनी काँग्रेसप्रमाणे वरून नेता लादलेला नाही. काँग्रेस हा नेता लादणारा पक्ष होता. दिल्लीतून चिठ्ठी येईल त्यात जे नाव असेल त्याप्रमाणे नेता निवडला जात होता. लादणाऱ्या संस्कृतीचा भाजपाने अतिशय बारकाईने विचार केलेला दिसतो. भाजप ओबीसी जातीतच नेता जन्माला घालतो, त्याला मोठे करतो, त्याच्याच हातात सत्ता देतो आणि त्याच्याकडूनच आपला सगळा अजेंडा राबवून घेतो. ज्या जातींची व नेत्यांची नावे ही आपल्याला माहिती नव्हती, असे नेते प्रत्येक राज्यात तयार झाले. ओबीसी चळवळ उभी राहिली आणि तिचा आधार होता राखीव जागा व तात्त्विक आधार हिंदुत्वाकडे झुकणारा होता आणि आजही यात फारसा फरक पडलेला नाही. अगदी मुलायमसिंग यादव यांनीदेखील

भाजपाच्या मदतीने सरकार चालवले आहे. मायावती व देवेगौडा हे काल-परवापर्यंत भाजपा बरोबर होते. ओबीसींचे जे प्रमुख राजकारण होते, ते या पद्धतीने हळूहळू पुढे येत होते. भाजपामध्ये ओबीसींचे नेते तयार झाले याचे कारण काँग्रसकडे सत्ता असताना ती एका विशिष्ट प्रबळ जातीकडून राबविली जात होती. आंध्रात रेड्डी, गुजरातेत पटेल, इत्यादी परिणामी इतरांना सत्तेत सहभागी करून घेताना भाजपाने ओबीसींना स्वीकारले.

दक्षिणेकडे जी काही राज्ये आहेत, तिथे मात्र आपल्याला फरक दिसतो. वर्षानुवर्षे ते त्यांचे एक तत्त्वज्ञान घेऊन उभे आहेत. द्रविड संस्कृती, रामसामी पेरियार विचारप्रणाली सोडून ते फार हलत नाहीत. राजकीय तडजोडी जरी झाल्या तरी त्यांचे पुन्हा तेच असते की, आम्ही द्रविड आहोत! आम्ही रामसामी पेरियार वारसदार आहोत!! आम्ही क्रांतिकारक आहोत!!! आम्ही उत्तर भारत मानत नाही. आम्ही हिंदुत्व मानत नाही. अशी एक भूमिका घेऊन दक्षिणेतल्या काही राज्यांचे पक्ष उभे राहिलेले दिसतात; म्हणजेच एकूण देशाच्या ओबीसींच्या राजकारणाचा तात्त्विक आधार पाहिला, तर तो कसा विभाजित झाला आहे हे लक्षात येते. महत्त्वाचे म्हणजे सर्व ओबीसी जातींचे राजकारण आपल्या देशात अजून आलेले नाही. ओबीसींमधला जो प्रगत झालेला घटक आहे, ओबीसींमधली जी वरची जात आहे, त्या जातीचे, त्या नेत्यांचे हे राजकारण आहे. ओबीसींमध्ये जर शंभर जाती असतील तर ९७, ९८ जाती अजून राजकारण्यांच्या रिंगणात आलेल्या नाहीत. त्यांना सत्तेपर्यंत अजूनही पोहोचता आले नाही. सर्व जो मारामारीचा प्रकार आहे तो वरच्या २-३ टक्के जातीतच आहे.[१०]

महाराष्ट्रात ओबीसींचे राजकारण माळी, धनगर, बंजारी, तेली व कुणबी जातीच्या आजूबाजूने फिरत आहे. पूर्वी भाजपने महाराष्ट्रात एक समीकरण मांडण्याचा प्रयत्न केला होता. या पाचही जाती वेगवेगळ्या पक्षात विखुरलेल्या आहेत. कोणी काँग्रेस, तर कोणी भाजप, राष्ट्रवादी, शिवसेनेबरोबर निघालेला आहे. ओबीसींच्या चळवळींकडे पाहताना लक्षात येते की, या चळवळी एकसंघ नाहीत. मुळात सगळे राजकारणच जातीच्या मतांवर चालू झाले. जातींमध्ये विभाजन होऊ लागले किंवा केले गेले.

बहुजन समाज राजकीयदृष्ट्या जागा झाला आहे. त्याच्या जात जाणिवाही जागृत होत आहेत. विशेषत: जात म्हणून आपण एकत्र आलो की, राजकारणात सत्ता मागू शकतो आणि मिळवू शकतो, हेही त्याला कळू लागले आहे. मोठ्या जातीच्या सावलीत वावरल्यानंतर काहीच मिळत नाही, हे ही त्याला कळून चुकले आहे; म्हणून तो स्वत:च जात म्हणून संघटित होऊ लागला. आपल्या जातीतील प्रतीके, थोरपुरुष यांचा जागर करीत व स्वतंत्र अस्मिता घेऊन तो पुढे येत आहे. ओबीसी जाती अशा प्रकारे जागृत होत आहेत. राखीव जागांचे एक सूत्र घेऊन ओबीसी एकत्र आले, ही चांगली गोष्ट आहे.

ओबीसींच्या राजकीय जागृतीमुळे आघाड्यांचे राजकारण निर्माण होण्यास मदत झाली आहे. ओबीसींचे वेगवेगळे पक्ष उभे राहात आहेत. एखाद्या पक्षाचा एक जरी खासदार निवडून आला तरी मंत्रिपद मिळू शकते; हे इथल्या संसदीय व्यवहारात सिद्ध झालेले आहे. एकत्र आलो तर कदाचित सत्ता मिळत नाही. विभक्त झालो तर काहीतरी सत्ता मिळते हे गेल्या १०-१५ वर्षांत अनेकदा घडले आहे.

आज ओबीसींचे राजकारण हे ओबीसींमधल्या वरिष्ठ जातींचे आणि त्यांच्या नेत्यांचे राजकारण आहे. हे समग्र ओबीसींचे राजकारण नाही तर त्यांच्या नावाने चाललेले हे राजकारण आहे. राजकारण हे सामान्यमाणसाच्या समजण्यापलीकडचेच असते. सत्ताकेंद्रित राजकारणात आता ओबीसींचा प्रवेश झाला आहे. ओबीसींचे राजकारण यशस्वी, गुणवत्तापूर्ण आणि समाजहिताचे व्हायचे असेल; लोकसभा, विधानसभा, जिल्हा परिषद, ग्रामपंचायत येथील राजकीय चित्र बदलायचे असेल तर त्याला एक पूर्वअट आहे; ती म्हणजे ओबीसींनी स्वत:च्या जातीतून बाहेर येण्याची. जाती सोडण्याशिवाय त्यांच्यात एकसंघपणा येणार नाही. तो आल्याशिवाय त्यांच्या राजकारणाला सामाजिक व सांस्कृतिक असा आधार मिळणार नाही. ओबीसींचे ऐक्य भक्कमपणे करायचे असेल, तर त्यांना सामाजिक, आर्थिक व शैक्षणिक बाबतीत प्रश्न हाताळणे आवश्यक आहे. ओबीसींमध्ये केवळ राजकीय सलोखा निर्माण होऊन चालणार नाही, तर सामाजिक सलोखाही निर्माण झाला पाहिजे.

हिंदूंमधल्या ओबीसी जातींचाच विचार होतो; पण मुस्लीम, ख्रिस्ती धर्मांमध्येही इतर मागासवर्गीय जाती आहेत. आंध्र प्रदेशामध्ये इतर मागासवर्गीय मुस्लिमांसाठी राखीव जागा जाहीर झालेल्या आहेत. तमिळनाडूत आताच कायदा होऊन मुस्लीम आणि ख्रिस्ती लोकांनाही राखीव जागा देण्याचा निर्णय घेण्यात आलेला आहे. राजकीय विकास झाला की, सगळा समाज सुधारतो, असे एक सूत्र सर्वांनी जन्माला घातले आहे. सर्वच जातींचा राजकीय विकास व्हायला पाहिजे, पण एकाच वेळेला सगळ्या जातींचा राजकीय विकास होत नाही. भारतामध्ये हजारो जाती आहेत, सर्वच जातींचा एक एक प्रतिनिधी घ्यायचा म्हटले तर तीन-चार हजार प्रतिनिधी नेमावे लागतील म्हणून या राजकीय लाभाच्या मर्यादा आज-ना-उद्या कधीतरी शहाणपणाने लक्षात घ्याव्या लागतील. बहुजनांच्या चळवळीसाठी महात्मा फुले, शाहू महाराज, डॉ. बाबासाहेब आंबेडकर यांनी 'ओबीसींच्या चळवळी' हा शब्द प्रयोग त्यांनी थेट वापरला नसेल परंतु जातींबरोबर वर्गाच्या चळवळीकडेही ते पाहात होते. घटना तयार झाल्यानंतर डॉ. आंबेडकरांनी सांगितले होते की, ''अनुसूचित जाती-जमाती यासाठी राखीव जागा देतो आहे. त्या न्याय्य आहेत; पण कधीतरी या देशाच्या समाजाच्या जीवनात असा एक दिवस येईल, काळ येईल

किंवा वर्ष येईल की, लोक जाती या संज्ञेच्या पलीकडे जाऊनही विचार करण्याची वेळ येईल."[११]

७.३ इतर मागासवर्गीयांच्या कल्याणासाठी योजना

मंडल आयोगाच्या अहवालानुसार इतर मागासवर्गीय लोकांचे देशात एकूण लोकसंख्येत सुमारे ५२ टक्के इतके प्रमाण आहे. इतकी मोठी लोकसंख्या असलेल्या विभागांच्या कल्याणाचा विचार करणे सरकारला भाग होते. केंद्र सरकार व राज्य सरकारे यांनी इतर मागासवर्गीयांच्या कल्याणासाठी विविध योजना व कार्यक्रम हाती घेतले आहेत. त्यांचा तपशील खालीलप्रमाणे आहे -

७.३.१ इतर मागासवर्गीयांसाठी राष्ट्रीय आयोग

मंडल आयोगाच्या अंमलबजावणीच्या विरोधात सर्वोच्च न्यायालयात दाखल करण्यात आलेल्या खटल्यासंबंधीच्या निकालपत्रात सर्वोच्च न्यायालयाने इतर मागास वर्गांसाठी एक राष्ट्रीय आयोग स्थापन करण्याची सरकारला सूचना केली होती. त्यानुसार केंद्र सरकारने १९९३ साली इतर मागासवर्गीयांसाठी एक राष्ट्रीय आयोग स्थापन करण्याची घोषणा केली. नागरिकांच्या इतर मागासवर्गांच्या प्रवर्गात नव्या जातींचा समावेश करण्यासंबंधी किंवा त्यातील विशिष्ट जातींच्या समावेशाच्या विरोधात ज्या सूचना अथवा तक्रारी आल्या असतील, त्या सूचनांवर अथवा तक्रारींवर विचार करणे आणि त्या संदर्भात केंद्र सरकारला सल्ला देणे, हे आयोगाचे प्रमुख कार्य होय. या आयोगाने दिलेला सल्ला सर्वसाधारणपणे सरकारला बंधनकारक असतो.[१२]

७.३.२ इतर मागासवर्गीयांचा शैक्षणिक विकास

इतर मागासवर्गाच्या शैक्षणिक विकासासाठी केंद्र सरकारने विविध कार्यक्रम, योजना हाती घेतल्या. त्या खालीलप्रमाणे आहेत -

७.३.२.१ शिष्यवृत्त्या

ज्या इतर मागासवर्गीय विद्यार्थ्यांच्या पालकांचे वार्षिक उत्पन्न ४४,५०० रुपयांपेक्षा कमी आहे अशा विद्यार्थ्यांना केंद्र सरकारकडून शालान्त परीक्षेपर्यंतच्या शिक्षणासाठी शिष्यवृत्त्या दिल्या जातात.

७.३.२.२ मुला-मुलींसाठी वसतिगृहे

इतर मागासवर्गीय विद्यार्थ्यांना चांगल्या शैक्षणिक सुविधा उपलब्ध करून देण्यासाठी वसतिगृहे स्थापन करण्याची योजना राबविली जात आहे. या योजनेअंतर्गत वसतिगृहे

बांधण्यासाठी केंद्र सरकारकडून राज्यांना ५० टक्के आणि केंद्रशासित प्रदेशांना १०० टक्के अर्थसाहाय्य दिले जाते. माध्यमिक शाळा, महाविद्यालये आणि विद्यापीठे यांतील विद्यार्थ्यांसाठी वसतिगृहांची सुविधा उपलब्ध करून देण्यात येते.

७.३.२.३ राष्ट्रीय मागासवर्ग वित्त व विकास प्रमंडळ

इतर मागासवर्गांच्या आर्थिक विकासासाठी केंद्र सरकारने राष्ट्रीय मागासवर्ग वित्त व विकास प्रमंडळ स्थापन केले आहे. या प्रमंडळाचा प्रमुख उद्देश दारिद्र्यरेषेखालील जीवन जगणाऱ्या इतर मागासवर्गातील लोकांना त्यांच्या आर्थिक उन्नतीसाठी अर्थसाहाय्य देणे हा आहे. इतर मागासवर्गांच्या लोकांना स्वतंत्र व्यवसाय किंवा अर्थसाहाय्य देणे हा आहे. इतर मागासवर्गांच्या लोकांना स्वतंत्र व्यवसाय किंवा उद्योग सुरू करता यावेत आणि त्यांना आत्मनिर्भर होता यावे यासाठी हे अर्थसाहाय्य दिले जाते; तसेच या प्रमंडळाच्या वतीने 'महिला समृद्धी योजना' ही राबविली जाते.[१३]

७.४ आरक्षणाबाबत आक्षेप व खुलासे

मंडल अयोगाचा अहवाल तयार करताना काकासाहेब कालेलकर आयोग व त्यानंतर विविध राज्य सरकारांनी नेमलेल्या १५ आयोगांनी इतर मागासवर्गीयांसंबंधी मिळविलेली माहिती विपुल प्रमाणात होती. त्याचाही उपयोग मंडल आयोगाचा अहवाल तयार करण्यासाठी करून घेण्यात आला. मंडल आयोग लागू झाल्याने अस्तित्वात असलेली व्यवस्था बदलणे हे आयोगाने अंतिम उद्दिष्ट मानले आहे; कारण सर्व प्रश्नांचे मूळ प्रचलित व्यवस्था आहे म्हणून मुळावरच घाव घालायला हवा, असे आयोगाचे मत आहे; दलित व इतर मागासवर्गीयांना जे आरक्षण दिले गेले आहे. त्यावर अनेक आक्षेप घेतले जातात, त्या सर्व आक्षेपांची सविस्तर उत्तरे अहवालात देण्यात आली आहे. येथे मात्र काही आक्षेपांची अहवालात दखल घेऊन जी स्पष्टीकरणे दिली आहेत त्यांचा थोडक्यात आढावा घेण्यात येत आहे.

७.४.१ आरक्षणामुळे संविधानातील 'समता' या तत्त्वाला धक्का पोहचतो, असा आक्षेप घेतला जातो

संविधान लागू झाल्यापासून सातत्याने अशी ओरड केली जात आहे की, 'समता' याचा अर्थ कायद्यासमोर सर्व समान आहेत आणि सर्वांना संधीची समानता आहे, या संविधानातील तरतुदीनुसार घेतात. परंतु, कायद्यानुसार सर्व माणसे समान असली, तरी प्रत्यक्षात ती असमान आहेत.

समता या शब्दाचा अर्थ 'समान क्षमता असणाऱ्यांमध्ये समान स्पर्धा' असा आहे. भारताच्या कायद्यासमोर स्त्री आणि पुरुष समानच आहेत. इथे आपण गृहीत धरतो की,

स्त्रियांच्या क्षमता वेगळ्या आहेत, पुरुषांच्या क्षमता वेगळ्या आहेत; भिन्न क्षमता असणाऱ्यांमध्ये स्पर्धा होऊ शकत नाही. ज्याप्रमाणे 'आईला सर्व मुले समान असतात, पण आई आपल्या दुबळ्या, अशक्त मुलाकडे विशेष लक्ष देते,' त्याचप्रमाणे समाजातील मागे राहिलेल्या जाती गटांकडे विशेष लक्ष देणेही गरजेचे असते.

समान स्पर्धा सुरू करायची असेल, तर समान पातळीवर नसलेल्या समाज गटांना प्रथम त्या आवश्यक पातळीवर आणावे लागेल; म्हणजेच समतावाद्यांचे ध्येय हे सर्वांना समान वागवणे नसून समता प्रस्थापित करणे, हे आहे! आरक्षणातून हेच साध्य केले जाते, म्हणून आरक्षणामुळे समता या तत्त्वाला धक्का पोहचत नाही, तर समता प्रस्थापित होण्यास मदत होते.[१४]

७.४.२ आरक्षणामुळे गुणवान विद्यार्थ्यांवर अन्याय होतो -

सदर आक्षेप वारंवार घेतला जातो की, 'दलित व इतर मागासवर्गीय' विद्यार्थ्यांना कमी मार्क्स असूनही मेडिकल, इंजिनिअरिंगला प्रवेश मिळतो. मात्र, खुल्या गटातील गुणवान विद्यार्थ्यांना दलित व इतर मागासवर्गीयांपेक्षा जास्त गुण असूनही प्रवेश मिळत नाही. १ ते २ टक्क्यांमुळे प्रवेश न मिळालेली मुले ढसढसा रडतात. अशा प्रकारे आरक्षणामुळे गुणवान विद्यार्थ्यांवर अन्याय होतो, असे सांगितले जाते.

वस्तुत:, नैसर्गिक न्यायाचा विचार करता लोकसंख्येच्या प्रमाणात आरक्षण लागू करायला पाहिजे; अनुसूचित जाती-जमाती व इतर मागास वर्ग या सर्वांची लोकसंख्याही साधारणत: ७५ टक्के भरते. या ७५ टक्के समाजासाठी फक्त ४९.५ टक्के आरक्षण आहे आणि उरलेल्या २५ टक्के खुल्या वर्गातील समाजासाठी ५०.५ टक्के आरक्षण आहे. त्यातही सर्वांत जास्त अन्याय होतो तो इतर मागासवर्गीयांवर, कारण ५२ टक्के इतर मागावर्गीयांच्या वाट्याला फक्त २७ टक्के आरक्षण आहे, इथे अन्याय कोणावर होतो, हे स्पष्ट आहे. तरीही खुल्या प्रवर्गातील गुणवान विद्यार्थ्यांवर अन्याय होतो, असा कांगावा केला जातो. समजा जर, १०० जागांमध्ये आरक्षण ठेवले गेले नाही, तर १०१वा विद्यार्थी हा अर्ध्या किंवा एका टक्क्यामुळे जागा मिळवू शकत नाही. असे होणारच, तोही ढसढसा रडणारच; ढसढसा रडणाऱ्यांवर फार अन्याय होतो, असे मानण्याचे कारण नाही.[१५]

७.४.३ 'जो सामर्थ्यवान असेल तो टिकेल' म्हणून राखीव जागा बंद व्हाव्यात

एक आक्षेप, 'जो सामर्थ्यवान असेल तो टिकेल' हा रानटी युगाचा धर्म आहे. इंग्लंड मधील अँग्लोसॅकशन वंशाचे लोकच फक्त असा विचार करू शकतात. म्हणून इंग्रजांनी १४४ देशांवर अत्यंत क्रूर व निर्दयीपणे राज्य केले. भारतात बाहेरून आलेल्या आर्यांची डी.एन.ए. गुणसूत्रे या परकीय लोकांच्या गुणसूत्रांशी मिळणारी आहेत, असे

संशोधनातून पुढे आले आहे. त्यामुळे कदाचित, 'जो सामर्थ्यवान असेल तो टिकेल' हा रानटी विचार पुढे केला जात असावा.[१६]

नव्या युगाचा मानवतावादी धर्म मात्र, 'आपण जगा आणि इतरांना जगण्यास मदत करा' असा आहे. हा विचार भारताच्या प्राचीन संस्कृतीतून आला आहे. भगवान महावीर, गौतमबुद्ध, महात्मा बसवेश्वर, श्री चक्रधर स्वामी आणि तुकारामांपर्यंत सर्व संतांनी हा विचार वेळोवेळी मांडला आहे. हा मानवतावादी विचार आरक्षणाचा मूलाधार आहे. [१७]

७.४.४ आरक्षणामुळे प्रशासनाचा दर्जा घसरेल असा वारंवार आक्षेप घेतला जातो

प्रशासनातील इतर मागासवर्गीय व दलितांच्या आरक्षणाचा प्रश्न ज्या-ज्या वेळी उपस्थित झाला त्या वेळी 'प्रशासनाचा दर्जा घसरेल' अशी शंका उपस्थित करण्यात आली. त्याबाबत अहवालात असे म्हटले आहे की, खुल्या स्पर्धेमधून ज्या उमेदवारांची निवड झालेली असते, ते सर्व उमेदवार तरी प्रामाणिक, तज्ज्ञ, कष्टाळू व निष्ठावान असतात; हे सिद्ध होते का? गुणवत्तेत या गोष्टींचाही समावेश करायचा की, केवळ पुस्तकी ज्ञानाचाच! निवृत्त न्यायाधीश व्ही. कृष्णा अय्यर यांच्या मते, 'उत्तम प्रशासनातील कार्यक्षमता म्हणजे फक्त परीक्षेत मिळणारे गुण नव्हे, तर जबाबदारीने व प्रतिसादात्मक सेवा करणे हेसुद्धा आहे, तसेच प्रचलित पद्धतीप्रमाणे सर्व महत्त्वाची पदे खुल्या स्पर्धेद्वारे लायक व पात्र म्हणून सिद्ध झालेल्या उमेदवारांमधूनच भरली जातात. तरीही प्रशासनाचा लौकिक मात्र चांगला नाही. याचा अर्थ, इतर मागासवर्गीय जनतेतून प्रशासनात जाणारे किंवा गेलेले सर्व उमेदवार प्रशासनाचा लौकिक वाढवतील असे नाही; पण ज्या बिकट व कठीण परिस्थितीतून इतर मागासवर्गातील उमेदवार पुढे आलेले असतात; त्यामुळे ते अधिक निरपेक्ष व सक्षम राहण्याची शक्यता जास्त आहे.'[१८]

७.५ विदेशातील खाजगी कंपन्यांमध्ये आरक्षण व्यवस्था

विदेशात विशेषत: अमेरिकेत खाजगी कंपन्यांमध्ये आरक्षणाची व्यवस्था आहे. हे आरक्षण 'प्रोटेक्टिव डिस्क्रिमिनेशन' या नावाने लागू आहे. तिथे 'डायवर्सिटी कमिशन' या नावाने लागू आहे. तिथे 'डायवर्सिटी कमिशन' नावाचा एक विभाग आहे. त्या विभागाला दरवर्षी प्रत्येक कंपनीला आपल्या कंपनीतील कर्मचाऱ्यांची माहिती द्यावी लागते. त्यामध्ये कंपनीत अनेक वंशाचे व जातीसमूहांचे लोक एकत्रित काम करतात व वंशभेद किंवा जातिभेद पाळत नाहीत, हे सिद्ध करावे लागते. मग डायवर्सिटी कमिशन संबंधित कंपनीला ती कंपनी वंशभेद किंवा जातिभेद करत नसल्याचे प्रमाणपत्र देते.[१९] या खाजगी कंपन्यांवर अमेरिकेत असे आरक्षणाचे तत्त्व पाळत असलीत तर भारतात का

पाळणार नाहीत? हे तत्त्व निश्चित भारतातही पाळतील, मात्र तसे बंधन भारतात सरकारने या कंपन्यांवर घातले पाहिजे.

७.६ खाजगी क्षेत्र आणि आरक्षण

जागतिकीकरणामध्ये आधुनिकीकरण, उदारीकरण व खाजगीकरणाच्या संकल्पना अंतर्भूत आहेत. खाजगीकरण अथवा खुल्या अर्थव्यवस्थेमध्ये भांडवलवादी विचारसरणीचा अंतर्भाव होत असल्याने सार्वजनिक क्षेत्रातील सरकारच्या मालकीच्या कंपन्या खाजगी क्षेत्रास हस्तांतरित किंवा दिवाळखोरीत आहे, असे भासवून त्यांच्या मालमत्तेची विक्री करणे. या कारणाने भारत सरकारने १९९१ सालापासून नवीन आर्थिक धोरणाचा मार्ग अनुसरून या देशातील अत्यंत मौल्यवान संपत्ती उदाहरणार्थ, वीजक्षेत्र, दूरध्वनी, बँका, विमा कंपन्या व तेल कंपन्या इतकेच नव्हे तर शेतीसुद्धा खाजगी क्षेत्रास दिली जात आहे; तसेच खाजगीकरणाच्या माध्यमातून शेकडो बहुराष्ट्रीय कंपन्या भारतामध्ये येत आहेत. त्यांच्या आगमनामागे जो उच्चभ्रू वर्ग आहे, त्यांनाच अशा कंपन्यांमध्ये जातीचा आधार घेऊन नोकरीची संधी दिली जात आहे. याचा अर्थ, जागतिकीकरणामुळे भारताची परिस्थिती मागासवर्गीयांसाठी फार फायदेशीर नाही, परंतु सार्वजनिक क्षेत्रातील आरक्षणामुळे काही प्रमाणात जो इतर मागासवर्ग नोकरीमध्ये येत होता, तो देखील आता येणे कठीण झाले आहे.

वरील सर्व गोष्टींचा विचार करता राज्यघटना अस्तित्वात आल्यापासून तिच्या साठीनंतरसुद्धा दलितांची व इतर मागासवर्गीयांची कुचंबणा होत आहे. यामुळे त्यांच्या जीवनमानाचा दर्जा बदलण्यासाठी, घटनेमध्ये खाजगी क्षेत्रातील आरक्षण अंतर्भूत करणे गरजेचे आहे. याबाबतीत मंडल आयोगानेही आपल्या शिफारशींमध्ये तसेच घटनेचा फेरआढावा घेण्यासाठी जी 'न्यायमूर्ती चंद्रचूड' यांच्या अध्यक्षतेखाली समिती नेमली होती, त्या समितीनेही आपल्या अहवालातील ११.३ (३) नुसार खाजगी क्षेत्रातसुद्धा आरक्षण तत्त्वाची अंमलबजावणी करण्याची शिफारस केलेली आहे, असे असताना देखील खाजगी क्षेत्रामध्ये आज अखेर आरक्षणाच्या तत्त्वाची अंमलबजावणी केलेली नाही. [२०]

७.७ ओबीसी आरक्षणाबाबतचे काही निष्कर्ष

१) भारतीय संविधानात १५(४), १६(४), ४६, १६४, २४३, ३३५, ३४०, ३४१, ३४२ या अनुच्छेदानुसार दुर्बल असणाऱ्या घटकांचे सामाजिक, आर्थिक व शैक्षणिक मागासलेपण दूर करण्यासाठी तसेच असणारी सामाजिक, शैक्षणिक, राजकीय व आर्थिक विषमता नष्ट करण्यासाठी आरक्षणाची तरतूद केलेली आढळते.

२) भारतीय संविधानात आरक्षणाची तरतूद समाज जीवनाच्या सर्व क्षेत्रात समता प्रस्थापित करण्याकरिता, सर्व प्रकारच्या भेदभावांना तिलांजली देऊन भारतीयांत ऐक्य व भ्रातृभाव वाढीला लावण्याच्या उद्देशाने केली आहे; यासाठी राज्यधोरणाची मूलभूत तत्त्वे, राज्याचे कर्तव्य, राज्यघटनेची निर्देशक तत्त्वे व स्वतंत्र, निर्भय व नि:पक्ष न्यायप्रणाली याद्वारे सामाजिक, आर्थिक व राजनैतिक न्यायावर आधारित, सार्वभौम, समाजवादी, धर्मनिरपेक्ष, लोकशाही गणराज्य स्थापन करण्याचा संकल्प व्यक्त होतो.

३) काकासाहेब कालेलकर आयोगाने केलेल्या शिफारशींमध्ये सर्व स्त्रियांना मागासवर्गीय समजण्यात यावे, तांत्रिक-व्यावसायिक शिक्षणात ७० टक्के राखीव जागा ठेवाव्यात, सरकारी व निमसरकारी नोकऱ्यांत इतर मागासवर्गीयांना प्रथम वर्गात २५ टक्के, द्वितीय वर्गात ३३ टक्के, तृतीय वर्गात व चतुर्थ वर्गात ४० टक्के राखीव जागा ठेवण्याची केलेली शिफारस समाजपरिवर्तनीय आणि क्रांतिकारक स्वरूपाची होती.

४) काकासाहेब कालेलकर आयोगाने देशातील २३९९ मागासजातींची यादी तयार केली होती, त्यातील ८३७ जातींना 'अतिमागास' वर्गात टाकले होते. परंतु, 'जात' या निकषावर सदस्यांमध्ये एकमत नसल्यामुळे व स्वत: आयोगाचे अध्यक्ष या अहवालाच्या विरोधात असल्यामुळे काकासाहेब कालेलकर व केंद्रातील काँग्रेस सरकारही प्रतिकूल असल्यामुळे 'काकासाहेब कालेलकर आयोग' अहवाल फेटाळण्यात आला.

५) मंडल आयोगाने केलेल्या शिफारशीनुसार इतर मागासवर्गीयांची देशातील एकूण लोकसंख्या ५२ टक्के आहे. परंतु, सर्वोच्च न्यायालयाने दिलेल्या निर्णयानुसार एकूण राखीव जागांचे प्रमाण ५० टक्क्यांपेक्षा जास्त असू नये म्हणून ५२ टक्के इतर मागासवर्गीयांसाठी केवळ २७ टक्के जागा राखीव ठेवण्यात याव्यात अशी आयोगाने केलेली शिफारस इतर मागासवर्गीयांच्या दृष्टीने अन्यायकारक ठरली आहे.

६) आरक्षणामुळे इतर मागासवर्गीय समुदायात राजकीय जाणीव-जागृती निर्माण होऊन त्यांच्या राजकीय सहभागात वाढ घडून आली आहे.

७) आरक्षणामुळे इतर मागासवर्गीयांना सत्तापदापर्यंत पोहचवून निर्णय निर्धारण प्रक्रियेत सहभागी होणे शक्य झाले आहे. इतर मागासवर्गीय जातींना त्यांच्या एकूण संख्येच्या प्रमाणात सत्ता व सत्तापदे देऊन राजकीय पक्ष सत्तेची समीकरणे दृढ करीत आहेत.

८) मंडल आयोगाच्या अंमलबजावणीनंतर प्रस्थापित वरचढ जातींच्या नेतृत्वाला शह देऊन इतर मागास जातींचे नव नेतृत्व पुढे आले आहे. मध्यमजातींना भारतीय राजकीय, शैक्षणिक व प्रशासकीय क्षेत्रात स्वत:चा ठसा उमटविण्याचा मार्ग खुला झाला आहे.

९) मंडल प्रभावित आत्मभान आलेल्या जाती व त्यांचे राजकीय नेतृत्व राजसत्तेच्या माध्यमातून निर्णय प्रक्रियेत आले. समाजात मध्यम जातींचा नवा वर्ग निर्माण होऊन, त्याच्या अस्तित्वाची दखल घेणे इतरांना भाग पडले आहे.

१०) काकासाहेब कालेलकर आयोगाने सर्व स्त्रियांना मागासवर्गीय समजण्यात यावे अशी शिफारस केली होती. ही शिफारस लागू झाली असली तर सर्वच स्त्रियांच्या सामाजिक, आर्थिक व राजकीय क्षेत्रात बदल घडून आले असते.

११) कालेलकर आयोगाने सर्व तांत्रिक व औद्योगिक शिक्षण संस्थांमध्ये इतर मागासगवर्गीयांसाठी ७० टक्के तसेच प्रथमश्रेणीमध्ये २५ टक्के, द्वितीय श्रेणीमध्ये ३३ टक्के व तृतीय व चतुर्थ श्रेणी ४० टक्के राखीव जागांच्या शिफारशींची अंमलबजावणी झाली असती तर कदाचित चित्र वेगळे दिसले असते.

१२) मंडल आयोगानुसार देशातील इतर मागासवर्गीयांची एकूण लोकसंख्या ५२ टक्के आहे. न्याय म्हणून त्यांच्यासाठी ५२ टक्के राखीव जागा ठेवण्याची गरज होती.

१३) मंडल आयोगाने शैक्षणिक संस्थांमध्ये व सरकारी नोकऱ्यांमध्ये इतर मागासवर्गीयांसाठी २७ टक्के आरक्षण देण्यात यावे अशी शिफारस केली. त्यामुळे उर्वरित २५ टक्के इतर मागासवर्गीयांवर अन्याय झालेला आहे. त्यांच्यासाठी केंद्र व राज्यपातळीवर शासनाने विशेष उपाययोजना राबवण्याची गरज आहे.

१४) मंडल आयोगाने इतर मागास म्हणून ३७४३ जाती निर्धारित केलेल्या आहेत. २७ टक्के आरक्षणानुसार १८७२ इतर मागासवर्गीय जातींना लाभ होणे गरजेचे होते. परंतु, प्रत्यक्षात फक्त १२०० इतर मागास जाती आरक्षणाचा लाभ घेऊ शकल्या आहेत. उरलेल्या २५४३ इतर मागासवर्गीय जातींना आरक्षण माहिती करून देणे आवश्यक आहे.

१५) मंडल आयोगाच्या शिफारशींचा संबंध प्रामुख्याने नोकऱ्या व शैक्षणिक क्षेत्रापुरताच मर्यादित राहिलेला आहे. या आयोगाच्या इतर शिफारशी अंमलात आणणे गरजेचे आहे.

१६) दक्षिण व उत्तरेतील काही राज्यांनी इतर मागासवर्गीय जातींना २७ टक्क्यांहून

अधिक आरक्षण ठेवलेले आहे. त्याचप्रमाणे देशातील इतर राज्यांनी अंमलबजावणी करणे गरजेचे आहे.

१७) मंडल आयोगाने इतर मागासवर्गीय समाजाची परिस्थिती सुधारण्यासाठी जे विविध उपाय सुचविले त्यातसुद्धा इतर मागासवर्गीय स्त्रियांना आरक्षणाची शिफारस नव्हती. त्यामुळे इतर मागासवर्गीय स्त्रियांनासुद्धा आरक्षणाअंतर्गत दलित आदिवासी स्त्रियांप्रमाणे स्वतंत्र आरक्षण देणे गरजेचे आहे.

१८) नोकर भरती करताना आरक्षणाच्या ज्या जागा भरण्यासाठी मोठ्या प्रमाणात टाळाटाळ केली जाते त्यामुळे अनुशेष शिल्लक राहतो. हा अनुशेष भरून काढण्यासाठी केंद्र व राज्य शासनाने ताबडतोब अंमलबजावणी करणे गरजेचे आहे.

भारतात आजही इतर जातीतील व्यक्ती कितीही शिकल्या, वरिष्ठ पदावर काम करीत असल्या तरीही त्यांच्या जातीची ओळख अजूनही ते विसरत नाहीत अथवा आपला हिंदू धर्मातील स्तर कोणता आहे, हे ओळखूनच कार्य करीत असतात. यामुळे जातीची शकले तुटण्याऐवजी जाती घट्ट होऊ लागल्या आहेत. तसेच आरक्षणाचा लाभ मिळविण्यासाठी 'आमची जात आरक्षणाच्या सूचिमध्ये समाविष्ट करा' म्हणून काही जाती राजकीय दडपण आणत आहेत; त्याचे राजकीय व्यक्ती समर्थन करीत आहेत.

संविधानातील तरतुदींनुसार आरक्षणाचे तत्त्व जरी अंमलात आणले असले तरी, यामुळे व्यावहारिकदृष्ट्या आरक्षणाचे परिणाम पहात असताना आपणास जशा सकारात्मक बाजू दिसून येतात, तशाच नकारात्मक बाजूसुद्धा दिसून येतात. हिंदू धर्मातील काही मागासलेल्या जातींची स्थानबद्धता झालेली आहे. आरक्षण द्यायचे किंवा द्यायचे नाही, असे काहीही असले तरी जातीचा विचार करावा लागतो. त्यामुळे कोणी 'जात विसरतो' म्हटले तरी त्याला ती विसरता येत नाही. ही वस्तुस्थिती होती व आजही अधिक प्रमाणात आहे पण अशा वेळी व्यक्तीला मानसिक, सामाजिक मानहानी किती सहन करावी लागते. त्याला सीमारेषा असूच शकत नाही. या प्रकारे संविधानात आरक्षणाबाबत दुरुस्त्या केल्या असल्या तरीही, उच्चवर्गीय वरिष्ठ जागेवर असल्याने अधिकार त्यांच्याच हातात असल्याकारणाने त्यांची अंमलबजावणी त्यांना सोईस्कर होईल अशी करताना दिसून येते.

भारतीय संविधानामध्ये मागासवर्गीयांना जे मूलभूत अधिकार दिले आहेत, तसेच ज्या विकासात्मक योजनांचा उल्लेख केला आहे, त्यामुळे त्यांना आरक्षणाचा आधार मिळाला आहे. आरक्षणाच्या माध्यमातून समानतेसाठी दिलेल्या विशेष संधीने त्यांचे आयुष्य सार्थकी लागले आहे; तसेच त्यांच्या भावी पिढीला जगण्याची एक योग्य दिशा

मिळाली आहे. आजअखेर झालेल्या आर्थिक, सांस्कृतिक व सामाजिक अभ्यासातून असे दिसून येते की, बहुजनांच्या सामाजिक जीवनमानात जे-जे बदल झाले आहेत ते-ते बदल 'आरक्षण' व सरकारी विकासात्मक योजनांमुळे झालेले आहेत. सामाजिक परिवर्तनाचे घटक पहात असताना इतर सर्व घटकांपेक्षा कायदेशीर घटक अधिकच प्रभावशील असतो. याची प्रचिती दिलेल्या आरक्षणाच्या धोरणाने दाखवून दिलेली आहे. हा बदल सकारात्मक दिसत असला तरी, तो अपेक्षेइतका मुळीच दिसत नाही; असे असले तरी झालेला बदल हा संविधान अस्तित्वात येण्यापूर्वीपेक्षा नक्कीच चांगला आहे, असे दिसून येते.

स्वातंत्र्योत्तर काळात नोकरीमधील आरक्षणाची अंमलबजावणी झाली असली तरीही, मागासवर्गीयांमध्ये शिक्षणाचे प्रमाण कमी असल्याने व मागासवर्गीयांमध्ये शिक्षणाची जाणीव तितकीशी झाली नसल्याने आरक्षित पदे मिळविता आलेली नाहीत. जसजसे शिक्षणाचे प्रमाण हळूहळू वाढू लागले तसतसे ते शासकीय, अशासकीय सेवेमध्ये सामील होऊ लागले. परंतु, मुळातच आरक्षणाचे तत्त्व जेव्हापासून भारतात येऊ लागले, तेव्हापासून ते आजअखेर भारतामधील उच्चवर्णीयांची मानसिकता सुधारत नसल्याने आरक्षण तत्त्वास विरोध होत आहे, हे पाठीमागील घटनांवरून दिसून येते. आरक्षणाच्या धोरणांची अंमलबजावणी करण्यासाठी उच्चवर्गीय अनुत्सुक असल्याने आरक्षणाच्या मुद्द्यातून कशी पळवाट काढता येईल याचाच विचार बहुतेक ठिकाणी झाल्याचे दिसून येते. काही वेळेस पात्र उमेदवार मिळत नसल्याचे, तर कधी कागदोपत्री घोळ करून, तर कधी-कधी पात्र उमेदवारास मानसिक त्रास देऊन आरक्षण डावलण्याचा प्रयत्न अनेक शासकीय व अशासकीय पातळीवर होत आहे. शासकीय पातळीवर आरक्षण केवळ तृतीयश्रेणी व चतुर्थश्रेणी कर्मचारी वर्ग येथेच दिलेल्या प्रमाणात भरले जाते, मात्र निर्णय प्रक्रिया ज्या पदाच्या हाती असते अशी उच्च पदे त्या प्रमाणात भरली जात नाहीत हे सहजपणे दिसते.

१९९१ सालापासून भारतीय शासनाने जागतिकीकरण, उदारीकरण आणि खाजगीकरण या संकल्पनांच्या अंमलबजावणीला सुरुवात केलेली आहे. साम्राज्यवादाच्या अधिपत्याखाली उद्या संपूर्ण भारत खाजगी झाला तरी आरक्षणासाठी त्याचे सार्वजनिकत्व प्रश्नांकित होणार नाही. जागतिकीकरणाला आपल्या भवितव्यासाठी या देशातील दलितआदिवासी, धार्मिक अल्पसंख्याक व इतर मागासवर्ग यांच्या सामाजिक वैशिष्ट्यांची दखल घ्यावी लागणारच आहे. या आरक्षणाची संकल्पना आपल्या संविधानात्मक संकल्पनेपेक्षा अर्थातच वेगळ्या स्वरूपात अथवा वेगळ्या प्रकारे मांडावी लागेल. एक परंपरागत जात म्हणून या देशातील मानवनिर्मित संसाधनांच्या निर्मितीत बहुजनांचा सर्वांत

जास्त वाटा आहे, हे कोणालाही मान्य करावे लागले आणि त्यामुळे या देशाच्या सर्व संसाधनांवर त्यांच्या लोकसंख्येतील प्रमाणाइतकाच किमान वाटा अपरिक्राम्य ठरतो. या तत्त्वानुसार कुठल्याही क्षेत्र-प्रक्षेत्राच्या अपवादाशिवाय त्यांना शिक्षण, नोकऱ्या आणि व्यवसाय या सर्व बाबतीत जाती-अंताच्या शेवटापर्यंत आरक्षण असले पाहिजे. भारतात यासारखी अनेक क्षेत्रे आहेत की, त्याठिकाणी मागासवर्गीयांना अजूनही वाव मिळू शकलेला नाही. अशा सर्व क्षेत्रांमध्ये 'समानतेसाठी आरक्षण' ही आजच्या काळाची गरज आहे.

आरक्षणाबाबत सातत्याने गैरसमज पसरवण्यात येत आहेत. त्यात अज्ञानाचा, अडाणीपणाचा बराच भाग असतो. अर्थात, त्यात आरक्षणाला विरोध करणारे आघाडीवर तर असतातच परंतु समर्थन करणारेही पिछाडीवर नसतात. उदाहरणार्थ, राज्य घटनेमध्ये फक्त दहा वर्षांसाठी आरक्षणाची तरतूद केली असताना, साठ वर्षे झाली तरी अजून ती चालूच आहे, अशी एक पूर्वग्रहदूषित मानसिकतेतून पुढे आलेली चर्चा सुरू असते. मुळात घटनेत दोन प्रकारचे आरक्षण आहे. एक अनुसूचित जाती-जमाती आणि ओबीसी यांना शिक्षणातील प्रवेशासाठी व सरकारी नोकऱ्यांत राखीव जागांची तरतूद म्हणजे ते 'सामाजिक आरक्षण' होय. या आरक्षणाला घटनेत कुठेही मर्यादा घालण्यात आलेली नाही, तरीही सरसकट दहा वर्षांसाठी देण्यात आलेले आरक्षण पुढे किती काळ चालू ठेवायचे, असे पुन्हा पुन्हा अज्ञान प्रकट करणारे प्रश्न वारंवार उपस्थित केले जात आहेत.

याचबरोबरीने आर्थिक निकषांवर राखीव जागा ठेवल्या जाव्यात, ही मागणीसुद्धा वारंवार होताना आढळते. हा निकष सामाजिक व तार्किकदृष्ट्या योग्य असल्याचा त्यांचा दावा असतो. पी.व्ही.नरसिंहराव सरकारने २५ सप्टेंबर १९९१ला जो ऑफिस मेमोरँडम प्रस्तृत केला त्यात सर्वच जातीतील गरिबांनाही राखीव जागांचा लाभ मिळावा, या मागणीची दखल घेऊन भारत सरकारच्या नागरी सेवेतील १० टक्के रिक्त पदे आर्थिकदृष्ट्या मागासलेल्या अन्य मागासवर्गीयांसाठी राखून ठेवावीत, अशी तरतूद करण्यात आली होती; ती सर्वोच्च न्यायालयाने घटनाबाह्य ठरवली. राजस्थान सरकारनेही अलीकडे आर्थिकदृष्ट्या मागासांना १४ टक्के राखीव जागा घोषित केल्या, हा आदेशही घटनाबाह्य ठरला, याचे कारण म्हणजे आरक्षणाच्या निकषाचा लंबक सामाजिक मागासलेपणाकडून आर्थिक मागासलेपणाकडे सरकत चालला आहे. आरक्षणाचा हेतू गरिबी दूर करणे, नोकऱ्या देणे, असा जो मानला जातो, तो चुकीचा आहे. वास्तविक सामाजिकदृष्ट्या मागास व आर्थिकदृष्ट्या मागास यामध्ये फरक आहे. 'आम्ही गरीब आहोत म्हणून आरक्षण द्या' असे म्हणणे योग्य नाही; केवळ जातीय आरक्षणाच्या तव्यावर राजकारणी पोळी भाजून घेण्याचा प्रयत्न ते करत आहेत परंतु या आंदोलनाकडे राजकीय चष्मा

बाजूला ठेवूनच पहावे लागेल. तेव्हा आर्थिक निकषांवर आरक्षण द्यावे. ही मागणी घटनाविरोधी तर आहेच शिवाय ती लबाडही आहे. आर्थिक मागासलेपणाचे तत्त्व लागू पडणारा आपल्याच जातीचा माणूस पुढे नोकरीत येऊ शकावा, याची त्यात सोय आहे. तसेच सर्व काही गुणवत्तेनुसारच व्हावे इतर प्रश्नांचा विचार करू नये, ही भूमिका वरील जातीच्या सोयीचीच आहे, जे मागासलेले समाजघटक आहेत त्यांची आधीच मंद गतीने चालू असणारी प्रगती बंद करण्याचा हा उद्योग आहे. केवळ आर्थिक निकष व गुणवत्ता हे जे गौडबंगाल आहे ते सामाजिक न्यायाच्या, समतेच्या बाजूचे निश्चितच नाही.

आजही इतर मागासवर्गीयांच्या वाट्याला आलेल्या २७ टक्के जागा पूर्णपणे भरल्या गेलेल्या नाहीत याचे महत्त्वाचे कारण सांगितले जाते, ते म्हणजे पात्रतेचे निकष पूर्ण करणारे उमेदवार मिळत नाहीत. परंतु, पात्रतेचे निकष पूर्ण करणारे अनेक उमेदवार उन्नत गटामध्ये (क्रिमिलेअर) मोडणारे आहेत त्यामुळे इतर मागासवर्गीय असूनही नॉन क्रिमिलेअर तत्त्वात ते बसत नसल्यामुळे आरक्षणापासून वंचित आहेत व त्यामुळे अनेक जागा रिकाम्या राहात आहेत. वास्तविक उन्नत गटाची मर्यादा जी आत्तापर्यंत अनेक वेळा वाढत गेली, ती काळानुरूप वाढवली गेली तर ओबीसींच्या रिकाम्या जागेवर सक्षम उमेदवार उपलब्ध होतील व इतर मागासवर्गीयांना न्याय मिळू शकेल.

राष्ट्रीय ओबीसी आयोगाने मंडल आयोगाच्या अंमलबजावणीनंतरही ओबीसींमधील विविध जातीसमूहांची सध्याची सामाजिक, शैक्षणिक आर्थिक स्थिती यांचा अभ्यास करून केंद्र सरकारला एक अहवाल सादर केला आहे. त्यात २७ टक्के आरक्षणामध्ये आत्यंतिक मागासलेले, अधिक मागासलेले व मागासलेले असे तीन गट केल्याने आरक्षणाच्या संधीपासून दूर राहिलेल्या भटक्या-विमुक्त, बारा बलुतेदार समाजाला त्याचा पहिल्यांदा व प्राधान्याने लाभ मिळावा, अशी अपेक्षा व्यक्त केली आहे. त्यामुळे ओबीसी आयोगाच्या शिफारशींची तातडीने अंमलबजावणी केली जावी.

देशात आज अनेक राज्यातून प्रभावी जातींकडून आरक्षणाची मागणी होताना आढळते. हरियाणात जाट, राजस्थानात गुज्जर, महाराष्ट्रात मराठा तर गुजरातमध्ये पटेल एवढेच नव्हे तर ब्राह्मणांनीही लोकसंख्येच्या प्रमाणात आरक्षणाच्या केलेल्या मागणीने समाज ढवळून निघाला आहे. वास्तविक भारतीय राज्यघटनेने व सर्वोच्च न्यायालयाने आरक्षण ५० टक्क्यांपेक्षा पुढे जाता कामा नये, असे निर्देश दिले असल्यामुळे सरकारसमोर ते कायद्याच्या चौकटीत कसे बसवायचे, हा प्रश्न निर्माण होताना आढळतो.

समाज राजकीयदृष्ट्या जागृत झाला की, त्याच्या जाणिवा जागृत होतात. आपण जात म्हणून एकत्र आलो की, राजकारणात सत्ता मागू शकतो, मिळवू शकतो, हे त्यांना कळू लागले. मोठ्या जातींच्या सावलीत राहिल्यावर काहीच मिळत नाही, हे अनुभवल्यावर

ते स्वतः जातीआधारे संघटित होऊ लागले. आपल्या जातीतील प्रतीके, थोरपुरुष यांचा जागर करीत स्वतंत्र अस्मिता घेऊन ते पुढे येऊ लागले. 'राजकीय विकास झाला की, समाज सुधारतो' असे एक नवे सूत्र त्याच्या नेत्यांनी जन्माला घातले आहे व कार्यक्रम म्हणून आरक्षणाच्या हत्याराचा ते वापर करत आहेत.

आरक्षणाने राजकारणात बस्तान बसविले म्हणून या मुद्द्याची चवीने, कधी कधी पोटतिडीकीने चर्चा होते. राखीव जागांचा म्हणजे आरक्षणाचा प्रश्न राजकारणासाठी उपयुक्त आणि हितकारक आहे, हे जेव्हा राजकीय पक्षांच्या लक्षात येऊ लागले, तेव्हा राजकीय पक्षांनी राखीव जागा वाढविण्यास सुरुवात केली. मग जाती-जातींचे समूह केवळ सामाजिक किंवा आर्थिकदृष्ट्या मागासलेले घटक राहिले नाहीत. त्यांचे रूपांतर 'व्होट बँकेत' होऊ लागले. अशा एकगठ्ठा मतपेढ्या निर्माण केल्या की, सत्ताकारण सोपे होते, हे लक्षात येताच नव्या मतपेढ्या निर्माण करण्यासाठी राखीव जागा हेच राजकारणाचे सूत्र झाले, आणि सामाजिक न्यायाचा मूळ विचार त्यामध्ये हरवत गेला. उपलब्ध संधींचा आणि संसाधनांचा समाजातील सर्वांना समान लाभ मिळावा, या हेतूने आरक्षण नीती समाजात रूढ झाली. आरक्षण नीतीला मानवी मूल्य म्हणून जगभरातून मान्यता मिळाली, आणि माणूसच नव्हे, तर ज्यांच्या जगण्याच्या संधी संकटात सापडण्याची चिन्हे उद्‌भवू लागतात, त्या सर्वांसाठी आरक्षण हाच हमखास उपाय ठरला आणि 'राखीव' हा शब्द सर्वव्यापी होऊन गेला. आता आरक्षणाच्या कचाट्यातून मुक्तता मिळणे कठीण आहे.

परिशिष्ट क्र. १

राज्य-निहाय अनुसूचित जाती-जमाती व इतर मागासवर्गीयांची एकूण संख्या

राज्य	अनु. जाती	अनु. जमाती	इतर मा.व.
आंध्र प्रदेश	५९	३३	२९२
आसाम	१६	१४	१३५
बिहार	२३	३०	१६८
गुजरात	३०	२९	१०५
हरियाणा	३७	-	७६
हिमाचल प्रदेश	५६	०८	६७
जम्मू-काश्मीर	१३	१२	६३
कर्नाटक	१०१	४९	३३३
केरळ	६८	३५	२०८
मध्यप्रदेश	४७	४६	२७९
महाराष्ट्र	५९	४७	२७२
मणिपूर	०७	२९	४९
मेघालय	१६	१७	३७
ओरिसा	९३	६२	२२४
पंजाब	३७	-	८३
राजस्थान	५९	१२	१४०

राज्य	अनु. जाती	अनु. जमाती	इतर मा.व.
तमिळनाडू	७६	३६	२८८
त्रिपुरा	३२	१९	१३६
उ. प्रदेश	६६	०५	११६
प. बंगाल	५९	३८	१७७
दिल्ली	३६	-	८२
चंदीगढ	३६	-	९३
मिझोराम	१६	१४	०५
अरुणाचल प्रदेश	१६	१२	१०
अंदमान-निकोबार	-	०६	१७
दादरा नगर हवेली	०४	०७	१०
पाँडेचरी	१५	-	२६०
गोवा, दीव-दमण	०५	०५	१८
नागालँड	-	०५	-
सिक्कीम	०४	०२	१०

परिशिष्ट क्र. २

महाराष्ट्र : अनुसूचित जाती - यादी

१) अगेर
२) अनमुक
३) आरेमाला
४) आरवा माला
५) बहना, बहाना
६) बाकड
७) बालाही
८) बसूर, बुरुड, बांसोर, बनसोडी
९) बेडा जंगम, बुडगा जंगम
१०) बेडर
११) भाम्बी, भाम्भी, असादरु, असोडी, चमाडीया, चामार, चामरी, चांभार, चमगर, हरळ्या, हरळी, खालपा, माचीगर, मोचीगर, मदार, मादीग, मोची, तेलेगु मोची, कामटी मोची रानीगार, रोहिदास, नोना, रामनमी, रोहित, समगर, समगरा, सतनमी, सुरज्यनामी
१२) भंगी, म्हेतर, ओलगाना, रुखी, मलकाना, हालालखोर, लालबेगी, बाल्मीकी, कोरार, झाडमल्ली
१३) बींदला
१४) ब्यागरा
१५) चालवादी, चन्नय्या
१६) चेन्ना डासार, होलया डासार, होलेया डासरी
१७) दक्काल, डोक्कलवार
१८) ढोर, ककय्या, कंकय्या, डोहोर
१९) डोम, डुमर
२०) यल्लमलवार, येल्लम्मालावंडु
२१) गंडा, गंडी
२२) गरुडा, गारो
२३) धासी, धासीया
२४) हल्लेर
२५) हल्सर
२६) होलार, वल्हार
२७) होलया, होलेर, होलेया, होलिया
२८) कैकाडी

२९) काटीय, पथारीया
३०) कानगर, कनेरा, मीर्धा
३१) खाटीक, चीकवा, चिकवि
३२) कोलुपुलवंदलु
३३) कोरी
३४) लिंगडेर
३५) माडगी
३६) माडीगा
३७) महार, मेहरा, तराळ, धेगू मेगू
३८) मह्यावंशी
३९) माला
४०) माला दसरी
४१) मालाहन्नई
४२) माला जंगम
४३) माला मस्ती
४४) मालासाले, नेतकणी
४५) माला संन्यासी
४६) मांग, मातंग, मीनी माडीग, दखनी मांग, मांग, माहाशी मदारी, गारुडी, राधे मांग
४७) मांग गारोडी, मांग गारुडी
४८) मन्ने
४९) मष्टी
५०) मेघवाल, मेंघवार
५१) मीथा अय्यलवार
५२) मुक्री
५३) नादीया, हाडी
५४) पसी
५५) संसी
५६) शेनवा, चेनवा, सेडमा, रावत
५७) सिंधोलू, चिंडोल्लू
५८) तिगर, तिरबंदा
५९) तुरी

Government of India Ministry of Welfare, New Delhi, Date 31 July, 1990, No. 12016/28/90-SCD (R. Cell) मे १९९०च्या दुरुस्तीनुसार धर्मांतरित बौद्धांना देखील अनुसूचित जातींच्या यादीमध्ये अंतर्भूत केले आहे.

परिशिष्ट क्र. ३

महाराष्ट्र : अनुसूचित जमाती - यादी

१) अंध
२) बैगा
३) बेरडा
४) बावचा, बामचा
५) भैना
६) भारिया भूमिया, भूइनहार-भूमिया, पांडो
७) भात्तरा
८) भिल, भिल्ल-गरासिया, ढोली भिल, डोंगरी भिल बोंधी, बोंडेया डुंगरी, गरास्या मेवासी भिल, तडवी भिल्ल, भगालिया, भिलाला पावरा, वसवा, वसावे
९) भुंजिया
१०) विंझवार
११) विरहूर, विरहोर
१२) चोधरा
१३) धाणका, तडवी, तेतारिया, वळवी
१४) धनवार
१५) धोडिया
१६) दुबला, तलविया, हलपती
१७) गामीत, गमता, गावीत, मावची, पडवी
१८) गोंड, राजगोंड, अरख, आराख अगरिया, असुर, बडी मरिया, बडा मरिया, भातोला, भिम्मि, भूता, कोयलाभूता, कोयलाभूती, भार, बिसोहोर्न मारिया, चोटा मरिया, दांडामी मरिया, धुरु, धुरवा, धोबा, धुलिया, धोरला, गायकी, गट्टा, गट्टी, गैता, गोंड गावारि, हिल मारिया कांडरा, कालंगा, खातोला, कोईतर, कोया, खिरवार, खिरवारा, कुछ मरिया, कुछकी मरिया, मडिया, मरिया, माना, मन्नेवार, मोघ्या, मोगीया, मोंघ्या, मुडिया, मुरिया, थाटीया, थोट्या, वाडे मरिया, वडे मरिया.
१९) हलवा, हलवी
२०) कमार

२१) काथोडी, कातकरी, ढोर काथोडी, ढोर कातकरी, सोन कातोडी, सोन कातकरी
२२) कवर, कांवार, कौर, चेरवा, राठीया, तन्वर, छत्री
२३) खैरवार
२४) खारिया
२५) कोकण, कोकणी, कुकना
२६) कोल
२७) कोलाम, मन्नेरवारलू
२८) कोळी ढोर, ठोकरे कोळी, कोलछा कोलघा
२९) कोळी महादेव, डोंगर कोळी
३०) कोळी मल्हार
३१) कोंध
३२) कोरकु, बोपची, मोसावी, निहाल, नहूल, बोंधी
३३) कोया, भिने कोया, राजकोया
३४) नागेसिया, नागासिया
३५) नाईकडा, नायका, चोलीवाला नायका, कापडिया नायका, मोटानायका, नाना नायका.
३६) ओरांव धनगड
३७) परधान, पाथरी, सासेटी
३८) पारधी, अडवीचीनचेर, फांस पारधी, लागोली पारधी, बेहेलिया, बहेल्लिया, चित्रा पारधी, शिकारी, टाकणकर, टाकीया.
३९) परजा
४०) पहेलिया
४१) पोमला
४२) राठवा
४३) सवर, सवरा
४४) ठाकूर, ठाकर, क ठाकूर, का ठाकूर, मा ठाकूर, मा ठाकर
४५) थोडी
४६) वारली
४७) विटोलिया, कोतवालिया, बारोडिया

परिशिष्ट क्र. ४

महाराष्ट्र : इतर मागासवर्गीयांची-यादी

अनु. क्र.	जाती क्रमांक	जाती वर्णन
१	१	अलिलकार
२	२	बागडी
३	३	गुजर
४	४	बडीआ
५	५	बजानिआ
६	६	बाजीगर
७	७	बट्टाल
८	८	भांड
९	९	भवैया
१०	१०	भावीण
११	११	भिस्ती किंवा पखाली, साक्का
१२	१३	बारी किंवा बारई
१३	१४	बेरीयाण
१४	१५	बेसदेवा
१५	१६	भडभुंजा
१६	१७	भांटा
१७	१८	भाट

अनु. क्र.	जाती क्रमांक	जाती वर्णन
१८	१९	चमथा
१९	२०	चांदगाडा
२०	२१	चरण किंवा गढवी, शिकलगार
२१	२२	चारोडी
२२	२३	चिप्पा
२३	२४	दास किंवा दांगडीदास
२४	२५	दावगर
२५	२६	देपला
२६	२७	देवळी
२७	२८	देवदिग
२८	३०	ढोली
२९	३५	गंधारप
३०	३६	गुजरात, बावरी
३१	३७	गडारिया
३२	३८	गड्डी
३३	३९	गढवी
३४	४०	गारपगारी

अनु. क्र.	जाती क्रमांक	जाती वर्णन
३५	४२	गोचाकी
३६	४३	गुरव
३७	४४	गवळी, गावलान (ग्वालवंश)
३८	४५	गवंडी, गुर्जर-कडिया
३९	४६	हलापैक
४०	४९	जगायासी
४१	५०	जजाग
४२	५१	जतिया
४३	५२	जतिगर
४४	५३	जव्हेरी
४५	५४	जोगी
४६	५५	जोगीण
४७	५६	जोहारी
४८	५७	जुलाहा, अन्सारी
४९	५८	जंगम
५०	५९	जिनगर
५१	६०	जाडी
५२	६२	कम्मी
५३	६३	कापडी
५४	६४	ख्रिश्चन
५५	६५	खाटी
५६	६९	कोंगाडी
५७	७०	कोरचर
५८	७२	कचोरा
५९	७३	कदैरा
६०	७४	कामाटी
६१	७५	कसबी
६२	८०	कुचबंध
६३	८१	कुछारिया
६४	८२	कुंभार किंवा कुम्हार
६५	८३	कुणबी (पोटजात लेवा, कुणबी, लेवा, पडीदार)
६६	८५	काची
६७	८६	काठी
६८	८७	कासार (पोटजात कंचार, कचारी)
६९	८८	लाभा
७०	८९	लडीया
७१	९०	लडाक, किंवा लड्डाफ, मसुरी
७२	९१	लखेरा
७३	९२	लोहार इडाड-मिस्त्री, लुहार, लुबार
७४	९३	माच्ची
७५	९४	मानभाव
७६	९६	मारवार बावरी
७७	९७	मे
७८	९८	मिना
७९	९९	महली
८०	१००	मेहदर
८१	१०१	म्हाली
८२	१०२	मिठा
८३	१०४	मथुरा
८४	१०५	नामधारी पेक
८५	१०७	निरशिकारी

अनु. क्र.	जाती क्रमांक	जाती वर्णन
८६	१०८	नावी-न्हावी, (सलमानी, हजाम) वारिक, नाभिक, नापित
८७	१०९	नथुरा
८८	११०	नोनीया, लोनिया, लुनिया, नुनिया
८९	१११	नक्काशी
९०	११२	निली
९१	११३	निलकांती
९२	११४	नेकार जाडा
९३	११५	पधारीया
९४	११६	पडीयार
९५	११७	पात्रदावरु
९६	११८	फासेचरी
९७	११९	फुडगी
९८	१२०	पखाली
९९	१२१	पांचाळ
१००	१२२	पांका
१०१	१२३	पेरकी, पेरके, वाड, पेरीका, पेरका
१०२	१२४	पुतलीगर
१०३	१२५	परीट किंवा धोबी, तेलगु मडेलवार
१०४	१२६	पाटकर
१०५	१२७	फुलारी
१०६	१२८	राचेवर
१०७	१२९	राईकरी, रायीकर
१०८	१३०	बंडी
१०९	१३१	रचबधियाँ
११०	१३२	रंगारी, भावसार
१११	१३३	रँग्रेझ
११२	१३४	राओत, रावत, राउतीया
११३	१३५	गंग्रेज (भावसार, रंगारी)
११४	१४०	संजोगी
११५	१४१	सरानिया
११६	१४५	सुप्पालिंग
११७	१४६	सुधारिया (सिंधमधील)
११८	१४७	सहिस, साईस, शिस
११९	१४८	सपेरा, नाथ
१२०	१४९	शिलावट
१२१	१५०	सिंगीवाला
१२२	१५१	स्वकुल, साळी
१२३	१५३	शिंपी, इद्रिसी-दर्जी, साई सुतार
१२४	१५४	सोनार
१२५	१५५	तांडेल
१२६	१५७	तारगला
१२७	१५८	थेटवार
१२८	१५९	थोरीया
१२९	१६०	तांबट, त्वष्टा, कासार
१३०	१६१	थोगती
१३१	१६२	वडी
१३२	१६४	वंसफोड
१३३	१६५	वधाई
१३४	१६६	वर्थी
१३५	१६७	वंजारी
१३६	१६८	येरकुला

अनु. क्र.	जाती क्रमांक	जाती वर्णन
१३७	१६९	आगरी, आगळे किंवा काळण
१३८	१७०	भावसार
१३९	१७१	कुरहीन, शेट्टी
१४०	१७२	निलगार, निली, निराळी
१४१	१७३	कोसकांती, देवांग
१४२	१७४	सुतार
१४३	१७५	फुतगडी
१४४	१७७	पिंजरा, पिंजारी, मन्सुरी
१४५	१७९	भिलाला
१४६	१८०	डवरी
१४७	१८१	तेली, तिळवणतेली, मराठातेली, तराणेतेली, देशकरते
१४८	१८२	माळी, (पोटजात - फुलमाळी, फुले, हळदे, काचा, कडुब)
१४९	१८३	लोणारी
१५०	१८५	तलवार, कानडे
१५१	१८६	रघवी, (विदर्भ जिल्हातील)
१५२	१८७	भंडारी, बावर्ची-भटीयारा (मुस्लीम धर्मियांसह)
१५३	१८८	मानली किंवा मांडली
१५४	१८९	पोवार किंवा पवार (पोवार किंवा पवार आडनाव)
१५५	१९०	काथार, काथार-वाणी, कंठहार, वाणी, वैश्यवाणी
१५६	१९१	मोनीन, अन्सारी
१५७	१९२	फकीर बंदरवाला
१५८	१९४	घडशी
१५९	१९५	तांबोळी, पान फरोश (मुस्लीम धर्मियांसह)
१६०	१९६	अनुसूचित जातीतून ख्रिश्चन धर्म स्वीकारलेले
१६१	१९७	लंझाड
१६२	१९८	यादव
१६३	१९९	लाडसी
१६४	२००	ठाकर
१६५	२०१	गावित, गाबित
१६६	२०२	अतार
१६७	२०३	औंधिया
१६८	२०४	वादक, बारव
१६९	२०५	बगळु
१७०	२०६	मारवार बाओरी, मारबार वाघरी
१७१	२०७	गोसाई, उदासी
१७२	२०८	बालसंथनम
१७३	२०९	मथुरा बंजारा
१७४	२१०	शिंगाडे बंजारा
१७५	२११	लंबाडे
१७६	२१२	फानडे बंजारा
१७७	२१३	सुनार बंजारा
१७८	२१४	धालीया बंजारा

अनु. क्र.	जाती क्रमांक	जाती वर्णन
१७९	२१५	शिंगाड्या बंजारा
१८०	२१६	बाओरिया
१८१	२१७	कोळी बारीया
१८२	२१८	बथिनी
१८३	२१९	बेगरी
१८४	२२०	भांम्पटा-घंटीचोरे-परदेशी
१८५	२२१	पोंग
१८६	२२२	दासर
१८७	२२३	उचिला
१८८	१२४	भांडदुरा, बिल्लवार, बिल्लवा
१८९	२२५	खारवी, धीवर भोई
१९०	२२६	भोयर
१९१	२२७	बिंदली
१९२	२२८	बुरबुक
१९३	२२९	चादर
१९४	२३०	चक्रवदय-दासर
१९५	२३१	चांडाळ
१९६	२३२	चेन्दु किंवा चेन्ववार
१९७	२३३	चिमुर
१९८	२३४	चिंताला
१९९	२३५	डाकलेरु
२००	२३६	दर्जी
२०१	२३७	नागपंथी
२०२	२३८	कुरबा, कुरबार
२०३	२३९	हरकात्रा, मांगेली, मांगेले पागे, सुंदरी
२०४	२४०	वॅटस, भडवाल, रजाक

अनु. क्र.	जाती क्रमांक	जाती वर्णन
२०५	२४१	डोम्मारा
२०६	२४२	गाडबा
२०७	२४३	गंगाणी
२०८	२४४	गारोडी
२०९	२४५	गोल्लेर
२१०	२४६	गोदळा
२११	२४७	हाबुरा
२१२	२४८	हरणी
२१३	२४९	हिल-रेडिडस
२१४	२५०	देवरी
२१५	२५१	बिनकर, बन्या, बनकर
२१६	२५२	काछिया
२१७	२५३	कोराच, पाडलोर
२१८	२५४	कलाल, कलार लाड, लाडवक, गौडकलाल, शिव्हारे
२१९	२५५	कांदेल
२२०	२५६	कसेरा
२२१	२५७	कसाई, कसाब, कुरेशी
२२२	२५८	कटीपागुला
२२३	२५९	किसर
२२४	२६०	ख्रिश्चन कोळी
२२५	२६१	कोराचार किंवा कोरवे
२२६	२६२	कोडकू सह कोरवा
२२७	२६३	कोमाकपू
२२८	२६५	लखारी
२२९	२६५	लखरी
२३०	२६६	लोहार-गाड, दोडी, खतवाली, पांचाली

अनु. क्र.	जाती क्रमांक	जाती वर्णन
२३१	२६७	चुनारी
२३२	२६८	माना
२३३	२६९	माहिल
२३४	२७०	मैदासी
२३५	२७१	माझवार
२३६	२७२	मतियारा, भतिहारा
२३७	२७३	मानकर खालु
२३८	२७४	गोंडीवार, गोंडीवारा
२३९	२७५	गुंडा
२४०	२७६	हजाम, कालेसरु, नावलिंगा, कान्शी, वालंद
२४१	२७७	पाचभोंटला, पाचबोटला
२४२	२७८	पदमपरी
२४३	२७९	भिस्ती
२४४	२८०	पामूला
२४५	२८१	पंचमा
२४६	२८२	पंडा
२४७	२८३	फर
२४८	२८४	पिंजारी
२४९	२८५	पुरवाली
२५०	२८६	राचभोया
२५१	२८७	राउतिया
२५२	२८८	संगारी
२५३	२८९	संताल
२५४	२९०	साउन्ता किंवा सोन्ता
२५५	२९१	सावतेली
२५६	२९२	सारे
२५७	२९३	भावगर, शव शिंपी नामदेव शिंपी
२५८	२९४	शिंगडवा किंवा शिंगाड्या
२५९	२९५	सिंधूर
२६०	२९६	सोरे
२६१	२९७	सुन्ना
२६२	२९८	सुन्नाई
२६३	२९९	भडाई
२६४	३००	गंणिगा, गांची, घांची
२६५	३०१	थोटेवाडू
२६६	३०२	तिमाली
२६७	३०३	वालवाई
२६८	३०४	वडडेर (कालावडेर किंवा पाथरोड)
२६९	३०५	वनाडी
२७०	३०६	येनाडीवाडस
२७१	३०७	येरगोलावाड किंवा थेल्लापामालवाडस
२७२	३०८	ओडेवार
२७३	३०९	मुस्लीम मण्यार (बांगडीवाला), मण्यार, मणीयार, मणेरी
२७४	३१०	जातगर
२७५	३११	कराडी
२७६	३१२	कुंकुवाले

अनु. क्र.	जाती क्रमांक	जाती वर्णन
२७७	३१३	वाएई-लोहार-खातवाढई
२७८	३१४	शिकलगार
२७९	३१५	कोहळी
२८०	३१६	मुस्लीम खाटीक, कुरेशीमुस्लीम, खाटीक मुस्लीमकसाई
२८१	३१७	डांगरी
२८२	३१८	वेडू (वाघरी)
२८३	३१९	मुस्लीम धावड
२८४	३२०	निऱ्हाळी (निराळी)
२८५	३२१	मुस्लीम चित्रकथी, हरदास
२८६	३२२	बेस्ता
२८७	३२३	परिवार
२८८	३२४	सावकलार
२८९	३२५	हणबर
२९०	३२६	दोडे गुजर
२९१	३२७	पहाड-पहाडी
२९२	३२८	गडरिया
२९३	३२९	मुस्लीम मच्छिमार (दाल्दी)
२९४	३३०	भालदार
२९५	३३१	अलकरी
२९६	३३२	पेंढारी
२९७	३३३	यलम-येलम-यल्लम
२९८	३३४	महात-माहतू, मुस्लीम महावत
२९९	३३५	मुस्लीम फकीर

भारतात केंद्र सरकारच्या धोरणानुसार सध्या असलेली आरक्षणाची टक्केवारी

अनुसूचित जाती	अनुसूचित जमाती	इतर मागास वर्ग	एकूण	खुला प्रवर्ग
१५%	७.५%	२७%	४९.५ %	५०%

परिशिष्ट क्र. ५

महाराष्ट्र : विमुक्त जाती - यादी

१) बेरड, नायकवाडी, तलवार, वाल्मीकी
२) बेस्तर, संचलू वड्डार
३) भामटा, गिरणी वड्डर, कामाटी, पाथरुट, तकारी (मुस्लीम धर्मियासह)
४) कैकाडी, धोंतले, कोरवा, कोरवी, माकडवाले / कोची कोरवा, पामलेर
५) कंजार, कंजारभाट
६) कटबु
७) लमाण / लमाणी, चरण बंजारा, मथुरा लमाणी, मथुरा बंजारा, लमाण बंजारा, धाली, धालीया, धाडी / धारी, सिंगारी, नावी बंजारा
८) वगळले
९) राजपारधी, गौण पारधी, हरण शिकारी
१०) रजपूत भामटा, परदेश भामटी, परदेश भामटा
११) रामोशी
१२) वडर, गाडी वडर, माती वडर, पाथरवट
१३) वाघरी, सलात, सलाल वाधरी
१४) छप्परबंद (मुस्लीम धर्मियासह)

परिशिष्ट क्र. ६

महाराष्ट्र : भटक्या जमाती - यादी

१) गोसावी : बावा, बैरागी, भारती, गोसावी, गिरीगोसावी, भारती गोसावी, सरस्वती, परबट, सागर, बाण / वान, तीर्थ आश्रम, अरण्य धरमारी, संन्यासी, नागपंथी गोसावी.
२) बेलदार, ओड.
३) भराडी : बाळासंतोषी, किंगरीवाले, नाथबाबा, नाथजोशी, नाथपंथी डवरी गोसावी.
४) भुते, भोपे
५) वगळले
६) चित्रकाथी
७) गारुडी / गावडी
८) घिसाडी : घिसाडी लोहार, गाडी लोहार किंवा चितोडी लोहार, राजपूत लोहार,
९) गोल्ला : मोल्लेवार, गोलेल, गोलकर
१०) गोंधळी
११) गोपाळ, गोपाळ भोरपी, खेळकरी
१२) हेळावे : हिलव
१३) जोशी : बुडबुडकी, डमरुवाले, कुडकुडे, मेंढगी, सरोदे, सहदेव जोशी, सरवदे, सरोदा
१४) काशी कापडी
१५) कोल्हाटी
१६) मैराळ
१७) मसनजोगी : सुदगडसिद्ध, मापनजोगी
१८) नंदीवाले, तिरमल

टिपा

१. आरक्षणाची पार्श्वभूमी

१) नरके हरी (संपा.), महात्मा फुले : साहित्य आणि चळवळ, डॉ. बाबासाहेब आंबेडकर, महात्मा फुले आणि राजर्षी शाहू चरित्र साधने प्रकाशन समिती, महाराष्ट्र शासन, मुंबई २००६, पृ. २०८

२) कांबळे नारायण, बलांडे व्यंकट, शिंदे संजय (संपा.), आरक्षण : सत्य व विपर्यास, चिन्मय प्रकाशन, औरंगाबाद, प्रथमावृत्ती २००८, पृ.१४७

३) उपरोक्त, पृ.१४७

४) भारत सरकार व विधी न्याय मंत्रालय 'भारताचे संविधान', यांनी भारत सरकारच्या वतीने मुद्रित व प्रकाशित महाराष्ट्र राज्याच्या भाषा संचालनालयाद्वारे अनुवादित, सहावी आवृत्ती (पुनर्मुद्रण) २०१२, पृ. ५, ६, १४८

५) कांबळे नारायण, बलांडे व्यंकट, शिंदे संजय (संपा.), आरक्षण : सत्य व विपर्यास, चिन्मय प्रकाशन, औरंगाबाद, प्रथमावृत्ती २००८, पृ.१२१

२. भारतीय समाज व जातीव्यवस्था

१) चौधरी नागेश, 'जातीव्यवस्था व भारतीय क्रांती', बहुजन संघर्ष प्रकाशन, नागपूर, तिसरी आवृत्ती, २००७, पृ.१५.

२) जोशी अरुण, अत्रे शुभांगी, 'भारताचा इतिहास (प्राचीन काळ)', महाराष्ट्र राज्य पाठ्यपुस्तक निर्मिती मंडळ, मुंबई, प्रथमावृत्ती १९९४, पृ.२२.

३) उपरोक्त, पृ.३०.

४) लाटकर चि. स., 'भारतीय समाजविज्ञान कोश', खंड-२, कल्पना मुद्रणालय, पुणे- १९८७, पृ.५१२.

५) गर्गे स. मा. (संपा.), 'भारतीय समाजविज्ञान कोश खंड-४', स. मा.गर्गे संचालक, समाज विज्ञान मंडळ, पुणे - १९९०, पृ.३३०, ३३१.
६) उपरोक्त, पृ.३३१.
७) उपरोक्त, पृ.३३०, ३३१.
८) आंबेडकर बी. आर.(अनुवाद : चांगदेव भवानराव खैरमोडे), 'शूद्र पूर्वी कोण होते?', क्षितिज पब्लिकेशन, नागपूर, प्रथमावृत्ती, १९९८, पृ.२४.
९) लाटकर चि. स., 'भारतीय समाजविज्ञान कोश', खंड-२, कल्पना मुद्रणालय, पुणे - १९८७, पृ.५११.
१०) उपरोक्त, पृ.५११.
११) उपरोक्त, पृ.५१२.
१२) आंबेडकर बी. आर.(अनुवाद : चांगदेव भवानराव खैरमोडे), 'शूद्र पूर्वी कोण होते?', क्षितिज पब्लिकेशन, नागपूर, प्रथमावृत्ती, १९९८, पृ.१०.
१३) लाटकर चि. स., 'भारतीय समाजविज्ञान कोश', खंड-२, कल्पना मुद्रणालय, पुणे - १९८७, पृ.५१३.
१४) उपरोक्त, पृ.५१३.
१५) कोसंबी डी.डी.(अनुवादक : गर्दे दि.का.), 'भारतीय इतिहासाचा अभ्यास', डायमंड पब्लिकेशन्स, पुणे - २००६, पृ.१६३.
१६) उपरोक्त, पृ.१६२.
१७) उपरोक्त, पृ.१५६.
१८) राजाराम कल्पना (संपा.), 'स्पेक्ट्रम सामान्य अध्ययन', स्पेक्ट्रम बुक्स प्रा. लि., नई दिल्ली, पंचम संस्करण २००५, पृ.क्र.६१
१९) शर्मा रामशरण, 'शूद्रों का प्राचीन इतिहास', राजकमल प्रकाशन, नई दिल्ली, तिसरी आवृत्ती २०००, पृ.१५०.
२०) कोसंबी डी.डी.(अनुवादक : गर्दे दि.का.), 'भारतीय इतिहासाचा अभ्यास', डायमंड पब्लिकेशन्स, पुणे- २००६, पृ.२३७, २३८.
२१) उपरोक्त, पृ. २३७, २३८.
२२) शर्मा रामशरण, 'शूद्रों का प्राचीन इतिहास', राजकमल प्रकाशन, नई दिल्ली, तिसरी आवृत्ती २०००. पृ.१८४.
२३) उपरोक्त, पृ. २४९.
२४) उपरोक्त, पृ. २३४.
२५) शर्मा रामशरण, 'प्राचीन भारत', सचिव, राष्ट्रीय शैक्षिक अनुसंधान और प्रशिक्षण परिषद, नई दिल्ली, १९९९, पृ.२०७.
२६) चौधरी नागेश, 'जातीव्यवस्था व भारतीय क्रांती', बहुजन संघर्ष प्रकाशन, नागपूर, तिसरी आवृत्ती, २००७, पृ.१९.
२७) जोशी अरुण, अत्रे शुभांगी, 'भारताचा इतिहास (प्राचीन काळ)', महाराष्ट्र राज्य पाठ्यपुस्तक निर्मिती मंडळ, मुंबई, प्रथमावृत्ती १९९४, पृ.६२.

२८) कुलकर्णी सुमित्रा, सुलाट ए. एम., जोशी अरुण, 'भारताचा इतिहास (मध्ययुग)', महाराष्ट्र राज्य पाठ्यपुस्तक मंडळ, मुंबई, प्रथमावृत्ती १९९५, पृ.३६.
२९) उपरोक्त, पृ.३७.
३०) उपरोक्त, पृ.३८.
३१) गाठाळ एस. एस., 'आंबेडकर चळवळीचा इतिहास', कैलाश पब्लिकेशन्स, औरंगाबाद, प्रथमावृत्ती २०१०, पृ.११.
३२) कुलकर्णी सुमित्रा, सुलाट ए. एम., जोशी अरुण, 'भारताचा इतिहास (मध्ययुग)', महाराष्ट्र राज्य पाठ्यपुस्तक मंडळ, मुंबई, प्रथमावृत्ती १९९५, पृ.३९.
३३) उपरोक्त, पृ.६६.
३४) उपरोक्त, पृ.७४, ७५.
३५) उपरोक्त, पृ.७७.
३६) गाठाळ एस. एस., 'आंबेडकर चळवळीचा इतिहास' कैलाश पब्लिकेशन्स, औरंगाबाद, प्रथमावृत्ती २०१०, पृ.१३.
३७) लाटकर चि. स., 'भारतीय समाजविज्ञान कोश', खंड-२, कल्पना मुद्रणालय, पुणे - १९८७, पृ.५१६.
३८) गर्गे स. मा. (संपा.), 'भारतीय समाजविज्ञान कोश' खंड-४, स. मा.गर्गे संचालक, समाज विज्ञान मंडळ, पुणे - १९९०, पृ.४५१.
३९) उपरोक्त, पृ.४५२.
४०) उपरोक्त, पृ.४३७.
४१) गाठाळ एस. एस. 'आंबेडकर चळवळीचा इतिहास' कैलाश पब्लिकेशन्स, औरंगाबाद, प्रथमावृत्ती २०१०, पृ.२९७.
४२) चौधरी नागेश, 'जातीव्यवस्था व भारतीय क्रांती', बहुजन संघर्ष प्रकाशन, नागपूर, तिसरी आवृत्ती, २००७, पृ.८१.
४३) कुलकर्णी सुमित्रा, सुलाट ए. एम., जोशी अरुण, 'भारताचा इतिहास (मध्ययुग)', महाराष्ट्र राज्य पाठ्यपुस्तक मंडळ, मुंबई, प्रथमावृत्ती १९९५, पृ.३२.

३. आरक्षण व आरक्षणाचा इतिहास

१) कराडे जगन्नाथ, आरक्षण : धोरण आणि वास्तव, सुगावा प्रकाशन, पुणे, प्रथम आवृत्ती २००५, पृ.११
२) उपरोक्त, पृ.१२
३) उपरोक्त, २००५, पृ.१९७
४) मेश्राम वामन, उपरोक्त मराठा-कुणबी-ओबीसी, मूलनिवासी पब्लिकेशन ट्रस्ट, पुणे, तिसरी आवृत्ती २०११, पृ. १४
५) कांबळे नारायण, बलांडे व्यंकट, शिंदे संजय (संपा.), आरक्षण : सत्य व विपर्यास, चिन्मय प्रकाशन, औरंगाबाद, प्रथमावृत्ती २००८, पृ.२३८

६) कराडे जगन्नाथ, आरक्षण : धोरण आणि वास्तव, सुगावा प्रकाशन, पुणे, प्रथम आवृत्ती २००५, पृ. १७
७) कांबळे नारायण, बलांडे व्यंकट, शिंदे संजय (संपादक), 'आरक्षण : सत्य व विपर्यास' चिन्मय प्रकाशन, औरंगाबाद, प्रथमावृत्ती २००८, पृ.२०७
८) उपरोक्त, पृ.२०७
९) कराडे जगन्नाथ, आरक्षण : धोरण आणि वास्तव, सुगावा प्रकाशन, पुणे, प्रथम आवृत्ती २००५, पृ. १७, १८
१०) फडके य.दी. (संपादक), महात्मा फुले समग्र वाङ्मय, महाराष्ट्र राज्य साहित्य आणि संस्कृतीमंडळ, मुंबई, १९९१, पृ. ७१७
११) उपरोक्त, पृ.१८
१२) करंडे व्ही. एल., राजर्षी शाहू महाराजांचे आरक्षणविषयक धोरण, चिन्मय प्रकाशन, औरंगाबाद, २००८ पृ. १६५
१३) कांबळे नारायण, बलांडे व्यंकट, शिंदे संजय (संपादक), आरक्षण : सत्य व विपर्यास, चिन्मय प्रकाशन, औरंगाबाद, प्रथमावृत्ती २००८, पृ.२१३
१४) येडेकर शाम, राजर्षी शाहू : एक व्यक्तीदर्शन, पृ.५२
१५) मेश्राम वामन, मराठा-कुणबी-ओबीसी, मूलनिवासी पब्लिकेशन ट्रस्ट, पुणे, तिसरी आवृत्ती २०११, पृ. ४८, ४९
१६) गायकवाड प्रदीप, राजर्षी शाहू महाराजांची निवडक भाषणे आणि आज्ञापत्रे, क्षितिज पब्लिकेशन्स, नागपूर, २००८, पृ. ७०
१७) उपरोक्त, पृ. २२
१८) पानसरे गोविंद, राजर्षी शाहू वसा आणि वारसा, प्रबोधन प्रकाशन ज्योती, इचलकरंजी १९९७ , पृ. १७
१९) पंदेरे शांताराम, डॉ. बाबासाहेब आंबेडकर आणि राखीव जागांचा प्रश्न. डॉ.बाबासाहेब आंबेडकर गौरवग्रंथ, महाराष्ट्र राज्य साहित्य आणि संस्कृती मंडळ, मुंबई, १९९९, पृ. ३०६
२०) गायकवाड प्रदीप, राजर्षी शाहू महाराजांची निवडक भाषणे आणि आज्ञापत्रे, क्षितिज पब्लिकेशन्स, नागपूर, २००८, पृ. १८
२१) उपरोक्त, पृ.११०
२२) पवार दया व इतर (संपा.), डॉ. बाबासाहेब आंबेडकर गौरवग्रंथ, महाराष्ट्र राज्य साहित्य आणि संस्कृती मंडळ, मुंबई, १९९२, पृ. ३२५
२३) गायकवाड प्रदीप, राजर्षी शाहू महाराजांची निवडक भाषणे आणि आज्ञापत्रे, क्षितिज पब्लिकेशन्स, नागपूर, २००८, पृ. ७०
२४) पाटील, देवरे, वाघ (संपा.), मंडल आयोग : ओबीसींच्या लोकशाही मुक्तीचा जाहीरनामा, मुंबई, १९९०, पृ. १३
२५) धांडे भगवान, डॉ. बाबासाहेब आंबेडकर आणि बहुजन समाज, कौशल्य प्रकाशन, औरंगाबाद, २००५, पृ. १९
२६) उपरोक्त, पृ.०७

२७) उपरोक्त, पृ.०६
२८) उपरोक्त, पृ.०८
२९) कांबळे नारायण, बलांडे व्यंकट, शिंदे संजय (संपा.), आरक्षण : सत्य व विपर्यास, चिन्मय प्रकाशन, औरंगाबाद, प्रथमावृत्ती २००८, पृ.२१६
३०) सागर के., आधुनिक भारताचा इतिहास, के' सागर पब्लिकेशन्स, पुणे, १९९०, पृ. ५४
३१) जोशी प. ल., भारतीय संविधान विकास, स्वरूप व राजकारण, विद्या प्रकाशन, नागपूर, चतुर्थ आवृत्ती, १९६९, पृ. ५९
३२) सागर के., आधुनिक भारताचा इतिहास, के'सागर पब्लिकेशन्स, पुणे, १९९०, पृ. ९८
३३) उपरोक्त, पृ. १००
३४) गाठाळ एस.एस., आंबेडकर चळवळीचा इतिहास, कैलाश पब्लिकेशन्स, औरंगाबाद, २०१०, पृ. १९४
३५) उपरोक्त, पृ.१९४, १९६, १९७
३६) पवार जयसिंगराव, पवार वसुधा, आधुनिक हिंदुस्थानाचा इतिहास, विद्या प्रकाशन, नागपूर १९९१, पृ. १३९
३७) गाठाळ एस.एस.,आंबेडकर चळवळीचा इतिहास, कैलाश पब्लिकेशन्स, औरंगाबाद, २०१०, पृ. २१०
३८) उपरोक्त, पृ. २१०
३९) धांडे भगवान, डॉ. बाबासाहेब आंबेडकर आणि बहुजन समाज, कौशल्य प्रकाशन, औरंगाबाद, २००५, पृ. ०१
४०) गाठाळ एस.एस.,आंबेडकर चळवळीचा इतिहास, कैलाश पब्लिकेशन्स, औरंगाबाद, २०१०, पृ. २१४
४१) मुन वसंत आणि इतर (संपा.), डॉ. बाबासाहेब आंबेडकर लेखन आणि भाषणे, खंड १८, भाग -१, १९२० - १९३६, डॉ. बाबासाहेब आंबेडकर चरित्र साधने प्रकाशन समिती, महाराष्ट्र शासन, मुंबई, प्रथम आवृत्ती, २००२, पृ. ३२८, ३२९
४२) डॉ. आंबेडकर बाबासाहेब, पुणे करार (संपूर्ण इतिहास), युगसाक्षी प्रकाशन, नागपूर, प्रथमावृत्ती, २०१०, पृ. ७६
४३) मुन वसंत आणि इतर (संपा.), डॉ. बाबासाहेब आंबेडकर लेखन आणि भाषणे, खंड १८, भाग -१, १९२० - १९३६, डॉ. बाबासाहेब आंबेडकर चरित्र साधने प्रकाशन समिती, महाराष्ट्र शासन, मुंबई, प्रथम आवृत्ती, २००२, पृ. ३६४
४४) डॉ. आंबेडकर बाबासाहेब, पुणे करार (संपूर्ण इतिहास), युगसाक्षी प्रकाशन, नागपूर, प्रथमावृत्ती, २०१०, पृ. ७४, ४५, ७६
४५) पवार जयसिंगराव, हिंदुस्थानाच्या स्वतंत्र्य चळवळीचा इतिहास, फडके प्रकाशन, कोल्हापूर, २०११, पृ. २१२
४६) उपरोक्त, पृ. २१३
४७) जोशी प. ल., भारतीय संविधान विकास स्वरूप व राजकारण, पृ. १५५, १५६
४८) उपरोक्त, पृ. १५६

४९) भारतीय संविधान सभेच्या वाद - विवादाचा सरकारी अहवाल, खंड ६, लोकसभा सचिवालय दिल्ली, प्रथम आवृत्ती, १९९४, पृ. १४२४-१४३१
५०) कांबळे नारायण, बलांडे व्यंकट, शिंदे संजय (संपा.), आरक्षण : सत्य व विपर्यास, चिन्मय प्रकाशन, औरंगाबाद, प्रथमावृत्ती २००८, पृ.१४६
५१) पानसरे गोविंद, मंडल आयोग लोकसाहित्य प्रकाशन, औरंगाबाद, तृतीय आवृत्ती २०१०, पृ. १९, २१
५२) उपरोक्त, पृ. २५
५३) भारताचे संविधान, पृ. १७
५४) उपरोक्त, पृ. ९२, ९८
५५) कांबळे नारायण, बलांडे व्यंकट, शिंदे संजय (संपा.), आरक्षण : सत्य व विपर्यास, चिन्मय प्रकाशन, औरंगाबाद, प्रथमावृत्ती २००८, पृ.१३४
५६) उपरोक्त, पृ. १३४
५७) उपरोक्त, पृ. १२१
५८) उपरोक्त, पृ. ८३
५९) उपरोक्त, पृ. १९, २०
६०) उपरोक्त, पृ. २९
६१) उपरोक्त, पृ. ९४
६२) उपरोक्त, पृ. २६९

४. भारतीय संविधान आणि आरक्षणाच्या तरतुदी

१) भारत सरकार विधी व न्याय मंत्रालय, भारताचे संविधान भारत सरकारच्या वतीने मुद्रित व प्रकाशित, महाराष्ट्र राज्याच्या भाषा संचालनालयाद्वारे अनुवादित, सहावी आवृत्ती (पुनर्मुद्रण), २०१२, पृ. ०५
२) उपरोक्त, पृ. ०५, ०६
३) उपरोक्त, पृ. ०६
४) उपरोक्त, पृ. ०६
५) उपरोक्त, पृ. १०
६) उपरोक्त, पृ. १०, ११
७) उपरोक्त, पृ. ११
८) उपरोक्त, पृ. ११
९) उपरोक्त, पृ. १८
१०) उपरोक्त, पृ. ५५
११) उपरोक्त, पृ. ९२, ९३
१२) उपरोक्त, पृ. ९८
१३) उपरोक्त, पृ. १३९

१४) उपरोक्त, पृ. १४१
१५) उपरोक्त, पृ. १४२, १४३
१६) उपरोक्त, पृ. १४३
१७) उपरोक्त, पृ. १४३
१८) उपरोक्त, पृ. १४४, १४५, १४६, १४७
१९) उपरोक्त, पृ. १४७, १४८
२०) उपरोक्त, पृ. १४८
२१) उपरोक्त, पृ. १४८, १४९
२२) उपरोक्त, पृ. १४९

५. कालेलकर आयोग : शिफारशी व अंमलबजावणी

१) भारत सरकार विधी व न्याय मंत्रालय, भारताचे संविधान भारत सरकारच्यावतीने मुद्रित व प्रकाशित, महाराष्ट्र राज्याच्या भाषा संचालनालयाद्वारे अनुवादित, सहावी आवृत्ती (पुनर्मुद्रण), २०१२, पृ.१४८
२) कुंभार नागोराव (संपा.), 'मंडल आयोग शोध आणि बोध' नाग-नालंदा प्रकाशन, इस्लामपूर, प्रथमावृत्ती २०१०, पृ.१२
३) उपरोक्त, पृ. ४०, ४१
४) काकासाहेब कालेलकर आयोग अहवाल १९५६, मूलनिवासी पब्लिकेशन ट्रस्ट, नवी दिल्ली, २००८, पृ. २
५) उपरोक्त, पृ. ४८, ४९
६) मंडल आयोग रिपोर्ट, भारत सरकारद्वारा प्रकाशित १९८० के अनुसार, मूलनिवासी पब्लिकेशन ट्रस्ट, नई दिल्ली तृतीय संस्करण, २००७, पृ. ५०,५१
७) उपरोक्त, पृ.क्र. ५१
८) गाठाळ एस. एस. 'आंबेडकर चळवळीचा इतिहास', कैलाश पब्लिकेशन्स, औरंगाबाद, प्रथमावृत्ती २०१०, पृ.४०४
९) उपरोक्त, पृ.क्र. ४०४
१०) पानसरे गोविंद, 'मंडल आयोग आणि राखीव जागांचा प्रश्न', लोकसाहित्य प्रकाशन, औरंगाबाद, तृतीय २०१०, पृ.२०
११) कराडे जगन्नाथ, 'आरक्षण : धोरण आणि वास्तव', सुगावा प्रकाशन, पुणे, प्रथमावृत्ती २००५, पृ. ३७
१२) मंडल आयोग रिपोर्ट, भारत सरकारद्वारा प्रकाशित १९८० के अनुसार, मूलनिवासी पब्लिकेशन ट्रस्ट, नई दिल्ली, तृतीय संस्करण, २००७, पृ. ५८
१३) उपरोक्त, पृ.क्र. ५८
१४) उपरोक्त, पृ.क्र. ५९

१५) सिंग एस. के., सिंग. ए. के. 'ओबीसी वूमन : स्टेट्स ॲन्ड एज्युकेशनल एम्पॉवरमेंट', न्यू रॉयल बुक कं, लखनौ २००४, पृ. ९०

१६) मंडल आयोग रिपोर्ट, भारत सरकारद्वारा प्रकाशित १९८० के अनुसार, मूलनिवासी पब्लिकेशन ट्रस्ट, नई दिल्ली, तृतीय संस्करण, २००७, पृ.५९

१७) उपरोक्त, पृ.क्र. ५९, ६०

१८) उपरोक्त, पृ.क्र. ६०

१९) सिंग एस. एन., 'रिझर्वेशन पॉलीसी फॉर बॅकवर्ड क्लास', रावत पब्लिकेशन, दिल्ली १९९६, पृ. ११०

२०) रिपोर्ट ऑफ द सोसायटी ॲन्ड एज्युकेशनली बॅकवर्ड क्लासेस कमिशन १९९१, हरियाना राज्य सरकार, अध्यक्ष - गरमनसिंह.

२१) सिंग एस. एन., 'रिझर्वेशन पॉलीसी फॉर बॅकवर्ड क्लास', रावत पब्लिकेशन, दिल्ली १९९६, पृ. १२०

२२) मंडल आयोग रिपोर्ट, भारत सरकारद्वारा प्रकाशित १९८० के अनुसार, मूलनिवासी पब्लिकेशन ट्रस्ट, नई दिल्ली, तृतीय संस्करण, २००७, पृ. ६०, ६१

२३) उपरोक्त, पृ. ६१

२४) उपरोक्त, पृ. ६१

२५) सिंग एस. के., सिंग ए. के. 'ओबीसी वूमन : स्टेट्स ॲन्ड एज्युकेशनल एम्पॉवरमेंट', न्यू रॉयल बुक कं., लखनौ २००४ पृ. ९५, ९६

२६) मंडल आयोग रिपोर्ट, भारत सरकारद्वारा प्रकाशित १९८० के अनुसार, मूलनिवासी पब्लिकेशन ट्रस्ट, नई दिल्ली, तृतीय संस्करण, २००७, पृ. ६१, ६२

२७) उपरोक्त, पृ. ६२

२८) उपरोक्त, पृ. ६२, ६३

२९) सिंग एस. के., सिंग ए. के. 'ओबीसी वूमन : स्टेट्स ॲन्ड एज्युकेशनल एम्पॉवरमेंट', न्यू रॉयल बुक कं., लखनौ २००४, पृ. ९७, ९८, ९९, १००, १०१

३०) सिंग एस. एन., 'रिझर्वेशन पॉलीसी फॉर बॅकवर्ड क्लास', रावत पब्लिकेशन, दिल्ली १९९६, पृ. ४७

३१) सिंग एस. के., सिंग ए. के. 'ओबीसी वूमन : स्टेट्स ॲन्ड एज्युकेशनल एम्पॉवरमेंट', न्यू रॉयल बुक कं., लखनौ २००४, पृ. १०१, १०२

३२) उपरोक्त, पृ.क्र. १०२, १०३

३३) मंडल आयोग रिपोर्ट, भारत सरकारद्वारा प्रकाशित १९८० के अनुसार, मूलनिवासी पब्लिकेशन ट्रस्ट, नई दिल्ली, तृतीय संस्करण, २००७, पृ. ६३

३४) उपरोक्त, पृ. ६३

३५) उपरोक्त, पृ. ६४

३६) कराडे जगन्नाथ, 'आरक्षण : धोरण आणि वास्तव', सुगावा प्रकाशन, पुणे, प्रथमावृत्ती २००५, पृ. ४९

३७) सिंग एस. के., सिंग ए. के. 'ओबीसी वूमन : स्टेट्स ॲन्ड एज्युकेशनल एम्पॉवरमेंट',

न्यू रॉयल बुक कं., लखनौ २००४, पृ. १०७, १०८

३८) मंडल आयोग रिपोर्ट, भारत सरकारद्वारा प्रकाशित १९८० के अनुसार, मूलनिवासी पब्लिकेशन ट्रस्ट, नई दिल्ली, तृतीय संस्करण, २००७, पृ. ६५

३९) सिंग एस. के. सिंग ए. के. 'ओबीसी वूमन : स्टेट्स अ‍ॅन्ड एज्युकेशनल एम्पॉवरमेंट', न्यू रॉयल बुक कं. लखनौ २००४, पृ. १०७, १०९

४०) कराडे जगन्नाथ, 'आरक्षण : धोरण आणि वास्तव,' सुगावा प्रकाशन, पुणे, प्रथमावृत्ती २००५, पृ. ५५, ५६

४१) मंडल आयोग रिपोर्ट, भारत सरकारद्वारा प्रकाशित १९८० के अनुसार, मूलनिवासी पब्लिकेशन ट्रस्ट, नई दिल्ली, तृतीय संस्करण, २००७, पृ. ६५

४२) उपरोक्त, पृ. ६६

४३) उपरोक्त, पृ. ६७

४४) उपरोक्त, पृ. ६७

४५) सिंग एस. के., सिंग ए. के. 'ओबीसी वूमन : स्टेट्स अ‍ॅन्ड एज्युकेशनल एम्पॉवरमेंट', न्यू रॉयल बुक कं., लखनौ २००४, पृ. ११४

४६) मंडल आयोग रिपोर्ट, भारत सरकारद्वारा प्रकाशित १९८० के अनुसार, मूलनिवासी पब्लिकेशन ट्रस्ट, नई दिल्ली, तृतीय संस्करण, २००७, पृ. ६६

४७) सिंग एस. के. सिंग ए. के. 'ओबीसी वूमन : स्टेट्स अ‍ॅन्ड एज्युकेशनल एम्पॉवरमेंट, न्यू रॉयल बुक कं., लखनौ २००४ पृ. ८२, ८३, ८४

४८) मंडल आयोग रिपोर्ट, भारत सरकारद्वारा प्रकाशित १९८० के अनुसार, मूलनिवासी पब्लिकेशन ट्रस्ट, नई दिल्ली, तृतीय संस्करण, २००७, पृ. ६८

४९) कुंभार नागोराव (संपा.), 'मंडल आयोग शोध आणि बोध', नाग-नालंदा प्रकाशन, इस्लामपूर, प्रथमावृत्ती २०१०, पृ.२९

५०) उपरोक्त, पृ.क्र.३०

५१) उपरोक्त, पृ.क्र.२९

५२) मंडल आयोग रिपोर्ट, भारत सरकारद्वारा प्रकाशित १९८० के अनुसार, मूलनिवासी पब्लिकेशन ट्रस्ट, नई दिल्ली, तृतीय संस्करण, २००७, पृ.१०८

५३) उपरोक्त, पृ.क्र.३०

६. मंडल आयोग : शिफारशी व अंमलबजावणी

१) गुप्ता राजेशकुमार भारत मे आरक्षण निति, मानक पब्लिकेशन्स प्रा.लि., दिल्ली, २०००, पृ. ५१

२) कुंभार नागोराव (संपा.), मंडल आयोग: शोध आणि बोध, नाग-नालंदा प्रकाशन, इस्लामपूर, प्रथमावृत्ती, २०१०, पृ. १४

३) मंडल आयोग रिपोर्ट, भारत सरकारद्वारा प्रकाशित १९८० के अनुसार, मूलनिवासी पब्लिकेशन ट्रस्ट, नई दिल्ली, तृतीय संस्करण, २००७, पृ. ४६

४) उपरोक्त, पृ. ४६, ४७
५) कुंभार नागोराव (संपा.), मंडल आयोग : शोध आणि बोध, नाग-नालंदा प्रकाशन, इस्लामपूर, प्रथमावृत्ती, २०१०, पृ. १५
६) मंडल आयोग रिपोर्ट, भारत सरकारद्वारा प्रकाशित १९८० के अनुसार, मूलनिवासी पब्लिकेशन ट्रस्ट, नई दिल्ली तृतीय संस्करण, २००७, पृ. ११२
७) उपरोक्त, पृ. ४८
८) उपरोक्त, पृ. ४४
९) कराडे जगन्नाथ आरक्षण : धोरण आणि वास्तव, सुगावा प्रकाशन, पुणे, प्रथमावृत्ती, २००५, पृ. ६०
१०) मंडल आयोग रिपोर्ट, भारत सरकारद्वारा प्रकाशित १९८० के अनुसार, मूलनिवासी पब्लिकेशन ट्रस्ट, नई दिल्ली तृतीय संस्करण, २००७, पृ. ११२
११) उपरोक्त, पृ. ११३
१२) उपरोक्त, पृ. ११३, ११४
१३) उपरोक्त, पृ. ११६
१४) उपरोक्त, पृ. ११७
१५) उपरोक्त, पृ. ११७
१६) उपरोक्त, पृ. ११८
१७) उपरोक्त, पृ. ११८, ११९
१८) उपरोक्त, पृ. ११९, १२०
१९) उपरोक्त, पृ. १२०, १२१
२०) कुंभार नागोराव (संपा.), मंडल आयोग : शोध आणि बोध, नाग-नालंदा प्रकाशन, इस्लामपूर, प्रथमावृत्ती, २०१०, पृ. १६४
२१) कराडे जगन्नाथ, आरक्षण : धोरण आणि वास्तव, सुगावा प्रकाशन, पुणे, प्रथमावृत्ती, २००५, पृ. ६२
२२) मंडल आयोग रिपोर्ट १९८०, मूलनिवासी पब्लिकेशन ट्रस्ट, नई दिल्ली, तृतीय संस्करण, २००७, पृ. १२५, १२६, १२७
२३) उपरोक्त, पृ. १२५
२४) उपरोक्त, पृ. १२४, १२५, १२६, १२७, १२८, १२९
२५) उपरोक्त, पृ. १३६
२६) माने सुरेश, मंडल आयोग निकालपत्र, बहुजन साहित्य प्रसार केंद्र पब्लिकेशन्स, नागपूर द्वितीय आवृत्ती, २०१२, पृ. १३
२७) सिंग आर. एन., 'रिझर्वेशन पॉलीसी फॉर बॅकवर्ड क्लासेस', रावत पब्लिकेशन, दिल्ली १९९६, पृ. ८४
२८) मिरजकर श्यामसुंदर, समतावादी आरक्षण, नाग-नालंदा प्रकाशन, इस्लामपूर, द्वितीय आवृत्ती, २००६, पृ. ८४
२९) उपरोक्त, पृ. ८४, ८५
३०) मंडल आयोग रिपार्ट १९८०, मूलनिवासी पब्लिकेशन ट्रस्ट, नई दिल्ली, तृतीय संस्करण,

२००७, पृ. २०९, २१०, २११

३१) उपरोक्त, पृ. २१२

३२) उपरोक्त, पृ. १२७, १२८

३३) उपरोक्त, पृ. १२३

३४) कुंभार नागोराव (संपा.), मंडल आयोग: शोध आणि बोध, नाग-नालंदा प्रकाशन, इस्लामपूर, प्रथमावृत्ती, २०१०, पृ. १०३, १०४

३५) उपरोक्त, पृ. १०३, १०४

३६) उपरोक्त, पृ. १०३, १०४

७. ओबीसी आरक्षणाची सद्यःस्थिती

१) मंडल आयोग रिपोर्ट, भारत सरकारद्वारा प्रकाशित १९८० के अनुसार, मूलनिवासी पब्लिकेशन ट्रस्ट, नई दिल्ली, तृतीय संस्करण, २००७, पृ. २

२) कुंभार नागोराव (संपा.), मंडल आयोग : शोध आणि बोध, नाग-नालंदा प्रकाशन, इस्लामपूर, प्रथमावृत्ती, २०१०, पृ. १५७

३) मंडल आयोग रिपोर्ट, भारत सरकारद्वारा प्रकाशित १९८० के अनुसार, मूलनिवासी पब्लिकेशन ट्रस्ट, नई दिल्ली, तृतीय संस्करण, २००७, पृ. १०८

४) कांबळे नारायण, बलांडे व्यंकट, शिंदे संजय (संपा.), आरक्षण : सत्य व विपर्यास, चिन्मय प्रकाशन, औरंगाबाद, प्रथमावृत्ती २००८, पृ.३०२

५) उपरोक्त, पृ. ३०३

६) कराडे जगन्नाथ, आरक्षण : धोरण आणि वास्तव, सुगावा प्रकाशन, पुणे, प्रथमावृत्ती, २००५, पृ. ६८

७) कांबळे नारायण, बलांडे व्यंकट, शिंदे संजय (संपा.), आरक्षण : सत्य व विपर्यास, चिन्मय प्रकाशन, औरंगाबाद, प्रथमावृत्ती २००८, पृ.३०४

८) कुंभार नागोराव (संपा.), मंडल आयोग : शोध आणि बोध, नाग-नालंदा प्रकाशन, इस्लामपूर, प्रथमावृत्ती, २०१०, पृ. १८०

९) उपरोक्त, पृ. १८१

१०) कांबळे उत्तम, ओबीसींचे राजकारण, लोक वाङ्मय गृह प्रकाशन, मुंबई, तिसरी आवृत्ती, २००८, पृ. ७

११) पाटील व्ही. बी., मानवी हक्क, के' सागर पब्लिकेशन्स, पुणे, २००९, पृ. २२७

१२) उपरोक्त, पृ. २२८

१३) मंडल आयोग रिपार्ट १९८०, मूलनिवासी पब्लिकेशन ट्रस्ट, नई दिल्ली, तृतीय संस्करण, २००७, पृ. ८०

१४) उपरोक्त, पृ. ८४

१५) उपरोक्त, पृ. ८०

१६) मिरजकर श्यामसुंदर, समतावादी आरक्षण, नाग-नालंदा प्रकाशन, इस्लामपूर, द्वितीय आवृत्ती, २००६, पृ. ६८

१७) मंडल आयोग रिपार्ट १९८०, मूलनिवासी पब्लिकेशन ट्रस्ट, नई दिल्ली, तृतीय संस्करण, २००७, पृ. १२३
१८) मिरजकर श्यामसुंदर, समतावादी आरक्षण, नाग-नालंदा प्रकाशन, इस्लामपूर, द्वितीय आवृत्ती, २००६, पृ. ९२
१९) कराडे जगन्नाथ, आरक्षण : धोरण आणि वास्तव, सुगावा प्रकाशन, पुणे, प्रथमावृत्ती, २००५, पृ. १११
२०) कुंभार नागोराव (संपा.), मंडल आयोग : शोध आणि बोध, नाग-नालंदा प्रकाशन, इस्लामपूर, प्रथमावृत्ती, २०१०, पृ. १०३, १०४

संदर्भसूची

मराठी

- आंबेडकर प्रकाश, ओबीसींचे राजकारण, प्रबुद्ध भारत प्रकाशन, औरंगाबाद, १९९६.
- आंबेडकर प्रकाश, नव्या पर्यायाच्या शोधात, प्रबुद्ध भारत प्रकाशन, औरंगाबाद, १९९८.
- आंबेडकर बाबासाहेब (अनु. गौतम शिंदे), जातीप्रथेचे विध्वंसन, सुगावा प्रकाशन, पुणे, प्रथम आवृत्ती : २००५.
- आंबेडकर बाबासाहेब (अनुवाद : वसंत मून), जाती संस्थेचे उच्चाटन, मनोविकास प्रकाशन, मुंबई, द्वितीय आवृत्ती, १९८९.
- आंबेडकर बाबासाहेब, पुणे करार, युग साक्षी प्रकाशन, नागपूर, २०१०.
- आंबेडकर बाबासाहेब, भारतातील जाती, अशोका प्रकाशन, नागपूर, २०१२.
- आंबेडकर बी.आर., शूद्र पूर्वी कोण होते?, सुगत प्रकाशन, नागपूर, १९८५.
- इंगोले यु.पी., आरक्षण व बहुजन समाज, शशी एजन्सिज, वर्धा, २०००.
- उपरे हनुमंत, ओबीसीला पर्याय धर्मांतर, बहुजन साहित्य प्रसार केंद्र पब्लिकेशन, नागपूर, २०११.
- उपरे हनुमंत, मी ओबीसी बोलतोय, बहुजन साहित्य प्रसार केंद्र, नागपूर पब्लिकेशन, २०१२.
- करंडे व्ही.एल., राजर्षी शाहू महाराजांचे आरक्षणविषयक धोरण, चिन्मय प्रकाशन, औरंगाबाद, २००८.
- कराडे जगन्नाथ, आरक्षण : धोरण आणि वास्तव, सुगावा प्रकाशन, पुणे, प्रथम आवृत्ती : २००५.

- कांबळे उत्तम, ओबीसींचे राजकरण, लोकवाङ्मय गृह प्रकाशन, मुंबई, २००६.
- कांबळे नारायण, बलांडे व्यंकट, शिंदे संजय (संपा.), आरक्षण : सत्य व विपर्यास, चिन्मय प्रकाशन, औरंगाबाद, २००८.
- किर धनंजय, डॉ. बाबासाहेब आंबेडकर (चरित्र), पॉप्युलर प्रकाशन, मुंबई, नववी आवृत्ती : २००६.
- कुंभार नागोराव (संपा.), मंडल आयोग शोध आणि बोध, नाग-नालंदा प्रकाशन, इस्लामपूर, सांगली, २०१०.
- कुंभार नागोराव, आरक्षण का व कसे? प्रबोधन प्रकाशन, लातूर, २००७.
- कुलकर्णी रूपा, विपरीत आरक्षण आणि इतर लेख, सुगावा प्रकाशन, पुणे, २००५.
- गडकरी काकासाहेब, बहुजनांचा राजा राजर्षी शाहू महाराज, सत्यम प्रकाशन, आर्णी (यवतमाळ), २००५.
- गणवीर रत्नाकर, डॉ. बाबासाहेब आंबेडकर, हिंदू कोड बिल, नेहा प्रकाशन, नागपूर, २००४.
- गर्गे स. मा., भारतीय समाजविज्ञान कोश (खंड-४), संचालक- समाज विज्ञान मंडल, पुणे, १९९०.
- गवई रा. सु.(संपा.), निमित्त राखीव जागांचे रणकंदन, वर्ण वर्चस्वाची कैफियत जनतेच्या न्यायालयात, मनोविकास प्रकाशन, मुंबई, १९८५.
- गायकवाड जयदेव, जातिभेदाचे अंत:प्रवाह, पद्मगंधा प्रकाशन, पुणे, प्रथमावृत्ती, २००७.
- गायकवाड प्रदीप, आरक्षण अ.भा. आंबेडकरी आर्थिक न्यायपरिषद, नागपूर, २००८.
- गायकवाड प्रदीप, महाराष्ट्रातील आरक्षण कायदे, अ.भा. आंबेडकरी आर्थिक न्याय परिषद, नागपूर, २००८.
- गायकवाड प्रदीप, राजर्षी शाहू महाराजांची निवडक भाषणे आणि आज्ञापत्रे, क्षितिज पब्लिकेशन्स, नागपूर, २००२.
- चौथाईवाले सुरेश, शाहू महाराजांचे आरक्षणाचे धोरण व सद्य:स्थिती, कैलास पब्लिकेशन, औरंगाबाद, २००७.
- चौधरी नागेश, जातीव्यवस्था व भारतीय क्रांती, बहुजन संघर्ष प्रकाशन, नागपूर, १९८५.
- ढवळीकर श्रीराम व., मंडल आयोग मागासवर्गीयांना आरक्षणाची गरज का?, राजेश प्रकाशन, पुणे.
- ढोबळे विष्णू, मंडल आयोग काल, आज आणि उद्या?, कौशल्य प्रकाशन, औरंगाबाद, २००५.

- तायडे मिलिंद, गुणवत्तेशी आणि बुद्धिमत्तेशी तडजोड नाहीच, आरक्षण हा हक्कच!, जोशाबा प्रकाशन, नाशिक, २००६.
- तायडे मिलिंद, संविधान सन्मान आणि संविधानात अनुसूचित जाती, अनुसूचित जमाती, भटक्या विमुक्त जाती-जमाती, नवबौद्ध, अल्पसंख्याक, धर्मांतरित आणि इतर मागासवर्गीयांच्या हित संरक्षण आणि विकासासाठी असलेल्या तरतुदी, त्रिरश्मी विचार प्रकाशन, नाशिक, २०००.
- थोरात सुखदेव (संपा.), नेगी प्रशांत आर्यमा, खाजगी क्षेत्रातील आरक्षण चर्चेतील प्रश्न, गरज आणि अपेक्षा, सुगावा प्रकाशन, पुणे, २००७.
- दरेकर द.स., मंडल आयोग, अ.भा. मराठा महासंघ, मराठा समाजाची राष्ट्रीय भूमिका, बहुजन समाज जागृती प्रकाशन, पुणे, १९८४.
- धम्मीक मिलिंद, संविधानात तरतुदी आणि न्यायालयीन निर्णय, त्रिरश्मी विचार प्रकाशन, नाशिक,२००९.
- धांडे भगवान, डॉ. बाबासाहेब आंबेडकर आणि बहुजन समाज, कौशल्य प्रकाशन, औरंगाबाद, २००५.
- नंदेश्वर पंकज, 'भारतीय संविधानातील आरक्षणाच्या तरतुदींच्या अनुषंगाने स्वातंत्र्योत्तर काळात झालेल्या आरक्षणासंबंधी आयोगाच्या अंमलबजावणीचे विश्लेषणात्मक अध्ययन' विशेष संदर्भ : कालेलकर आयोग व मंडल आयोग, अप्रकाशित शोध प्रबंध, संत गाडगेबाबा अमरावती विद्यापीठ, अमरावती, २०१३.
- नरके हरी, महात्मा फुले : साहित्य आणि चळवळ, डॉ. बाबासाहेब आंबेडकर, महात्मा फुले आणि राजर्षी शाहू चरित्र साधने प्रकाशन समिती, महाराष्ट्र शासन, मुंबई, प्रथमावृत्ती, २००६.
- निंबाळकर वामन, आंबेडकरी विचारांची दिशा, प्रबोधन प्रकाशन, नागपूर, १९९०.
- निंबाळकर, भोसले, डागळे, नरके (संपा.), डॉ. बाबासाहेब आंबेडकर आणि राखीव जागांचा प्रश्न, डॉ. बाबासाहेब आंबेडकर गौरव ग्रंथ, म. रा. सा. सं. मंडळ, मुंबई, १९९९.
- पंडित नलिनी, जातीवाद आणि वर्गवाद, साधना प्रकाशन, पुणे, १९७८.
- पळशीकर सुहास, जात व महाराष्ट्रातील सत्ताकारण, सुगावा प्रकाशन, पुणे, १९९८.
- पवार जयसिंग, राजर्षी शाहू स्मारक ग्रंथ, महाराष्ट्र इतिहास प्रबोधिनी, कोल्हापूर, प्रथम आवृत्ती, २००१.
- पवार दया व इतर (संपा.), डॉ. बाबासाहेब आंबेडकर गौरवग्रंथ, महाराष्ट्र राज्य साहित्य आणि सांस्कृतिक मंडळ, मुंबई, १९९२.
- पाटील दी. बा., राखीव जागांना सुरुंग, दर्पण प्रकाशन, मुंबई, २००२.

- पाटील, देवरे, वाघ (संपा.), मंडल आयोग : ओबीसींच्या लोकशाही मुक्तीचा जाहीरनामा, मुंबई, १९९०.
- पानसरे गोविंद, मंडल आयोग आणि राखीव जागांचा प्रश्न, लोक साहित्य प्रकाशन, औरंगाबाद, २०१०.
- पानसरे गोविंद, राजर्षी शाहू : वसा आणि वारसा, प्रबोधन प्रकाशन, ज्योती समाजवादी प्रबोधिनी, इचलकरंजी, १९९७.
- फडके य.दी., दिनकर यशवंत (संपा.), महात्मा फुले समग्र वाङ्मय, महाराष्ट्र राज्य साहित्य आणि सांस्कृतिक मंडळ, मुंबई, १९९१.
- फडके य.दी., राखीव जागांची शंभर वर्षे, सुगावा प्रकाशन, पुणे
- बुटे नंदू, ओबीसी समाज : समस्या व उपाय, जिजाई प्रकाशन, पुणे, २०१०.
- बुद्धिवंत अशोक (संपा.), मराठा ओबीसीकरण (आयोगांचे अहवाल), बाबा साटम, कोल्हापूर, प्रथमावृत्ती, २००९.
- भगत दत्ता, मंडल आयोग : गैरसमज आणि आक्षेप, चिन्मय प्रकाशन, औरंगाबाद, २००६.
- भारत सरकार विधि व न्याय मंत्रालय, भारताचे संविधान भारत सरकारच्या वतीने मुद्रित व प्रकाशित, महाराष्ट्र राज्याच्या भाषा संचालनालयाद्वारे अनुवादित, सहावी आवृत्ती (पुनर्मुद्रण) : २०१२.
- भोळे भा. ल., भारतीय संविधान सिद्धान्त व व्यवहार, महाराष्ट्र राज्य निर्मिती मंडळ, पुणे, १९८७.
- मनोहर यशवंत, मंडल आयोग : भ्रम आणि सत्य, युग साक्षी प्रकाशन, नागपूर, २००९.
- महाराष्ट्र शासन, सामान्य प्रशासन विभाग, मागासवर्गीयांना अनेक क्षेत्रातील सेवेत आरक्षण आणि इतर सवलती, शासकीय मध्यवर्ती मुद्रणालय, मुंबई, पुनर्मुद्रित-१९९२.
- माने सुरेश, मंडल आयोग निकालपत्र : बहुजन साहित्य प्रसार केंद्र, नागपूर, द्वितीय आवृत्ती : २०१२.
- मिरजकर श्यामसुंदर, समतावादी आरक्षण, नाग-नालंदा प्रकाशन, इस्लामपूर, द्वितीय आवृत्ती, २००६.
- मेश्राम वामन (स्वैर अनुवादक : ओहोळ डी.आर.), मराठा-कुणबी-ओबीसी, मूलनिवासी पब्लिकेशन ट्रस्ट, पुणे, तिसरी आवृत्ती : २०११.
- मोरे जगदीप, 'आरक्षण आणि जाती अंताची क्रांती', महाकवी अश्वघोष प्रकाशन, कुडाळ, सिंधुदुर्ग, २००६

- मोरे सुबोध, जाधव विजय, प्रिंदावणकर जयरत्न, आरक्षण श्रम आणि वास्तव, निर्माण प्रकाशन, नवी मुंबई, १९९९.
- मोरे शेषराव, डॉ. आंबेडकरांचे सामाजिक धोरण : एक अभ्यास, राजहंस प्रकाशन, पुणे, प्रथमावृत्ती, १९९८.
- रणसुंभे विलास, जात वर्ग व परिवर्तनाचा लढा, लोकवाङ्मय गृह प्रकाशन, मुंबई, २००८.
- लाटकर चि.स., भारतीय समाजविज्ञान कोश (खंड-२), कल्पना मुद्रणालय, पुणे, १९८७.

हिंदी

- कठेरिया कमल किशोर, आरक्षण भीख नही अधिकार, डी. के. खापर्डे मेमोरियल ट्रस्ट, मुंबई-प्रथम आवृत्ती : मई, २००७.
- कडू जैमिनी, ओबीसी दशा और दिशा, मूल निवासी पब्लिकेशन ट्रस्ट, पुणे, २००९.
- कौशिक रजनीश, आरक्षण व्यवस्था समस्या या समाधान, राधा पब्लिकेशन्स, नई दिल्ली, २०१०.
- गजभिये संजय, अन्य पिछडा वर्ग और डॉ. बाबासाहेब आंबेडकर, सम्यक प्रकाशन, नई दिल्ली, २०१०.
- चौधरी सुनिता, भारतीय समाज में आरक्षण, लोकेश गुप्ता द्वारा सुमित एन्टरप्राईझेस के लिए प्रकाशित, दिल्ली, प्रथम संस्करण, २०१०.
- जिज्ञासू चंद्रिका प्रसाद, पिछडा वर्ग कमिशन की रिपोर्ट और पिछडे वर्ग के वैधानिक अधिकारों का सरकार द्वारा हनन तथा बाबासाहेब अम्बेडकर का कर्तव्यादेश, बहुजन कल्याण प्रकाशन, लखनऊ, चतुर्थ संस्करण : १९८१.
- बसू दुर्गादास, भारत का संविधान - एक परिचय, वाधवा ॲन्ड कंपनी, नई दिल्ली, १९८९.
- बाली एल.आर., मंडल आयोग रिपोर्ट और प्रतिक्रिया, भीमपत्रिका पब्लिकेशन, प्रथम संस्करण : मार्च, १९९१.
- भारतीय संविधान सभा के वाद-विवाद की सरकारी रिपोर्ट, खंड ६, लोकसभा सचिवालय, नई दिल्ली, प्रथम पुनर्मुद्रण-१९९४.
- राजाराम कल्पना (संपा.), स्पेक्ट्रम सामान्य अध्ययन, स्पेक्ट्रम बुक्स प्रा. लि., नई दिल्ली, अध्ययन, २००५.
- वर्मा जे. एन., क्या है ओबीसी?, सिद्धार्थ बुक्स, दिल्ली, २००१.
- शास्त्री रजनीकांत, हिंदू जाति का उत्थान और पतन, किताब महल, इलाहाबाद, प्रस्तुत संस्करण, २००४.

रिपोर्ट

- मंडल आयोग रिपोर्ट भारत सरकारद्वारा प्रकाशित १९८०, मूलनिवासी पब्लिकेशन ट्रस्ट, नई दिल्ली, तृतीय संस्करण : २००७.

इंग्रजी

- Anand C. L., Equality Justice and Reverse Discrimination, Mittal Publication, Delhi, 1987.
- Biswas Oneil, Supreme Court on Reservation (1950-2000), Blue Moon Books, New Delhi, 2001.
- Chandra Ramesh, 'Identity and Genesis of Caste System India', Kalpaz Publication, New Delhi, 2005.
- Domont, Louis, Home Hierarchous : The Caste System and Its Implications, Oxford University Press, New Delhi, 1970.
- Fuller C. J., Caste Today, Oxford University Press, New Delhi, 1996.
- Galaner Mare, Competing Equalities, Law and The Backward Classes in India, Oxford Universtiy Press, New York, 1984.
- Ghurye G.S., Caste and Race in India, Popular Prakashan, Bombay, 1969.
- Jairam N., On Civil Society, Sage Publication, New Delhi, 2005.
- Jenkins, Rob, Regional Reflection Oxford University Press, New Delhi, 2004.
- Kothari Rajani, Caste in Indian Politics, Orient Longman, New Delhi, 1970.
- Matur M. L., Encyclop-edia of Backward Castes : Reservation, Kalpaz Publication, Delhi, 2004.
- Mohanty Manoranja, Class, Caste, Gender, Sage Publication, New Delhi, 2004.
- Muthuswamy Brinda, Swamys Complication on Reservations and Concessions, Swamy Publishers (P.) Ltd., Chennai, Sixth Edition : 1999.
- Paul Brass, Caste Faction and Party in Indian Politics Vol. I and II, Chankya Publication, Delhi, 1985.
- Prasad Anirudha, Reservation Policy and Practice in India, Ameans to an End, Deep and Deep Publication, New Delhi, 1991.
- Prasad Anirudha, Reservational Justice to other Backward Classess (OBCs), Deep and Deep Publication, New Delhi, 1997.
- Samujh Ram, Reservation Policy its Relevance in Modern India, Samrudha Bharat Publication, Mumbai, 2005
- Sharma K.L., Social Inequality of India, Rawat Publication, Delhi, 1995.
- Sharma Premlata, The Problems of Dalits and OBCs, Book Enclava, Jaipur, 2002.

- Singh S. N., Reservation Policy for Bacward Classes, Rawat Publication, Delhi, 1996.
- Singh S.K., Singh A.K., OBC Women Status and Educational Empowerment, New Royal Book Co., Lucknow, 2004.
- Thorat Sukhadev, Reservation Policy for Private Sector, Why and How, Sugava Prakashan, Pune, 2004.
- Verma H.S., The OBC, and the Ruling, Classes in India, Rawat Publication, Jaipur and New Delhi, 2005.

Reports

- Report of the Govt. of India Kakasaheb Kalelkar Commission, Printed in India by the Manager Government of India Press at Simla for the Manager of Publications Government, Delhi, 1956, Published by Mulnivasi Publication Trust, New Delhi, 2008.
- Report of the Socially and Educationally Backward Classes Commission 1991, (Chairman : Gurman Singh) Govt. of Hariyana.
- Report of the First Socially and Educationally Backward Classes 1976, (Chairman : A. R. Bakshi) Ahamadabad.
- Report of the Backward Classes Committee 1961, (Chairman : R. N. Gowda) Govt. of Mysore, Banglore.

लेखक-परिचय

डॉ. रविंद्र पांडुरंग भणगे

एम.ए., एम.फिल., पीएच.डी. (राज्यशास्त्र), एम.ए. (इतिहास)

विवेकानंद महाविद्यालय, कोल्हापूर येथून पदवी व शिवाजी विद्यापीठ, कोल्हापूर येथून पदव्युत्तर शिक्षण पूर्ण केले. 'महाराष्ट्रातील शिवसेना : वाढ आणि तिचा महाराष्ट्रातील राजकारणावर प्रभाव (१९६६-९६)' या विषयावर पीएच.डी. पदवी प्राप्त केली आहे. राजाराम महाविद्यालय, कोल्हापूर; श्रीमती आक्काताई रामगोंडा पाटील कन्या महाविद्यालय, इचलकरंजी, संत गाडगेबाबा महाविद्यालय - कापशी, ता. शाहूवाडी, शासकीय विदर्भ ज्ञान-विज्ञान संस्था, अमरावती येथे राज्यशास्त्राचे अध्यापक म्हणून कार्य केले; सध्या शिवाजी विद्यापीठ, कोल्हापूर येथे सहयोगी प्राध्यापक म्हणून कार्यरत आहेत. २० वर्षे राज्यशास्त्र विषयाच्या अध्यापनाचे कार्य करत आहेत.

'भारतातील स्थानिक स्वराज्य संस्था' व 'समकालीन राजकीय मुद्दे' ही दोन पुस्तके प्रकाशित झाली आहेत. संत गाडगेबाबा अमरावती विद्यापीठ, अमरावती व राष्ट्रसंत तुकडोजी महाराज नागपूर विद्यापीठ, नागपूर येथे राज्यशास्त्र अभ्यास मंडळावर कार्य केले आहे. त्यांच्या मार्गदर्शनाखाली तेरा विद्यार्थ्यांनी एम.फिल. व पाच विद्यार्थ्यांनी पीएच.डी. पदवी प्राप्त केली आहे.